நினைவில் பதிந்த சுவடுகள்

நினைவில் பதிந்த சுவடுகள்

வாஸந்தி (பி. 1941)

தமிழ்ப் படைப்பாளர். தமிழிலும் ஆங்கிலத்திலும் எழுதும் பத்திரிகையாளர். எட்டு ஆண்டுகள் *தமிழ் இந்தியா டுடே*யின் ஆசிரியர். இவருடைய படைப்புகள் மலையாளம், இந்தி, தெலுங்கு, ஆங்கிலம், நார்வேஜியன், செக், டச்சு மொழிகளுக்கு மொழிபெயர்க்கப்பட்டுள்ளன. அவருடைய இரண்டு நாவல்கள் மலையாளத்தில் திரைப்படமாகியுள்ளன. தமிழக அரசியல் பற்றியும் ஜெயலலிதா பற்றியும் அவர் எழுதிய நூல்கள் ஆங்கிலத்தில் பிரசுரிக்கப்பட்டுள்ளன. *இந்தியா டுடே*, *நியூ இந்தியன் எக்ஸ்பிரஸ்*, *டெக்கான் ஹெரால்ட்*, *தி வீக்* போன்ற நாளிதழ்களிலும் வார இதழ்களிலும் அவருடைய கட்டுரைகள் வெளியாகியுள்ளன.

வாஸந்தி

நினைவில் பதிந்த சுவடுகள்

காலச்சுவடு பதிப்பகம்

நினைவில் பதிந்த சுவடுகள் • கட்டுரைகள் • ஆசிரியர்: வாஸந்தி • © வாஸந்தி • முதல் பதிப்பு: டிசம்பர் 2007, மூன்றாம் (குறும்) பதிப்பு நவம்பர் 2021 • வெளியீடு: காலச்சுவடு பப்ளிகேஷன்ஸ் (பி) லிட்., 669, கே.பி. சாலை, நாகர்கோவில் 629001

ninaivil patinta cuvaTukaL • Essays • Author: Vaasanthi • © Vaasanthi • Language: Tamil • First Edition: December 2007, Third (Short) Edition: November 2021 • Size: Demy 1 x 8 • Paper: 18.6 kg maplitho • Pages: 216

Published by Kalachuvadu Publications Pvt. Ltd., 669, K.P. Road, Nagercoil 629001, India ❖ Phone: 91-4652-278525 ❖ e-mail: publications @kalachuvadu.com ❖ Cover Design: K. Kalaiselvan • Printed at Adyar Students xerox Pvt. Ltd., No.9, Sunkuraman Street, Parrys, Chennai 600001

ISBN 978-81-89945-00-8

11/2021/S.No.212, kcp 3294, 18.6 (3) 1k

பொருளடக்கம்

அற்புதம் நிறைந்த நாட்கள்

ரம்யமான மாலைப்பொழுது. நானும் என் தோழிகளும் தோழர்களும் 'ஐ ஸ்பை' விளையாடிக் கொண்டிருக்கிறோம். அரளிப்புதர், மல்லிகைப்புதர், துவைக்கும் கல், கிணற்றுச்சுவருக்குப் பின்னால் என்று மறைவிடங்களைத் தேடிக்கொண்டிருக்கிறோம். பெங்களூரின் ஜனவரி மாத சிலுசிலுத்த வாடைக் காற்றுக்கு இதமாய்க் கம்பளிச் சால்வையைப் போர்த்தியபடி என் பாட்டி திண்ணையில் அமர்ந்து ஆனந்த விகடனில் ஆழ்ந்திருக்கிறாள். திண்ணையை ஒட்டிய ரேழியில் என் தாத்தா சாய்வு நாற்காலியில் அமர்ந்தபடி ஒரு ஆங்கிலப் புத்தகத்தில் லயித்திருக்கிறார்.

வழக்கமான காட்சிகள். உலகம் பாதுகாப்பாக இருக்கிறது. சில மாதங்கள் முன்வரை தெருவில் கேட்ட கோஷங்கள், பார்த்த ஊர்வலங்கள் இப்போது இல்லை. நாங்கள் விளையாடும்போதுகூட "பாரத் மாதாகி ஜே!" என்று கோஷம் எழுப்புவோம். இப்பொழுது சொல்வதில்லை. அதற்கு இப்பொழுது அவசியமில்லை என்றாள் எதிர் வீட்டு ஈஷ்வரி. "அதான் சுதந்திரம் வந்திடுச்சே" என்றாள். எங்கள் எல்லோரையும்விட அவள் பெரியவள். எதிர் வீட்டில் இருக்கிறாள். ராஜா ஸ்னோ என்று நீல நிற எழுத்துக்கள் பொறித்த பெரிய போர்ட் அவர்கள் வீட்டு முகப்பில் தொங்கும். வீட்டிலேயே பெரிய பெரிய அலுமினியம் 'டப்பு'களில் முகத்தில் பூசும் ஸ்னோ செய்வார்கள். வேலைக்காரர்கள் செய்வதை ஈஷ்வரியின் அம்மா நடு முற்றத்தில் ஒரு நாற்காலியைப் போட்டு அமர்ந்து கண்காணிப்பார். கழுத்து நிறைய சங்கிலி, கையில் வளையல்கள் அணிந்திருப்பார். "ராஜா ஸ்னோவில் பணம் கொட்டுகிறது" என்பாள் பாட்டி. ஈஷ்வரியிடம் எப்பவும் ஸ்னோ வாசனை வரும். ஆனால்

எங்களுக்கு ஒரு நாள்கூட ஸ்னோ பாட்டிலைக் காட்டிய தில்லை. வெள்ளைக்காரர்களும் ராஜா ஸ்னோ வாங்குவதாகச் சொல்வாள். சுதந்திரம் வந்தது அவளுக்கு வருத்தமாக இருக்கும் என்று நான் நினைப்பேன். அவர்கள் வீடு பெரியது. தோட்டமும் பெரிது. விளையாட நிறைய இடம். 'ஐ ஸ்பை' விளையாட அருமையான மறைவிடங்கள். ஆனால் ஸ்னோ வேலை நடக்கும் இடத்திற்கு நாங்கள் போவது அவளுடைய அம்மாவுக்குப் பிடிக்காது என்பதால் ஈஷ்வரி எங்கள் வீட்டுக்கு வந்து விளையாடுவாள். அவளும் என்னுடன் கமலா பாய் பள்ளியில் படிப்பவள். ஸ்கூல் பஸ் அவர்கள் வீட்டு கேட்டரு கில்தான் நிற்கும். முன்பு பஸ் தாமதமாக வரும் நாட்களில் தெருவில் தினமும் சென்ற ஊர்வலங்களை நாங்கள் வேடிக்கை பார்ப்போம். சில சமயங்களில் அவற்றில் மூர்த்தி இருப்பான். நான் முகத்தை வேறு பக்கம் திருப்பிக்கொள்வேன், ஈஷ்வரி என்ன சொல்வாளோ என்ற கவலையில்.

என் மாமா மூர்த்தி காலேஜில் படிப்பவன். ஒரு நாள்கூட அவன் புத்தகம் தொட்டு நான் பார்த்ததில்லை. இரண்டு வருஷங்களாகப் பரீட்சையில் பெயில். (ஈஷ்வரிக்கு அது தெரியும்) சதா ஏதேனும் ஊர்வலத்தில் கலந்துகொண்டு வீட்டுக்குக் கண்ட நேரத்துக்கு வருவான். கள்ளனைப் போல சமைய லறைக்குச் சென்று அங்கு பாட்டி மனசு கேட்காமல் மூடி வைத்திருக்கும் சில்லென்ற சாப்பாட்டைச் சாப்பிட்டுத் தட்டைக் கழுவி வைப்பான். அவனது ஊர் சுற்றலைப்பற்றி தாத்தாவுக்குத் தெரிந்தும் கண்டு கொள்ளாமல் இருப்பார். அவன் சுதந்திரப் போராட்டத்தில் கலந்து கொள்கிறான் என்பதாலேயே காந்தி பக்தரான தாத்தா பேசாமல் இருக்கிறார் என்று எனக்கு வெகு நாள் கழித்துதான் புரிந்தது. அதே தாத்தாவுக்கு என் அண்ணன் சிவகுமார் (குமார்) ஒரு வெள்ளைக்கார துரையின் வண்டிமீது கல்லை விட்டு எறிந்தபோது மகாக் கோபம் வந்தது. அத்தனை பெரிய விஷயம் கடைசியில் ஒரு தமாஷாகப் போயிற்று.

ஒரு நாள் மாலை நாங்கள் 'ஐ ஸ்பை' விளையாடும்போது ஊரிலிருந்து பெங்களூருக்குக் கோடைக்கு வந்திருந்த என் அண்ணன் குமாரும் சேர்ந்து கொண்டான். அவன் விளையாட் டிற்காக ஒளிந்துகொண்டதாக நாங்கள் நினைக்கையில் திடீ ரென்று ஒரு வெள்ளைக்காரர் வீட்டின் முன் நின்று ஏகமாய்க் கத்த ஆரம்பித்தார். அவர் பேசிய ஆங்கிலம் யாருக்கும் புரிய வில்லை. கோபத்தில் சிவந்துபோன அந்த முகம் எனக்கு சுவாரஸ்யமாகத் தோன்றிற்று. குமார் மறைவிடத்தை விட்டு வரவே இல்லை. என் தாத்தா 'துரையை' சமாதானப்படுத்தி அனுப்புவதற்குள் கூட்டம் கூடிவிட்டது. தாத்தா 'ஸாரி ஸாரி'

என்று பலமுறை சொன்னது எங்களுக்கு அவமானமாக இருந்தது. வெள்ளைக்காரன் எதிரி என்று நாங்கள் நினைத்திருந்தோம். வெள்ளைக்காரன் போய்விட்டான் என்று தெரிந்த பிறகு குமார் தைரியமாக வெளியில் வந்தான். எங்களைப் பார்த்து வெற்றிப் புன்னகை புரிந்தான். வெள்ளைக்காரனின் மோட்டார் வண்டிமீது அவன் கல்லை விட்டு எறிந்திருந்தான். எங்களுக்கு அது மகாத் துணிச்சலான காரியமாகப்பட்டது. வெளியூர் வாசியானதாலேயே அது சாத்தியமாயிற்று என்று தோன்றிற்று. என் கூடப்பிறந்தவன் அப்படிச் செய்தான் என்று எனக்குப் பெருமையாக இருந்தது. ஆனால் குமாரைக் கண்டதும் தாத்தாவுக்கு ஆத்திரம் அசாத்தியமாக வந்துவிட்டது. அவன் காதைத் திருகி முதுகில் நாலு அடி வைத்தார். இந்த மாதிரியான அடாவடித்தனம் செய்வது கயவர்களின் வேலை என்று லெக்சர் கொடுத்தது எங்களுக்கு ரசிக்கவில்லை. காந்திக்குப் பிடிக்காது என்று வேறு சொன்னார். எனக்கு அந்த வெள்ளைக்காரனின் கோபத்தில் சிவந்த முகம் மட்டுமே மனத்தில் நின்றது.

ஊரில் அப்பா அம்மாவுடன் இருந்த குமார் கிளம்பிப் போய்விட்டான். சுதந்திரம் வந்துவிட்டது. தமிழ் நாட்டைச் சேர்ந்தவரும் காந்தி, பாரதி பக்தையுமான பாட்டு டீச்சர் மிஸ். ஜனகம்மா சொல்லிக்கொடுத்த 'பாருக்குள்ளே நல்ல நாடு' வை நெற்று போட்டு நானும் என் தோழிகளும் தமிழ் பேசாத ஸ்கூல் விழாவில் பாடினோம். தெருவில் இப்போது வெள்ளைக்காரர்களைக் காணோம். எல்லாரும் இங்கிலாந்துக்குப் போய்விட்டார்களாம் . . .

மீண்டும் 'ஐ ஸ்பை' விளையாட்டு எந்தத் தொந்திரவும் இல்லாமல் . . . சற்று நேரத்தில் இருட்டிவிடும். பட்சிகள் சப்திக்கின்றன. அப்போதுதான் சஞ்சீவராவ் மாமாவின் குரல் ஓலம் போல் ஒலிக்க, எங்களுக்குத் தூக்கிவாரிப் போட்டது. அவர் மூச்சிறைக்க தனது பாரியான சரீரத்தைத் தூக்கிக்கொண்டு ஓடிவந்து காம்பவுண்டின் நட்ட நடுவில் நின்றிருந்தார். "ஸ்வாமினாதைய்யர்! என்று பலமாகக் கத்தினார். நாங்கள் குடியிருந்த அவுட் ஹவுஸ்ஸின் சொந்தக்காரர். சஞ்சீவராவ் மாமாஅப்படிப் பதறி யாரும் பார்த்ததில்லை. பாம்பையோ புலியையோ கண்ட அதிர்ச்சி மாதிரி இருந்தது. பயம் இல்லை அது. ஏதோ பரிதவிப்பு. குரலைக்கொண்டே அசம்பாவிதத்தை அனுமானித்தமாதிரி என் தாத்தா, ஸ்வாமினாதைய்யர், வெளியில் சரேலென்று வந்தார். புதர்களில் மறைந்திருந்த எல்லாரும் வந்தார்கள். சஞ்சீவராவ் மாமாவுக்கு வார்த்தை வரவில்லை. "அக்கிரமம் அநியாயம். காந்தியை சுட்டுட்டாங்க!"

"என்னது?" என் தாத்தா உறைந்து நின்றார். சஞ்சீவராவ் மாமா சாதாரணமாக அதிகம் பேசமாட்டார். தமிழ் சரளமாக வராது. "ஆமாம் ஒரு இந்து சுட்டுட்டான்! மாரிலே, இங்கே அங்கே!" என்று சைகை காட்டினார். தாத்தா அவரருகில் சென்றார். தாங்க முடியாதவர்போல் அவர் தோளைத் தொட்டு, "ஐய்யோ, என்ன சார் சொல்றேள்?" என்றார்.

"ரேடியோவிலே சொல்றானா?" "ஆமாம், வாங்க, கேளுங்க!" என்று ராவ் மாமா அழைக்க அது ஒரு பொது அழைப்பு என்று கருதி எல்லாருமாக அவர்களது ரேடியோ இருந்த அறைக்குப் படையெடுத்தோம்.

எங்கள் வீட்டில் ரேடியோ இருக்கவில்லை. அன்றும் அதற்கு அடுத்த நாளும் என் தாத்தா சாப்பிடவும் இல்லை தூங்கவும் இல்லை. காந்தியின் சவ ஊர்வலத்தை ரேடியோவில் மெல்வில்டிமெல்லோ வர்ணிக்கையில் அவர் விசித்து விசித்து அழுவதைப் பார்த்து நாங்களும் அழுதோம். மூர்த்தி அப்படி அழுது நாங்கள் பார்த்ததில்லை. அவனும் சாப்பிடவில்லை. பாட்டி அவனை வற்புறுத்தவில்லை. 'இந்து பத்திரிகை'யில் முதல் பக்கத்தில், ரோஜா இதழ்கள் தூவப்பட்ட காந்தியின் சடலப் புகைப்படம் வந்திருந்தது. அதைக் கவனமாக வெட்டி அட்டையில் ஒட்டி சுவரில் தொங்கவிட்டோம். ஸ்கூலில் நடந்த இரங்கல் கூட்டத்தின்போது ஜனகம்மாவும் இன்னும் சில வயதான டீச்சர்களும் வாய்விட்டு அழுதார்கள். அத்தனை நல்ல மனிதரைக் கொன்றவன் மகா பயங்கர மனிதனாக இருக்கவேண்டும், அவன் பாவி என்று நானும் என் தோழிகளும் சபித்தோம். அகால மரணமடைந்தவர்கள் பிசாசாக அலைபவர்கள் என்று பாட்டி சொல்லியிருந்த கதைகள் மூலம் நாங்கள் அறிந்திருந்தோம். காந்தி பிசாசாக வருவாரா என்று எங்களுக்குச் சந்தேகமாக இருந்தது. அவரைத் தேவதையாகத்தான் நினைக்கத் தோன்றிற்று.

காந்தி செத்துப்போனதும்தான் வீட்டில் ஒரு ரேடியோ இருக்கவேண்டியதன் அவசியத்தை என் தாத்தா புரிந்துகொண்டார். விரைவில் ஒரு பெட்டி வந்து என் தாத்தாவின் அறையில் அமர்ந்தது. அது என் தாத்தாவின் பிரத்தியேக சொத்துபோலப் பாவிக்கப்பட்டது. காலையிலிருந்து இரவு படுக்கப் போகும் வரை 'ஆல் இந்தியா ரேடியோ' ஒலிபரப்பிய அனைத்து மொழி செய்தித் தொகுப்பையும் புரிந்ததோ இல்லையோ தாத்தா விடாமல் கேட்பார். அடுத்து ஏதேனும் கெட்ட செய்தி வந்தால் சஞ்சீவராவ் மாமாவுக்கு முன்பு தனக்குத் தெரிய வேண்டும் என்பதே தாத்தாவின் ஆசையாக இருக்கும் என்று தோன்றிற்று. ரேடியோ என்பது செய்தி கேட்க மட்டும்தான்

என்று தாத்தா எங்களை நம்ப வைத்தார். அதன் அருகில் செல்லவே எங்களுக்கு அனுமதி இல்லை.

பள்ளியில் ராபியா யூஸுப் என்ற பெண் என் வகுப்பில் இருந்தாள். மழலை வகுப்பிலிருந்து கல்லூரி முடியும் வரை கூட இருந்தவள். நானும் அவளும் மிக நெருக்கம். ஜனகம்மா டீச்சர் எல்லாருக்கும் பாட்டு வருகிறதா, தமிழ் வார்த்தைகள் வாயில் நுழையுமா என்றெல்லாம் கவலைப்படமாட்டார். என் வகுப்பில் இருந்த பஞ்சாபிகள், ஸிந்திகள், முஸ்லிம்கள் (உருது பேசும் முஸ்லிம்கள்) எல்லாரையும் சப்பணம் போட்டு உட்காரச் சொல்லி பாரதி பாட்டுக்களைச் சொல்லிக் கொடுப்பார். ஒரு நாளும் ராபியா அலுத்துக் கொண்டதில்லை. சிவந்த குண்டு முகத்தில் எப்பவும் சிரிப்பு இருக்கும். காந்தி செத்ததற்கு அவளும் பிழிய பிழிய அழுதாள்.

"நல்ல வேளை காந்தியை ஒரு முஸ்லிம் சுடல்லே" என்றாள் என்னிடம். 'சுட்டிருந்தா ரொம்ப பெரிய கலாட்டா நடந்திருக்கும். முஸ்லிம்களை இந்துக்கள் க்ளோஸ் செய்திருப்பாங்க' என்றாள். "நானும் க்ளோஸ் ஆகியிருப்பேன்" என்று அவள் சொன்னபோது 'சீ அப்படிச் சொல்லாதே' என்று அவளைக் கட்டிக்கொண்டு நான் அழுதேன்.

என்னுடைய பெற்றோர்கள் தமிழ் நாட்டில் குடியாத்தம் என்ற சின்ன ஊரில் இருந்தார்கள். அங்கு நல்ல படிப்புக்கு வசதியில்லை என்பதால் நான் பெங்களூரில் கொண்டு விடப்பட்டேன். சில சமயங்களில் அம்மாவை நினைத்து ஏக்கமாக இருக்கும். அப்போது ராபியாதான் சமாதானப் படுத்தி ஏதேனும் ஜோக் சொல்லி சிரிக்கவைப்பாள். என் தோழியர் வட்டத்தில் நானும் ஜெயாவும் (டி.என்.சேஷனின் மனைவி) தான் தமிழ் பேசும் பெண்கள். மற்ற எல்லாரும் தெலுங்கு, மலையாளம், கன்னடம், பஞ்சாபி, உருது என்று பல மொழிகள் பேசுபவர்கள். பள்ளி நியதிப்படி எல்லாரும் ஆங்கிலத்தில்தான் பேசுவோம். மதியம் ஆகாசத்துக்கும் பூமிக்கும் படர்ந்திருந்த ஒரு மரத்தின் அடியில் அமர்ந்து வீட்டிலிருந்து கொண்டுவந்த டிபனைச் சாப்பிடுவோம். எங்களுக்கு எங்கள் பள்ளியைக் கண்டு மிகப் பெருமை. ப்ரைமரி ஸ்கூல், ஹை ஸ்கூல் என்று இரண்டு பிரும்மாண்ட கல் கட்டடங்கள். அதன் கல் கூரையில் அதிசயமாக அடிக்கடி பெரிய தாம்பாளம்போல் தேன் கூடு கட்டும். நாங்கள் பயந்தபடி அதைத் தாண்டிச்செல்வோம். ஒரு சமயம் யாரோ அதைச் சீண்டிவிட ரணகளமாகிவிட்டது. தேனீக்கள் சீற்றத்துடன் நாலாபக்கமும் பாய எல்லாரும் வகுப்புக்குள் தஞ்சமடைய அப்படியும் சில பெண்களைத் தேனீ கொட்டிவிட்டது. எங்கள்

வட்டத்தில் இருந்த அனுசுயாவையும் கொட்டிவிட்டது. அவள் அன்று முழுவதும் வாந்தி எடுத்தாள். மறுநாள் காய்ச்சல் வந்து விட்டது.

இரண்டு கட்டடங்களுக்கு இடையில் மிக அழகான மலர்களும் புல்வெளியும் கொண்ட தோட்டம் இருந்தது. பள்ளியின் விஸ்தாரமான மைதானத்தைச் சுற்றி நெடிய மரங்கள். பள்ளியின் ஹை ஸ்கூல் கட்டடத்தில் பெரிய ஹால். அங்குதான் தினமும் பிரார்த்தனை நடக்கும். அங்கு தான் பள்ளி விழாக் காலங்களில் கலை நிகழ்ச்சிகள் நடக்கும். பள்ளியைக் கட்டிய திருவேங்கடசாமி முதலியார் மற்றும் அவரது மனைவி கமலா பாய் ஆகியோரின் படங்கள் ஹாலின் சுவர்களைக் கம்பீரமாக அலங்கரிக்கும். அவர்கள் தமிழ் நாட்டின் வட ஆர்காடு மாவட்டத்தைச் சேர்ந்தவர்கள் என்று பின்னால் தெரிந்துகொண்டேன். அதனாலேயே அங்கு தமிழ் இரண்டாம் மொழியாக எடுத்துக்கொள்ள வசதி இருந்தது. அந்த வசதிக்காகத்தான் நான் கமலாபாய் பள்ளியில் சேர்க்கப் பட்டேன். என்னுடைய சித்திகளும் மாமாக்களும் கன்னடப் பள்ளியில் படித்தார்கள். கமலாபாய் சில சமயங்கள் பள்ளிக்கு வருவார். வெளுப்பாக அழகாக இருப்பார். அவருடைய மகள்களும் வருவார்கள். ராஜகுமாரிகள்போல் தோன்றுவார்கள். எனக்கு அம்மாவின் நினைவு வரும். அம்மா சிவப்பாக, தீர்க்கமான மூக்கும் விழியுமாக வெகு அழகாக இருப்பாள். ஒரு முறை ஸ்கூலுக்கு அம்மா வந்திருந்தாள். அம்மா ஆங்கிலம், ஹிந்தி எல்லாம் பேசுவாள். தோழிகள் அம்மாவை வைத்த விழி வாங்காமல் பார்த்தபோது எனக்குப் பிடிகொள்ளாத பெருமை. அம்மா கிளம்பிச் சென்ற பிறகு ஒரு பெண் என்னை வந்து கேட்டாள். “அது உன் அம்மாதானா?” “ஆமாம்” என்றேன் ஜம்பமாக. “அவங்க அத்தனை சிவப்பு, நீ கருப்பா இருக்கையே?” “கருப்பா இருந்தா என்ன?” என்று ராபியாதான் சண்டைக்குப் போனாள்.

அற்புதம் நிறைந்த நாட்கள் அவை. தோட்டம் போட என்று நேரம் உண்டு. எங்கள் வகுப்புக்கு என்று ஒரு சதுரமான இடம் இருந்தது. மண்ணைக் கிளறும்போது சுருண்டு நெளிந்து வரும் மண்புழுக்கள் நமது சினேகிதர்கள் என்று பள்ளி ஆசிரியைகள் சொன்னது எங்களுக்கு வேத வாக்கு. எங்கள் வகுப்பாசிரியை மிஸ். டேவிட் சொல்வதெல்லாம் எங்களுக்கு வேத வாக்கு. விதையிலிருந்து செடி முளைத்து இலை துளிர் விட்டபோது எங்களுக்கு ஏற்பட்ட பரவசம் மிஸ். டேவிட்டுக்கும் ஏற்படும். ஆங்கிலத்தில் ரசனை ஏற்படுத்தியது மிஸ். டேவிட். நாடகத்தில் நடிக்கவும் பேச்சுப் போட்டியில் கலந்து கொள்ளவும் பயிற்சி கொடுத்தது மிஸ். டேவிட் . . . மற்றவரைப்

புண்படுத்தாமல் பேசச் சொல்லிக்கொடுத்தது மிஸ்.டேவிட். மிஸ். டேவிட்டிற்கு நாங்கள் வைத்த பெயர் "மிஸ். குட் மானர்ஸ்." மாலை மயங்கியதும் அன்றைய பாடங்களைப் படித்து முடித்த பின்னர் பாட்டி கதைகள் சொல்லுவாள். அந்தக் கதைகளுக்கு முடிவு கிடையாது. சாப்பாட்டு நேரமும் தொடரும். வட்டமாக நாங்கள் திறந்த முற்றத்தில் அமர, கல்சட்டியில் பிசைந்த குழம்புச் சாதத்துடன் பாட்டி நடுவில் அமர்ந்தாளானால் அடுத்த அரைமணிப்போதுக்கு நாங்கள் வேறு யுகத்திற்குப் பயணமாவோம். சோறும் குழம்பும் ரத்தத் தில் கலந்ததோ இல்லையோ இராமாயணமும் மஹாபாரத மும் நாடி நரம்பிலெல்லாம் கலந்து போனது. பெண்ணியம் என்ற வார்த்தையைக் கேள்விப்பட்டிராத என் பாட்டி, மாசற்ற சீதையை அக்னிப் பிரவேசம் செய்யச் சொன்ன ராமனின் அநியாயக் கோபத்தை ஏற்ற இறக்கத்துடன் விவரிக்கும்போது என் நெஞ்சு பதறும். கர்ப்பிணி சீதையை நாடு கடத்த ஆக்ஞை இட்டதும் 'என்னைப் பெற்ற தாயே என்னை ஏற்றுக்கொள்' என்று சீதை பூமா தேவியைக் கேட்ட அவலத்தைப் பாட்டி உருகி உருகிச் சொல்லும்போது, நாங்கள் உள்ளம் வெடித்துக் கண்ணீர் விடுவோம்.

'தீராநதி', ஆகஸ்ட் 2004

காதல் பித்து

அடுத்த செக்ஷனில் படிக்கும் ருக்மிணி ஒரு நாள் மூச்சிறைக்க ஓடி வந்தாள்.

"நீ எழுதியிருக்கற கதையைத் தமிழ் மிஸ் படிச்சுக் காண்பிச்சாங்க" என்றாள்.

நான் விழித்தேன். "கதையா? நா ஒண்ணும் எழுதல்லையே?"

"அரிசி பிறந்த கதை எழுதல்லே?"

"அது வியாசம்னா?"

"அதுதான். அரிசி எப்படி வளருதுன்னு கேட்டா, நீ அதைக் கதைமாதிரி எழுதியிருக்கேன்னு படிச்சுக் காண்பிச்சாங்க. மத்த – செக்ஷன்லேயும் படிச்சாங்களாம்."

எனக்குக் கூச்சமாக இருந்தது. அவமானமாகவும் இருந்தது. ஏற்கனவே படிப்பில் அத்தனை நல்ல – பெயரில்லை. வியாசம் எழுதச்சொன்னால் கதை எழுது கிறாயா என்று என்னிடம் தனியாக வைத்துக் கேட்கக் கூடாதா? நாம் சாப்பிடும் அரிசி எத்தனை கட்டங்களைத் தாண்டி சந்தைக்கு வருகிறது என்பது மகா வறண்ட விஷயமாகப் பட்டதால், அரிசியே தன் கதையைச் சொல்வதுபோல நான் வியாசம் எழுதியிருந்தேன். அது எல்லா வகுப்புகளுக்கும் அம்பலமாகிப்போனது தேவை யற்ற தண்டனையாகப்பட்டது.

"நீ படிப்புலே மக்குன்னு நினைச்சேன். வியாசம் மட்டும் எப்படி அப்படி எழுதினே?" என்றாள் ருக்மிணி.

"அப்படீன்னா?"

"மிஸ்ஸையே கேளு!" என்று ஓடிப்போனாள் பொறாமை பிடித்த ருக்மிணி.

தமிழ் வகுப்பு எப்பொழுது வரும் என்று நாங்கள் காத்திருப்போம். தமிழ்ப் பற்று என்பதால் அல்ல. தமிழ் டீச்சர் மிஸ் பிரேமா எங்களுடைய கதாநாயகி. ஒடிசலான கோவில் சிலை போன்ற உடம்பில் மிக ஸ்டைலாகப் புடவைக் கட்டுவார். 'இருப்பதும் பொய்யோ' என பிரமையூட்டும் இடை. கனவில் மிதக்கும் கண்கள். லேசாக மை தீட்டப்பட்டுச் சித்திரத்தில் வரைந்தது போலிருக்கும். மிக நீண்ட ஜடை. அந்த ஜடையை சில சமயங்களில் பெல்டைப் போல தனது சிறிய இடையைச் சுற்றி வளைத்துக் கொள்வார். ஒரு கரு நாகம் அவரை அணைத்திருப்பதாகத் தோன்றும். சில சமயம் தலையில் தாம்பாளம் அகலத்துக்கு அதையே பிச்சோடாவாகப் போட்டுக்கொள்வார். மிஸ் பிரேமா டீச்சர் எப்படி வந்தாலும் எங்களுக்குப் பிடிக்கும். எங்களுக்கு இணையாக ஆடவும் பாடவும் தயாராக இருப்பார். அவர் பாடம் நடத்துவது போலவே தோன்றாது. மழையும் குளிரும் இல்லாத நாட்களில் மரத்தடியில் வெட்ட வெளியில்தான் வகுப்பு. தமிழ்ப் பாடத் தோடு அது நிற்காது. பறவைகள் மலர்கள் மரங்கள் விலங்குகள் நட்சத்திரங்கள் என்று விவஸ்தையில்லாமல் எல்லா விஷயங் களும் ஆர்வத்துடன் தமிழுக்குள் நுழையும். ஒவ்வொன்றிற்கும் ஒரு கதை இருக்கும். கதை மூலமே உலகம் இதழ் இதழாக விரிந்தது. மிக அழகிய உலகமாக. வண்ணங்கள் மிகுந்த சினேகமான உலகமாக. அதுவே சத்தியம் என்று தோன்றிற்று. மிஸ் பிரேமாவும் அப்படித்தான் நம்பியிருக்கவேண்டும். திடீரென்று ஒரு நாள் அவருக்குப் பதில் வேறு ஒரு டீச்சர் வந்தார். மிஸ் பிரேமாவுக்குத் திருமணம், இனிமேல் வரமாட்டார் என்று சொன்னார்கள். ஏதோ கெட்ட சேதி கேட்டதுபோல நாங்கள் கண்ணீர் வடித்தோம்.

நான்கு வருடங்கள் கழித்து அவரைச் சந்திப்பேன் என்று நினைத்திருக்கவில்லை. நான் உயர்நிலைப் பள்ளியில் இருந் தேன் அப்போது. ஒரு நாள் பீஸ் கட்டுவதற்காகச் சென்றபோது காஷியர் நாற்காலியில் மிஸ் பிரேமா அமர்ந்திருந்தார். தூக்கி வாரிப்போட்டது அவரைப் பார்த்து. தலையில் இப்பவும் தாம்பாளம்போல் பிச்சோடா அமர்ந்திருந்தது. கண்களில் சன்னமான மை எப்போதும் போல. ஒடிசலான உடம்பு. ஆனால் நீர் இல்லாமல் வாடிப்போன செடியைப் போலத் துவண்டிருந்தது.

"என்னைத் தெரியல்லையா மிஸ்?" என்றேன் ஆற்றாமையுடன்.

"நீயா? அடையாளமே தெரியல்லே. வளர்ந்துட்டே!" என்று லேசாகச் சிரித்தார்.

வியாதிக்காரி போன்ற சிரிப்பு. கண்களில் மிதந்த கனவுகள் காணாமல் போயிருந்தன. இது வேறு ஆள் என்று தோன்றிற்று. பிரேமா மிஸ்ஸுக்கு என்ன ஆயிற்று என்று யாருக்கும் தெரியாது. ஆனால் ஒரு திருமணம் கனவுகளைச் சிதைக்கவல்லது என்று எங்களுக்குத் தெரிந்தது. ஆங்கிலக் குழந்தைகள் புத்தகத்தில் 'ராஜகுமாரனும் ராஜகுமாரியும் திருமணம் செய்துகொண்டு சந்தோஷமாக நீடூழி வாழ்ந்தார் கள்' என்ற கதைகள் படித்த தாக்கத்தில் இருந்தவர்கள் நாங்கள். திருமணம் என்ற சொல் வாழ்வின் அந்திம எல்லையாகக் காட்சியளித்த பருவம் அது. பிரேமா மிஸ்ஸின் தொலைந்த பார்வையைக் கண்டு சஞ்சல மேற்பட்டது. நாளாவட்டத்தில் மிஸ்ஸின் அந்தப் பார்வை பழகிவிட்டது. வெளியே மிகப் பெரிய உலகம் என்னை அழைத்தது. பல ரகசியங்களைச் சொல்லக் காத்திருந்தது. அதன் அற்புதங்கள் எனக்கு எதேச்சை யாகத் தெரியவந்தன. அந்தத் தருணத்தை நான் தவற விட்டிருந்தேனானால் மிகப் பெரிய இழப்பு எனக்கு ஏற்பட் டிருக்கும் என்பதில் சந்தேகமில்லை.

வாழ்வின் ஒவ்வொரு கட்டத்திலும் நமக்கு ஏதாவது ஒரு திருப்புமுனை தேவைப்படுகிறது. நாம் எதிர்பாராமலே எதிரில் காத்து நிற்கிறது. அதனை நாம் கவனிக்கிறோமா என்று விதி எட்ட நின்று பார்க்கும். கவனிப்போமானால் நமக்கு விமோசனமாகலாம். கவனிக்காமல் போனால் விதி திசையை மாற்றிக்கொள்ளும். கற்பனை உலகிலேயே சஞ் சரித்து வந்த நான் எப்படி அப்படிப்பட்ட ஒரு திருப்பு முனையைக் கவனித்தேன் என்பதற்கு என்னுள் ஓடும் தமிழ் மரபணுக்கள் காரணமாக இருக்கலாம்.

தமிழ் வகுப்பு என்னுடைய தமிழ் ஞானத்தை அதிகரித்ததோ இல்லையோ மானம் ரோசம் என்ற தமிழ்ப் பண்புகளை வளர்த்திருக்க வேண்டும். பள்ளியில் கே. லீலா என்று ஒரு சீனியர் மாணவி இருந்தாள். (இன்று லீலா வெங்கட்ராமன் என்ற பெயரில் எழுதும் பிரபலமான நாட்டிய விமர்சகர்.) எங்களால் எட்டமுடியாத உயரத்தில் அவள் இருப்பதான எண்ணத்தை ஏற்படுத்தியவள். ரோஜாப்பூ நிறம். சாட்டைகளாய் இரட்டை ஜடை. 'நாமார்க்கும் குடியல்லோம்' என்ற அலட்சிய நடை. தமிழ் இரண்டாம் மொழியாக எடுத் திருந்தாலும், ஆங்கிலம் மட்டுமே பேசுவாள். இது மட்டும் எங்கள் வயிற்றெரிச்சலுக்குக் காரணமில்லை. எல்லா வகுப்பிலும் எல்லாப் பாடங்களிலும் அவள்தான் முதல். இரண்டாம் இடத்திற்குச் சென்றாள் என்ற பேச்சே இல்லை. ஆண்டு இறுதியில் பரீட்சை முடிவுகளைக் கலை நிகழ்ச்சிகளுக்குப் பிறகு மேடையில் வகுப்பு ஆசிரியைகள் வாசிப்பார்கள்.

லீலாவின் வகுப்பு டீச்சர், "ஆங்கிலம் கே. லீலா பர்ஸ்ட்... கணிதம் கே. லீலா பர்ஸ்ட்" என்று வாசிக்க ஆரம்பிக்கையில் அலுப்பும் பிரமிப்புமாக நாங்கள் அமர்ந்திருப்போம். பள்ளியின் நட்சத்திரம் அவள். நான் செல்லும் பஸ்ஸில் தான் அவளும் பயணிப்பாள். நான்காம் வகுப்பு இறுதி ஆண்டின்போது என்னிடம் 'நீ என்ன ராங்க்? என்றாள். எனக்குப் பொய் சொல்லிப் பழக்கமில்லை.

'பதினாறு' என்றேன்.

"என்னது?" என்ற லீலா சிரித்தாள். "சீ! வெக்கமா யில்லே?"

மகாக் கேவலமான ஜந்துவைப் பார்ப்பதுபோல அவள் என்னைப் பார்த்த பார்வை பல நாட்களுக்கு என்னை அலைக்கழித்தது. தூக்கத்தைக் கெடுத்தது. லீலாவைப் போல் ரோஜாப்பூ நிறத்துக்கு மாற முடியாமற்போனாலும் அவளுக்கு நிகராக நிற்க வேறு மார்க்கம் உண்டு என்று ரோசம் வந்தது. காலை ஏழு மணிக்குமுன் கண் விழிக்காதவள் ஐந்து மணிக்கு எழுந்து படிக்க ஆரம்பித்த உடன் 'பகவானாப்பார்த்து கண் திறந்துட்டார்' என்றாள் பாட்டி. லீலாதான் பகவான் என்ற ரகசியத்தை நான் யாரிடமும் சொன்னதில்லை. மறு ஆண்டு இறுதியிலிருந்து என்னுடைய பெயர் கூடத்தில் தொடர்ந்து வாசிக்கப்பட்டபோது பள்ளியே ஆச்சரியப்பட்டது. க்ரௌஞ்ச வதத்தைக் கண்டு வேடன் கவியானது பெரிய விஷயமில்லை என்று நினைக்கத் தோன்றுகிறது.

படிப்பில் ருசி வந்ததும் புதிய வாசல்கள் திறந்துகொண்டன. பாடங்களைத் தாண்டி ஆர்வம் விரிந்தது. கண்பட்ட புத்த கத்தையெல்லாம் கவ்வப் பறந்தது. பத்துப் பன்னிரண்டு வயதிற்குள் அலெக்ஸாண்டர் ட்யூமாவையும், விக்டர் ஹ்யூகோ வையும் ஜேன் ஆஸ்டினையும், ப்ரான்டே சகோதரிகளின் எழுத்தையும் படித்து ரசிக்க முடிந்தது. தாத்தா ஆங்கில ஆசிரியர். வீட்டில் இருந்த மற்றவர்கள் எல்லாம் படித்தது கன்னடம் என்பதால் வீட்டில் தமிழ்ப் புத்தகங்கள் இருக்க வில்லை. 'ஆனந்த விகட'னும் 'கல்கி'யும் மட்டும் 'இந்து' பத்திரிகை போடும் பேப்பர்காரரிடம் தப்பாமல் வாங்கப்படும். அதைப் படிக்கும் ஆர்வம்கூடத் தாமதமாகத்தான் ஏற்பட்டது.

கன்னடம் படித்த என் அம்மாவுக்குத் தமிழில் இருந்த ஆர்வம் ஆச்சரியமானது. அந்த நாட்களில் தமிழில் வந்த எல்லாப் பத்திரிகைகளையும் வாங்குவாள். அதில் வரும் தொடர்கதைகளை எல்லாம் தப்பாமல் சேர்த்து கடையில் கொடுத்து அழகாக பைண்டு செய்து வைப்பாள். வரவேற்பறை யில் வாசக சாலையைப் போல் புத்தகங்கள் அடுக்கப்பட்டிருக்கும்.

காண்டேகரிலிருந்து, கா.ஸ்ரீ.ஸ்ரீ., கல்கி, லக்ஷ்மி, தேவன் வரை வீற்றிருப்பார்கள். அவர்களோடு புதுமைப்பித்தனும் இருப்பார். பின்னால் ஜெயகாந்தனும் தி. ஜானகிராமனும் சேர்ந்துகொண்டார்கள். அப்போது அப்பா கோவில்பட்டியில் ஒரு பஞ்சாலையில் வேலை பார்த்து வந்தார். முன்பு வெள்ளைக்கார துரைக்காகக் கட்டப்பட்ட மிகப் பெரிய வீடு. குளிக்கும் பீங்கான் தொட்டி, கைகழுவும் பேஸின், கம்மோடு என்று 'கோவில்பட்டி' என்ற பெயருடன் இணைத்துப் பார்க்க முடியாத நவீன வசதிகளுடன் அந்த வீடு தோட்டமும் மூன்று பசுமாடுகள் கொண்ட மாட்டுக் கொட்டிலுமாக இருக்கும். கோடை விடுமுறைக்கு நான் கோவில்பட்டிக்குச் சென்று திரும்பும்போது இரண்டு சுற்று பருத்து இருப்பேன். நாள் முழுவதும் சாப்பிடும், உறங்கும் நேரம் தவிர்த்து அம்மாவின் புத்தகங்களில் மூழ்கியிருப்பேன்.

தமிழ் படிக்கத் தூண்டிய ஒரு மகத்தான அனுபவம் அதற்கு முன்பு ஏற்பட்டிருந்தது. எட்டயபுரத்தில் மஹா கவி பாரதிக்கு மணி மண்டபம் எழுப்பி பிரும்மாண்ட விழா கொண்டாடப்பட்டது. எட்டயபுரம் கோவில்பட்டிக்குக் கூப்பிடு தூரம். நானும் அம்மாவும், அண்ணன் சிவகுமாரும் விழா நடந்த பந்தல் வேய்ந்த பெரிய அரங்கத்தில் நாள் முழுவதும் இருந்தோம். சின்னப் பெண்ணின் உற்சாகத்தோடு அம்மா டி.கே.சி, கல்கி, ராஜாஜி, எம்.எஸ். சுப்புலக்ஷ்மி எல்லாரையும் எனக்கு அடையாளம் காட்டினாள். அம்மா வின் முகமே மாறி விட்டதை நான் உணர்ந்தேன். பல தமிழ் அறிஞர்கள் எங்கள் வீட்டில் தங்கினார்கள். காலையிலிருந்து இரவு நெடு நேரம் வரை தமிழில் நடந்த சொற்பொழிவுகளும், காதில் விழுந்த பாரதி பாட்டுகளும், அந்தச் சிறிய வயதிலும் என் நாடி நரம்பையெல்லாம் உசுப்பிவிடும் சக்தி பெற்றவை யாக இருந்தன. தமிழைக் கேட்கும்போது மனசு இறக்கை கட்டிக்கொண்டு பறந்தது. எட்டயபுரத்தின் தெருக்கள் அதுவரை அப்படி பாரதியின் பாட்டை எதிரொலித்ததில்லை. அவற்றைத் தவிர எம்.எஸ்.ஸின் 'தவமும் பலித்ததம்மா'வும், தண்டபாணி தேசிகரின் 'நல்ல சமயமடா'வும் டி.கே. பட்டம்மா ளின் 'எங்கும் சாந்தி நிலவ வேண்டும்'மும் பெட்டிகடையி லிருந்தெல்லாம் ஒலித்து நெஞ்சை நிறைத்தன.

பெங்களூரில் சூழலே வேறு. வீட்டில் மற்றவர்களுக்குத் தமிழில் ஆர்வம் இல்லை. ஆனால் எல்லாருக்குமே தமிழ்ப் படம் பார்ப்பது மிகவும் சுவாரஸ்யமான விஷயம். சினிமா என்றால் தமிழ் அல்லது இந்தி சினிமாதான். இங்கிலீஷ் சினிமா பார்க்கக் கன்டோன்-மென்ட் போகவேண்டும்.

நாங்கள் தமிழ்ப் படம்தான் பார்ப்போம். படம் பார்க்கப்போக வேண்டும் என்றால் முன்கூட்டி திட்டம் போட வேண்டும். 'ஸென்ட்ரல் டாக்கீஸ்' 'ஸ்வஸ்திக் டாக்கீஸ்' என்று இரண்டு சினிமா தியேட்டர்கள் நாங்கள் வசித்த பகுதிக்கருகில் இருந்தன. அருகில் என்றால் நடக்கும் தொலைவு அல்ல. பஸ்ஸில் செல்லவேண்டும். பாட்டிதான் அழைத்துச் செல்வாள். செல்வ தற்கு முன் அவள் செய்யும் ஏக முஸ்தீப்புகளைப் பார்த்தால் பெரிய பிக்னிக்குக்குச் செல்வது போல இருக்கும். வீட்டில் தாத்தாவுக்கு டிபன் செய்து மூடி வைத்து, இரவுச் சமையலுக்குத் தயார் செய்து வைத்து, எங்களுக்குக் கொறிக்க முறுக்கு சீடை (வீட்டில் எப்பவும் ஸ்டாக் இருக்கும்) எல்லாம் கட்டிக்கொண்டு பஸ்ஸில் ஏறி . . . 'ஸென்ட்ரல் டாக்கீ'ஸுக்கு அநேகமாய் டிக்கெட் கவுன்டர் திறப்பதற்குள் மத்தியான ஷோவுக்குப் போய் நிற்போம். பெஞ்சு டிக்கெட் எட்டணா. நாங்கள் குறைந்தது எட்டு உருப்படிகள் இருப்போம். பாட்டி மனசே இல்லாமல் ரூபாயைப் பல முறை எண்ணிக் கொடுப்பாள். தப்புசெய்பவளைப் போல் முகத்தை வைத்துக் கொள்வாள். ஆனால் விளக்கு அணைந்து படம் ஓட ஆரம்பித்த பிறகு, யார் கூப்பிட்டாலும் பாட்டியின் காதில் விழாது. அங்குதான் 'ஜகதலப் ப்ரதாபன்', 'சம்பூர்ண ராமாயணம்', 'கண்ணகி' எல்லாம் பார்த்தோம்.

'ஸென்ட்ரல் டாக்கீஸ்' ஸவுண்ட் மிக அதிகம். ஓசைதான் ரசனையின் அளவுகோலாக இருந்தது. படம் முடிவதற்குள் எனக்கு நிச்சயம் தலைவலி வரும். சம்பூரண ராமாயணத்தைப் பாதிதான் பார்க்க முடிந்தது. அதற்குள் வயிற்றுக்குள் சென் றிருந்த வேர்கடலை, பித்தத்தைக் கிளப்பி வாந்தி வந்ததில், பாட்டிகூட சில சீன்களைக் கோட்டைவிடும்படி ஆயிற்று. 'கண்ணகி' படம் என்னைப் பாதித்தது போல வேறு எந்தப் படமும் என் இளம் வயதில் பாதிக்கவில்லை என்று இப்போது தோன்றுகிறது. கண்ணாம்பாவின் தெலுங்கு உச்சரிப்புத் தமிழையும் மீறி அதன் கதை என்னை எனக்குப் புரியாத விதத்தில் துன்புறுத்தியது. கடைசி சீனில் திரை முழுவதும் அடைத்து நின்று தலைவிரிக் கோலமாய், கண்களை அகல விழித்து கண்ணாம்பா, 'எரியட்டும் எரியட்டும்' என்று பித்து பிடித்தவர்போல் சிரிப்பதும், மதுரை மாநகர் எரிவதும், அட்டை கோபுரங்கள் சீட்டுக்கட்டுபோல கீழே விழுவதும் ஒரு விவரம் பிசகாமல் என் நினைவில் நின்றன. வெகுநாட்களுக்குக் கனவில் வந்தன.

தமிழ் சினிமாக்களைத் தமிழ் பேசும் சினேகிதிகளுடன்தான் அலசமுடியும். லக்ஷ்மி பாலகாட்டுத் தமிழ் பேசுவாள். என்னுடன் ஏழாம் வகுப்புவரை படித்தாள். சினிமா காட்சிகளை வெகு

ரசனையுடன் விவரிப்பாள். நன்றாகப் பாடுவாள். அவள் கொண்டுவரும் சினிமா பாட்டுப் புத்தகத்திலிருந்து நானும் அவளும் சேர்ந்து பாடுவோம். பேபி கமலா 'நாம் இருவரில்' ஆடும் நடனங்களைச் சேர்ந்து ஆடுவோம். பள்ளி விழாக்களில் எங்கள் இருவரின் நடன நிகழ்ச்சி தவறாமல் இருக்கும்; இவர் களை விட்டால் வேறு யாருமே இல்லையா என்று சிலர் முணுமுணுக்கும் அளவுக்கு . . . என்னைவிட லக்ஷ்மி ஒரு வயது பெரியவள். அதனாலேயே வாழ்க்கையைப் பற்றி அதிக ஞானமுள்ளவள்போல் பேசுவாள். நான் ஒரு அசடு என்று தீர்மானமாக நம்பினாள். தாயில்லாதவள். சிற்றப்பா வீட்டில் வளர்ந்து வந்தாள். வீட்டில் நிறைய வேலை செய்வதாகச் சொல்வாள். ஒரு துரும்பை அசைத்துப் பழக்கமில்லாத எனக்கு அவளை நினைத்துப் பாவமாக இருக்கும். திடீரென்று இரண்டு நாட்கள் அவள் வரவில்லை. மூன்றாம் நாள் வந்த போது அழுது வீங்கியதுபோல் முகம் உப்பியிருந்தது. சித்தியிடம் என்ன கொடுமைப்பட்டாளோ என்று நான் பதறிப்போனேன். என்ன விஷயம் என்று துளைத்து எடுத்த பிறகு, 'உனக்கு ஒண்ணும் புரியாதுடீ' என்று வெகுநேரம் அலைக்கழித்து விட்டுக் கடைசியில் சொன்னபோது எனக்குத் தூக்கிவாரிப் போட்டது.

"நா ஒருத்தரைக் காதலிக்கிறேன். வீட்டிலே தெரிஞ்சு போச்சு. சித்தப்பா அடிச்சார்."

காதல் என்கிற வார்த்தையே எனக்கு அசிங்கமாகப் பட்டது. அவள் பெரிய மனுஷி ஆகி ஒரு ஆண்டு ஆனது எனக்குத் தெரியும். இன்னும் பாவாடை சட்டையில் இருக் கும் – பெங்களூரில் தாவணி போடும் வழக்கம் அதிகமில்லை – அவளுக்கு அதற்குள் ஒரு காதலன் என்பது எனக்கு அபத்த மாகப் பட்டது.

"உங்க சித்தப்பா அடிச்சதுலே ஒண்ணும் தப்பில்லே."

லக்ஷ்மிக்குக் கோபம் வந்தது. "உனக்குப் புரியாதுன்னு இதுக்குத்தான் சொன்னேன்" என்றாள். எனக்குச் சுத்தமாகப் புரியவில்லை. அவளது காதலுக்கு வீட்டில் போடப்படும் தடைகளையும் அவளும் அவளது காதலனும் அவற்றைச் சாமர்த்தியமாகச் சமாளிப்பதையும் தினமும் வந்து சொல்வாள். "இதெல்லாம் தப்பு" என்று நான் சொன்னால் "நீ இன்னும் குழந்தை" என்று சிரிப்பாள். காதலனைப் பார்க்கவே முடியாமற் போனதும் கடிதங்கள் எழுத ஆரம்பித்தாள். கத்தை கத்தையாக. அதோடு எனக்குப் படித்து வேறு காண்பிப்பாள். "அன்பரே, அன்பரே" என்று அவள் கலங்கிய குரலில் படிக்கும்போது எனக்கு மகா சினிமாத்தனமாக இருக்கும். சிரிப்பு வரும்.

அருவமாக நிற்கும் அவளுடைய 'அன்பரை'ப் பற்றின கற்பனைகள் விரியும். அவன் ஒரு சோதாப் பயலாக இருக்க வேண்டும் என்று நான் உறுதியாக நினைத்தேன். அவளிடம் சொல்லவில்லை. அவள் தன் காதல் நிறைவேறாமல் போனால் தற்கொலையைத் தவிர வேறு வழியில்லை எனும்போது, பயமாக இருக்கும். லக்ஷ்மிக்குப் பித்து பிடித்துவிட்டது என்று கவலை ஏற்படும். அவளுக்கும் எனக்கும் மிக நீண்ட இடைவெளி வந்துவிட்டதை நான் உணர்ந்தேன். இனி பொதுவான ஒரு விஷயமும் எங்களுக்குள் இருக்கமுடியாத இடைவெளி. ஆனால் தினமும் அவளைக் காணும் வரை தற்கொலை செய்துகொண்டு விட்டிருப்பாள் என்று பீதி ஏற்படும். கடைசியில் அவள் ஸ்கூலுக்கு வருவது நின்று போனது. வெளியூரில் இருந்த அவளுடைய அப்பா வந்து அவளது படிப்பை நிறுத்தினார். அதற்கு அடுத்த மாதம் பதின்மூன்று வயதே ஆகியிருந்த லக்ஷ்மிக்கும் அவளுடைய 28 வயதான மாமாவுக்கும் திருமணம் நடந்தது. எனக்குகூட சொல்லாமல். ஏறக்குறைய அவளை நான் மறந்துவிட்ட தருணத்தில் எனக்கு அழைப்பு வந்தது, அவளது வளைகாப்புக்கு. பள்ளிக்கு அருகிலேயே அவள் வீடு இருந்ததால் இடைவேளையின்போது சென்றேன். லக்ஷ்மி ஆளே மாறியிருந்தாள். பேச்சிலும் பார்வையிலும் முதிர்ச்சி தெரிந்தது. பத்து வயது கூடிவிட்டிருந்தது. பழசைப் பத்தி எதுவும் பேசாதே என்று ரகசியமாக என்னைக் கெஞ்சினாள்.

அவளுடைய கண்கள் இப்போது மிஸ் பிரேமாவின் கண்களைப் போல இருந்தன. அவளும் நானும் சேர்ந்து 'பாருக்குள்ளே நல்ல நாடு' பாடியதும், 'மகான், காந்தி மகான்' டான்ஸ் ஆடியதும் நினைவுக்கு வந்தது. காதல் பித்து என்பது குழந்தைப் பருவத்தையே விழுங்கிவிடும் என்பது அக்கிரமமாகத் தோன்றிற்று. ஆனால் பிஞ்சில் வந்த பித்து அது. நமக்கு (எந்தப் பருவத்திலும்) வேண்டாம் இந்தக் காதலும் கீதலும் என்று வைராக்கியம் பிறந்தது.

'தீராநதி', செப்டம்பர் 2004

கதாகாலட்சேபம்

மல்லேஷ்வரத்தில் இராம மந்திரம் என்று ஒரு கோவில். கோவில்போல இருக்காது; கல்யாணக்கூடம் போல் பெரிய கூடமும் மணமேடைபோல ஒரு அகன்ற மேடையும் அதற்கு நேரெதிரில் கச்சேரி அல்லது காலட்சேபம் செய்பவருக்கு என்று ஒரு மரத்தால் கட்டப்பட்ட மேடையும் இருக்கும். 'மண'மேடையில் அதன் அகலத்துக்கு ஏற்ற வகையில் உள்ளே கர்பகிர ஹத்தில் ராமரும் சீதையும் ரவி வர்மா படத்தில் நிற்பதுபோல லக்ஷ்மணன் ஹனுமாருடன் நிற்பார்கள். மிக அமைதியான ஒரு கன்னட அர்ச்சகர் சிவப்பு உத்தரீயம் அணிந்து பூஜை செய்வார். உண்மையில் இராம மந்திரத்தில் இராமர் இருப்பது ஒரு உபரி விஷயமாகத்தோன்றும். அங்கு என்னைக் கவர்ந்த விஷயம் வேறு. கன்னடக்காரர்கள் கட்டிய, அவர்கள் கட்டுப்பாட்டில் இருந்த இராம மந்திரத்தில், வருஷம் 365 நாட்களும் அநேகமாகத் தமிழில் ஏதாவதொரு கதாகாலட்சேபம் மாலை ஏழு மணிக்குத் துவங்கி இரவு ஒன்பது வரை நடக்கும்... இதை ஒரு முரணாகவோ, தங்கள் உரிமைப் பறிக்கப்பட்டதாகவோ மல்லேஷ்வரம் வாழ் கன்னடியர்கள் ஒரு நாளும் கண்டித்ததுமில்லை, கொடிபிடித்ததுமில்லை. இது மிக ஆச்சரியமான விஷயமாகத் தோன்றுகிறது இப்போது.

காலட்சேபத்தைக் கேட்க உள்ளே தமிழர்கள் மட்டுமே அமர்ந்திருக்க, கூடத்தைச் சுற்றி விரிந்த விஸ்தாரமான காம்பவுண்டில் நடக்கவும் உட்காரவும் வசதியாக இருந்த சிமெண்டால் பூசப்பட்ட கட்டாந் தரையில் கன்னடியர்கள் நிச்சிந்தையாக அமர்ந்து ஊர் அக்கப்போரில் ஆழ்ந்திருப்பார்கள்.

தமிழ் நாட்டிலிருந்து அழைக்கப்பட்ட புகழ்பெற்ற பௌராணிகர்கள் வந்து காலட்சேபம் நடத்துவார்கள். கட்டணம் செலுத்திய வகுப்புக்குச் செல்வதுபோல என்னுடைய பாட்டி கர்மச்சிரத்தையுடன் ஒரு நாள் பிசகாமல், பெங்களூர் குளிரையும் மழையையும் பொருட்படுத்தாமல், கண் மங்கிய பிறகும் இருட்டைக் கண்டு பயப்படாமல், ராமமந்திரம் சென்று கதைகள் கேட்டாள். பள்ளிக்கும் கல்லூரிக்கும் சென்றுவந்த எங்களையும் அதில் அவளையறியாமல் கட்டிப் போட்டாள். கதை கேட்டுத் திரும்பும் பாட்டிக்காக நான் காத்திருப்பேன். அங்கு கேட்ட ராமாயணத்தையும் மஹாபாரதத்தையும் கம்பனின், வால்மீகியின், நயம் மிக்க சொற்களில் மேற்கோள் காட்டி தான் ரசித்த பகுதிகளை ரசனையுடன் அவள் சொல்வதைக் கேட்டே நான் சொக்கிப் போவேன். பரீட்சைக் காலங்களைத் தவிர, மற்ற நாட்களில், பள்ளி, கல்லூரியிலிருந்து வந்ததும் பாடங்களைப் படித்து முடித்து கதை கேட்க ஓடுவோம். கம்பனும் வில்லிப்புத்தூராரும் எனக்குப் பரிச்சயமானது அப்படித்தான். வால்மீகியும் வியாசரும் அறிமுகமானது அங்குதான். ஆழ்வார்களையும் நாயன்மார்களையும் அறிந்துகொண்டது அப்படித்தான்.

நானும் திருமணமாகாத என் இரண்டு சித்திகளும் அத்தை மகள் ஒருத்தியும் நாள் தவறாமல் அங்கு ஆஜராவதைக் கண்டு ஒரு தமிழ் வாலிபக்குழு நாங்கள் வருவதற்காகத் தெருமுனையில் காத்திருக்கும். அதன் தலைவன் என் பள்ளித் தோழி பத்மாவின் அண்ணன்.

தொலைவிலிருந்து எங்கள் வருகையைப்பற்றி அவனுக்கு சிக்னல் பறக்கும். '...டேய் வந்தாச்சு!' தெரு மண்ணைப் பெருக்குவதுபோல தழைய வெள்ளை வேஷ்டியைப் புரள விட்டபடி அவன் மிக ஸ்டைலாக வெளியே வருவான். கழுத்தில் ஒரு கர்ச்சீஃபைக் கட்டியிருப்பான். எங்களுக்குச் சற்றுப் பின்னால் எல்லாரும் தொடர்ந்து வருவார்கள். 'சுட்டும் விழிச் சுடர்தான் கண்ணம்மா' என்று பாடுவார்கள். எங்கள் உடுப்பைப் பற்றி கமென்ட்டடிப்பார்கள். 'இந்த கலர் உனக்கு நல்லாயிருக்குடா'.

நாங்கள் கண்டுகொள்ளவே மாட்டோம். மறுநாள் நாங்கள் கமென்ட்டடிப்போம். 'இப்படித் துணியை மண்ணுலே புரட்டறையே, துணி துவைக்கிறவங்க பாவம்'. பத்மாவின் அம்மா தான் துணிதுவைப்பது என்று எனக்குத் தெரியும். ஆனால் அவனது ஸ்டைல் மாறாது. தன்னை அழகனாகக் காட்டுவது அதுதான் என்று அவனுக்கு எண்ணம். ஒரு முறை பரீட்சை சமயம். அப்பவும் நாங்கள் கதை கேட்கப் போனபோது, 'ஏண்டா

பாட்டிகளுக்கு ஜோடியா கதை கேட்க வர்றியே பரீட்சை என்ன ஆறது?' என்று விமர்சனம் வந்தது.

நாங்கள் அவர்களை அசடுகள் என்று ஒதுக்குமளவுக்குப் பக்குவம் பெற்றிருந்தோம். நான்கு ஐந்து வருடங்கள் கழித்து பத்மாவின் அண்ணனுக்கு உடம்பெல்லாம் நகை அணிந்த ஒரு கிராமத்துப் பெண் மனைவியாக வந்தாள். அவனது கொட்டமெல்லாம் அடங்கிப் போனதாகத் தோன்றிற்று. தெருவில் என்னைக் கண்டால் தலையைக் குனிந்து அவன் நகர்வதைப் பார்த்து எனக்குச் சிரிப்பு வரும். 'ராதே உனக்குக் கோபம் ஆகாதடி' என்று அவன் பாடியது நினைவுக்கு வரும்.

கதை சொல்பவர்கள் இலக்கிய ஒப்பீடுகளை அற்புத மாகச் செய்வார்கள். சமஸ்கிருதத்தையும் தமிழையும் தெலுங்கை யும் சமமாக அவர்கள் ரசித்ததும், எல்லா மொழிகளிலும் பாண்டித்தியம் கொண்டிருந்ததும் வெளிப்படும். இலக்கிய ரசனையில் மொழிபேதம் இருக்கமுடியாது என்பதை அவர்களை விடவும் முன்னதாக என் பாட்டியே உணர்த்தினாள் என்று நினைக்கத் தோன்றுகிறது.

ஆங்கில ஆசிரியரான தாத்தா இலக்கியத்திலும் வேதாந்த புத்தகங்களிலும் மூழ்கியிருக்க, பண்டிகைகள் பாரணைகள் விரதங்கள் எல்லாம் நியமம் பிசகாமல் பாட்டி நடத்திக்கொண்டு போனது வெகு இயல்பாகவும் அதுவே வாழ்க்கை நியதி போலவும் இருக்கும். செய்யும் எல்லா வேலையிலும் ஒரு நேர்த்தியும் அழகும் இருக்கும். பாட்டி நன்றாகப் பாடவும் செய்வாள். வரலக்ஷ்மி விரதத்தன்று 'லக்ஷ்மி ராவே மா இன்டிக்கி' என்று தோழியைப் போல் தெலுங்கில் அழைப்பாள். பிறகு சற்று மரியாதையுடன், 'பாக்யத லக்ஷ்மி பாரம்மா' என்று கன்னடத்தில். கடைசியில் கம்பீரத்துடன், 'ஸ்ரீ வரலக்ஷ்மி நமோஸ்துப்யம்' என்று சமஸ்கிருதத்தில் முடியும். மாலையில் ஆரத்தி எடுக்கும்போது, 'அம்பாள் கோமதி நீ என்னை ஆதரிக்க வேண்டும்' என்ற தமிழ்ப் பாட்டு மிக அந்தரங்கமாகத் தொனிக்கும். மொழிக்குழப்பத்தில் லக்ஷ்மி வராமலே போய் விடுவாள் என்று எனக்குக் கவலை ஏற்படும். சுவரில் பாட்டி வண்ணக்குழம்பில் தோய்த்த பஞ்சு ப்ரஷ்ஷால் வரைந்த மணிமண்டபமும் கலசமும் அதில் லக்ஷ்மியின் முகமும் அடுத்த பண்டிகைக்கு முன் வெள்ளை அடிக்கும் வரை அழியாமல் இருக்கும். லக்ஷ்மி பூஜையைத் தொடர்ந்து சர விளக்காய் பண்டிகைகள் வரும். கிருஷ்ண ஜெயந்திக்குச் செய்த கணக் கில்லாத பட்சணங்கள் தின்று முடிவதற்குள் பிள்ளையார் சதுர்த்தி வரும்.

பிள்ளையார் சதுர்த்திப் பண்டிகையில் பால் இனபேதம் கிடையாது. இந்துத்துவவாதிகள் பிள்ளையாரை அபகரித்துக் கொள்ளாத காலம் அது. பிள்ளையார் வெகு ஜாலியான கடவுளாக, கைக்கெட்டும் தூரத்தில் இருந்தார் அப்போது.

காலையில் வீட்டில் வட்டில் வட்டிலாக நான்கு தினுசு கொழுக்கட்டைகள் செய்யப்பட்டிருக்கும். பகல் சாப்பாட்டில் அதை ஒரு கை பார்த்துவிட்டு, ஆண் பிள்ளைகளுடன் நாங்களும் மாலையில் வீடு வீடாகச் சென்று பிள்ளையாரை நமஸ்கரித்து, தோப்புக்கரணம் போட்டுப் பதிலுக்கு எல்லார் வீட்டுச் சுண்டலையும் வாங்கிக்கொண்டு வழியிலேயே தின்றுகொண்டு வருவோம். மல்லேஷ்வரம் பிள்ளையார் கோவில் ஒரு குன்றின் மேல் இருக்கும். அன்று சீனியும் கொப்பரைத்துறுவலும் சேர்ந்த அலங்காரத்தில் பிள்ளையார் கன ஜோராக இருப்பார். தேங்காயை பக்தர்கள் குன்றின் மேலிருந்து ஓங்கி எறிந்து உடைக்கும் போது, சிதறும் சில்லுக் காக நானும் சகாக்களும் கீழே காத்திருப்போம். குளத்தில் மண் பிள்ளையாரைக் கரைக்க ஆண்கள்தான் போகணும் என்று பாட்டி எங்களைத் தடுத்துவிடும்போது அவள் அனா வசியமாக எங்களைக் கட்டுப்படுத்துவதாகத் தோன்றும்.

பாட்டி சில விஷயங்களில் தீவிரக் கட்டுப்பெட்டித்தனம் கடைப்பிடித்தாள். அதை எதிர்ப்பதோ பரிகசிப்பதோ எங்கள் சக்திக்கு அப்பாற்பட்டதாக இருந்தது. பருவம் அடைந்த பெண்கள் நாங்கள் வீட்டில் ஆறுபேர் இருந்தோம். மாதவிடாய் காலங்களில் ஒதுங்கித் தனியாக இருக்கவேண்டும் என்பதில் மிகத் தீவிரத்தைக் காண்பிப்பாள். (பின்னால் காட்டராக்ட் டினால் அவளது பார்வை மங்கியபோது, நாங்கள் செய்யும் அனாச்சாரத்தால்தான் தன் பார்வை போயிற்று என்பாள்!) பத்து வயதிலிருந்து அப்படி ஒதுக்கப்பட்டது என்னுள் மிக ஆழமான பாதிப்பை ஏற்படுத்தியதை அவள் உணர்ந்திருக்க மாட்டாள். பள்ளியில் இருந்த காஸ்மாபாலிட்டன் சூழலில் அந்த ஒதுக்கல் என்னை அன்னியப்படுத்தியது. சமயங்களில் பள்ளி விசேஷங்களில் கலந்துகொள்ள இயலாமல், ஒரு அவ மானத்தை மறைப்பதுபோல் பொய்சொல்ல நேர்ந்ததில், பாட்டி யின் ஆச்சாரத்தின் மீது நிரந்தர வெறுப்பையும் தனிமை உணர்வையும் கூச்ச சுபாவத்தையும் ஏற்படுத்திற்று.

நல்ல வேளையாகக் கதைப்புத்தகங்கள் என்னை எனது தனிமை உணர்விலிருந்து காப்பாற்றின. ஆங்கிலப் புத்தகங்கள் போக, தமிழ் வாரப் பத்திரிகைகளில் வந்த தொடர் கதை களைப் படிப்பதில் எனக்கு மட்டுமில்லை, வீட்டில் எல்லா ருக்கும் ஆர்வம் இருந்தது. வெள்ளிக்கிழமை வரும் விகடன்

கல்கிக்குப் பலத்த போட்டி இருக்கும். நான் ஸ்கூல் பஸ்ஸுக்குக் காத்திருக்கும் வேளையில் தொடர் நாவல்களைப் படித்து முடித்துவிடுவேன். பஸ்ஸில் எனக்குமேல் ஆர்வத்துடன் தமிழ் தெரியாத என் தோழிகள் காத்திருப்பார்கள். பள்ளிக்குப் பயணிக்கும் முக்கால் மணி நேரத்தில் நான் அந்த வார அத்தியாயங்களை ஆங்கிலத்தில் அவர்களுக்குச் சொல்வேன். கல்கியையும் லக்ஷ்மியையும் ஜெயகாந்தனையும் முதலில் ஆங்கிலத்தில் மொழி பெயர்த்தது நானாகத்தான் இருக்கும். எங்கள் பஸ்ஸில் வத்சலா என்று ஒரு டீச்சர் பயணிப்பார். மாணவிகளிடமிருந்து ஒதுங்கி தான் வேறு வர்க்கம் என்பதைத் தெளிவுபடுத்துவார். ஒரு வெள்ளிக்கிழமை அவர் வரவில்லை. சனி ஞாயிறு விடுமுறை. திங்கள் அன்று என்னை பஸ்ஸில் பார்த்தவுடன், 'இன்னிக்கு லஞ்ச் டைம் போது ஸ்டாஃப் ரூமுக்கு வாயேன்' என்றார். 'ஏன்' என்றேன் பயந்து. எல்லா மாணவிகளும் எங்கள் பேச்சில் ஆர்வம் காட்டுவதைக் கண்டு 'வாயேன் சொல்றேன்' என்று வத்சலா புன்னகைத்தார்.

வத்சலா என் வகுப்பை எடுப்பதில்லை. எதற்குக் கூப்பிடு கிறார் என்று புரியாமல் நான் போய் நின்றதும், 'நான் போன வெள்ளிக்கிழமை வரவில்லை. லக்ஷ்மி கதையிலே என்ன ஆச்சுன்னு சொல்லேன்!' என்றார் வத்சலா.

எழுத்தாளர்கள் எனது ஆதர்ச மனிதர்களாக பிரமிப்பை ஏற்படுத்தினார்கள். என்றாவது அவர்களைச் சந்திக்க இயலுமா என்ற ஏக்கத்தைத் தோற்றுவித்தார்கள். கோவில்பட்டியில் எங்கள் வீட்டிற்கு வந்திருந்த அமைதி தவழும் அழகிய முகத்தைக் கொண்ட ஒரு பெண்மணியை என்னுடைய அம்மா, இவர் தான் எழுத்தாளர் அநுத்தமா என்று எனக்கு அறிமுகப்படுத் தியதும் திக்குமுக்காடிப் போனேன். அவரது சாகரம் போன்ற கண்களில், கனிவான பேச்சில், ஒரு ஆன்மீகப் பொலிவு இருந்தது. பிறகுதான் அவரது எழுத்தையே படிக்க நேர்ந்தது. குடும்ப பந்த நிர்ப்பந்தங்களுக்கிடையே, நான்கு சுவர்களுக்குள் அமர்ந்தபடி மனித மனத்தின் உன்னதத்தையும் வக்கிரங்களை யும், மிக எளிய மொழியில் நேயம் இழையோட நாகரிகத்துடன் அவர் எழுதிய லாவகம் மனத்தைத்தொட்டது. அதில் இருந்த பாசாங்குத்தனமற்ற நேர்மை வியப்பைத் தந்தது. அதைவிட வியப்பு அவருக்கு ஆங்கில மொழியில் இருந்த புலமை. அதை அவர் பேசிய நேர்த்தி. ஒன்பது கெஜப் புடவைக்குள் இதையெல்லாம் கொசுவத்துக்குள் ஒளித்துச் செருகி வைத் திருப்பார். பெங்களூருக்குத் திரும்பியதும் என் தோழிகளிடம் என் அம்மாவுக்கு ஒரு புகழ்பெற்ற எழுத்தாளர் மிக நெருங்கிய தோழி என்பதைச் சொல்லிப் பெருமை அடித்துக்கொள்ள நான் தவறவில்லை.

தோழிகளுடன் போட்டி போட்டுக்கொண்டு கதைப் புத்தகங்கள் படிப்பதில் ஒரு சுகம் இருந்தது. எஸ்.எஸ்.எல்.ஸி. பரீட்சை எழுதி முடித்த அலுப்பைப் போக்க *'Gone With The Wind'* படித்தது நினைவு இருக்கிறது.

உலகத்தை மறந்து அதில் லயித்தது, அதன் உள்நாட்டுப் போர் வர்ணனையில் *'The yankees are coming!'* என்று கருப்பர்கள் பயந்து ஓடும் பகுதியைப் படிக்கும்போது, நடு இரவில் நான் உணர்ச்சி வசப்பட்டு, உட்கார்ந்திருந்தவள் எழுந்து நின்று படபடப்புடன் படித்தது, புதிய ப்ரின்ட் *'Gone with the Wind'* படம் வந்திருப்பதை அறிந்து, நானும் என் தோழிகளும் விழுந்தடித்துக்கொண்டு போய்ப் பார்த்தது, *Rhet Butler* வேஷத்தில் நடித்த *Clarke Gable* லிடம் எல்லோரும் காதல் கொண்டது, கதாநாயகி *Vivien Leigh*யின் 17 இன்சு இடுப்பைக்கண்டு பொறாமைப் பட்டது . . . எத்தனை சத்தியமான உணர்வுகள்!

கல்லூரியில் சேர்ந்த முதல் ஆண்டு ஷேக்ஸ்பியரின் ஜூலியஸ் சீசர் எங்களுக்குப் பாடமாக இருந்தது. *Mark Antony* யாக *Marlon Brando* நடித்த ஜூலியஸ் சீசர் படம் அப்போது திரையிடப்பட்டிருந்தது. நாங்கள் ஒரு பட்டாளமாக அரங்கத்திற்குச் சென்றோம். எங்கள் எல்லோருக்கும் மார்க் ஆன்டனியின் 'ஜூலியஸ் சீசரின் சவ அடக்க சொற்பொழிவு' நெட்டுருவாகத் தெரியும். திரையில் *Brando, "Friends Romans and Countrymen"* என்று ஆரம்பித்ததும் அரங்கத்தின் கால் பங்கு நிறைத்திருந்த நாங்கள் ஒருமித்து முழுப் பேச்சையும் தொடர்ந்து ஒப்பித்ததும் அரங்கம் அதிர்ந்தது. எல்லாரும் எழுந்து கைதட்டி ஆர்ப்பரித்தார்கள். ஏதோ நாங்களே திரையில் நடித்துப் பாராட்டு பெற்றதுபோல் பெருமை ஏற்பட்டது. படம் முடிந்ததும் தியேட்டர் மானேஜர் எங்களிடம் பேச்சுக் கொடுத்து நாங்கள் எந்தக் கல்லூரியிலிருந்து வருகிறோம் என்று கேட்டபோது பெருமையுடன் மவுன்ட் கார்மல் என்றோம். மறு நாள் ப்ரின்சிபால், சிஸ்டர் மேரி ஆன்டனெட் என்னைக் கூப்பிட்டு சினிமா தியேட்டரில் என்ன கலாட்டா செய்தீர்கள் என்று அதட்டியபோது தூக்கிவாரிப் போட்டது.

சிஸ்டரைக் கண்டு எனக்குப் பயம். நான் முதல் ஆண்டு மாணவி. அவரை எட்ட நின்று பார்த்துத்தான் அறிமுகம். அவர் ப்ரின்சிபால் என்பதால் உயர் வகுப்பைத்தான் எடுப்பார். இதற்கு முன் ஒரு முறை அவரது கண்டனத்துக்கு ஆளாகியிருக்கிறேன். கல்லூரி விழாவில் என்னுடைய நாட்டிய அயிட்டம் ஒன்று இருந்தது. விழா முடிந்ததும் அவர் என்னைத் தன் அறைக்குக் கூப்பிட்டு வயிறும் இடுப்பும் தெரியும்படியாக ரவிக்கை அணிந்தது தவறு என்று கண்டித்தார். என் பாட்டிக்கு

மேல் ஒரு கட்டுப் பெட்டி அவர் என்று எனக்கு எரிச்சல் ஏற்பட்டது. ஆனால் அவர் சொன்னபடிதான் ரவிக்கை அணிய வேண்டியிருந்தது.

'ஜூலியஸ் சீசர் படம் பார்க்கப்போனோம். கலாட்டா ஒன்றும் செய்யவில்லை. *Funeral oration* னை மார்லன் பிராண்டோ சொன்னபோது நாங்களும் சேர்ந்து சொன்னோம்.' என்றேன். சிஸ்டரின் முகத்தில் வியப்பு தோன்றி பிறகு லேசான புன்னகை அரும்பிற்று.

'எல்லாரும் என் எதிரில் ஒரு முறை ஒப்புவியுங்கள் பார்க்கலாம்' என்றார். நான் ஆச்சரியத்துடன் தோழிகளை அழைத்தேன்.

எல்லோரும் லேசாகப் பயந்தபடி அவருடைய 20x20 அறையை ரோமாபுரியின் வீதியாகப் பாவித்து, '*Friends Romans, Countrymen, I come to bury Ceaser , not to praise him*' என்று ஆரம்பித்து முழுவதையும் ஒப்புவித்தோம்.

"குட்!" என்றார் சிஸ்டர். "ஆனால் சும்மா ஒப்புவித்தால் ஷேக்ஸ்பியரை ஏளனம் செய்வதுபோல. அவர் எழுதியது நாடகம் என்பது ஞாபகம் இருக்கட்டும். இப்படிச் சொல்ல வேண்டும் அதை", என்று சிஸ்டர் அந்தப் பகுதியைப் பேசி நடித்தபோது அசந்து போனோம். மார்லன் பிராண்டோவை விட அவர் நன்றாக நடித்ததாகத் தோன்றிற்று. சிஸ்டர் ஆன்டனெட் ஒரு முசுடு என்று நாங்கள் நினைத்திருந்தோம். மூன்று ஆண்டுகள் கழித்து எங்களுக்குப் பாடமாக இருந்த ஷேக்ஸ்பியரின் ஒத்தெல்லோ நாடகத்துக்கு அவர்தான் வகுப்பு எடுக்க வருவார். ஒவ்வொரு காட்சியையும் நடித்தே அவர் விளக்கும்போது உருகிப் போவோம். டெஸ்டி மோனாவை ஒத்தெல்லோ கொலைசெய்யும் சீனில் நாங்கள் எல்லோருமே மூச்சுத் திணறி சாவதுபோல் இருந்தது. சிஸ்டர் ஆன்டனெட், தீனமான குரலில், "ஓ,ஓ, என்னை எப்படி உங்களால் சந்தேகிக்க முடிந்தது" என்று பரிதவித்தபோது, சிஸ்டர்தான் டெஸ்டி மோனா என்று பிரமை ஏற்பட்டது.

இத்தனை ஆற்றல்கொண்ட ஒரு பெண்மணி கன்யா ஸ்த்ரீ ஆனது அநியாயம் என்று நான் நினைப்பேன். என்ன ஏமாற்றத்தில் இந்தக் கோலம் பூண்டாரோ என்று நான் பல காரணங்களை யூகித்துக்கொள்வேன்.

சிஸ்டர் ஆன்டனெட் வயதானவர். ஆனால் உற்சாகமாக வளைய வந்த இளம் வயது கன்யாஸ்த்ரீக்கள் என்னைத் தொடர்ந்து வியப்பில் ஆழ்த்திவந்தார்கள். சிஸ்டர் டார்ஸிலா

என்பவர் சிறப்பு ஆங்கில வகுப்பு எடுப்பார். வெள்ளைக்காரச் சிவப்பு. அழகும் கூட. வெகு ரசனையுடன், ஹாஸ்யம் இழையோட காதல் நவீனங்களை விளக்குவார். ஒரு 'பிரதர்' அடிக்கடி அவரைப் பார்க்க வருவார். சிஸ்டரின் முகமே மாறிப்போகும். அவருடைய காதலர் அந்த பிரதர் என்று கிசுகிசு கிளம்பிற்று. நாங்கள் எல்லோரும் மிக ஆவலாக அதன் விளைவை எதிர்நோக்கிக் காத்திருந்தோம். சிஸ்டர் ஆன்டனெட் ஷேக்ஸ்பியர் ரசிகையானாலும் மிகக் கடுமை யாகக் கட்டுப்பாடுகளை எதிர்பார்ப்பவர். ஒரு நாள் காலேஜில் மிகுந்த பரபரப்பு காணப்பட்டது. சிஸ்டர் டார்ஸிலா ஓடிப் போய்விட்டதாகச் சொல்லப்பட்டது. எல்லா மாணவிகளின் பார்வையிலும் சிஸ்டர் டார்ஸிலா கதாநாயகி ஆனார். அவர் ஓடிப்போனது மிக நியாயமான விஷயமாக சந்தோஷம் ஏற் பட்டது. ஆனால் கான்வென்ட் முழுவதும் ஏதோ கொலைக் குற்றம் நிகழ்ந்து போனதுபோல ஒரு திகைப்பும் பீதியும் சூழ்ந்திருந்தது. பிறகு போப்பாண்டவரின் அனுமதியோடு 'சிஸ்டரும் பிரதரும்' மடத்திலிருந்து விலகித் திருமணம் செய்து கொண்டார்கள் என்று பல வருஷங்கள் கழித்துக் கேள்விப் பட்டேன்.

என் வகுப்பில் என்னுடன் ஜெஸ்ஸீ லாஜரோ என்ற ஒரு ஆங்கிலோ இந்தியப் பெண் படித்தாள். படு உற்சாகமான பெண். எப்பவும் எதையாவது மென்று கொண்டிருப்பாள். வகுப்புக்கு டிமிக்கி கொடுத்துவிட்டு சினிமா போவாள். பிஷப் காட்டன்ஸ் பள்ளியில் படிக்கும் ஆண்பிள்ளைகளை வம்புக்கு இழுப்பாள். திடுதிப்பென்று அவள் கன்யாஸ்த்ரீ ஆனதாகக் கேள்விப்பட்டபோது என்னால் நம்பவே முடியாமற்போனது. அந்த நிகழ்வுக்காகத்தான் வாழ்வின் ஒவ்வொரு விநாடியையும் ரசித்தாளோ என்று தோன்றிற்று. அவளும் சிஸ்டர் டார்ஸி லாவைப் போல் ஓடிப்போனால் ஆச்சரியப்படுவதற்கில்லை என்று நினைத்தேன். ஆனால் அப்படி எதுவும் அவள் செய்ய வில்லை.

'தீராநதி', அக்டோபர் 2004

காதல் X திருமணம்

‘தந்தி’ என்ற சொல் அந்த நாட்களில் விபரீத பரிமாணங்களைக் கொண்டதாக இருந்தது. தந்தி வந்தது என்றால் துக்க சேதி வந்தது என்றுதான் அநேகமாக அர்த்தம். தொலைபேசி சகஜமாகாத காலகட்டத்தில் அவசர சேதி சொல்லும் ஒரே மார்க்கம் தந்திதான். தந்தி மூலம் சந்தோஷ சமாச்சாரம் வருவது அபூர்வம்.

அன்று கல்லூரியிலிருந்து திரும்பிய நேரத்தில் வீடு சோகத்தில் இருண்டிருந்தது. சென்னையிலிருந்து மதியம் வந்திருந்த தந்தி, வடக்கே பெரிய உத்தியோகத்தில் இருந்த என் பாட்டியின் இளைய சகோதரர் கோபாலு, விபத்தில் இறந்துவிட்டார் என்ற சேதியைச் சுமந்து வந்திருந்தது. பெரியவர்களின் சோகத்தில் உணர்வுபூர்வமாகக் கலந்துகொள்ள இயலாமல் சிறியவர்களான நாங்கள் மூலைக்கொருவராக ஒதுங்கிக் கொண்டோம். அந்த கோபாலு மாமாவிடம் எனக்கு நிறைய மதிப்பு இருந்தது. அவர் தனது மனைவியை நேசித்த விதம் அலாதியானது. அப்படிப்பட்ட ஆதர்ச காதல் தம்பதிகளை மத்திய வர்க்க பழமைவாதக் குடும்பங்களில் நான் கண்டதில்லை. தங்கள் காதலை வெளிப்படையாகத் தெரிவிப்பதில் எந்தக் கூச்சமும் இருவரிடமும் இருக்காது. இரண்டு டீன் ஏஜ் குழந்தைகள் இருந்தும் மாமி சின்னப் பெண்ணைப் போல மாமாவின் பேச்சுக்கு வெட்கப்படுவார். கிண்கிணிச்சிரிப்பு சிரிப்பார். ஜோடி என்றால் இப்படியல்லவா இருக்க வேண்டும் என்று என்னுள் பிரமிப்பு ஏற்படும். எங்கு சென்றாலும் கணவனும் மனைவியும் சேர்ந்தே போவார்கள். இந்த விபத்து நடந்த போதும் வெளி ஊருக்கு அலுவலக விஷயமாக ஜீப்பில் கிளம்பிய மாமாவுடன் மாமியும் பயணித்ததாகவும்,

விபத்தில் மாமிக்கு காலில் எலும்பு முறிவு ஏற்பட்டிருப்ப தாகவும் பின்னால் வந்த சேதிகள் தெரிவித்தன.

மாமா இல்லாத மாமியை என்னால் கற்பனை செய்து பார்க்க முடியவில்லை. இந்த சோகத்தை எப்படித் தாங்குவார் என்று எனக்கு யோசனையாக இருந்தது. வடக்கேயிருந்த மாமியை, கால் கட்டுடன், 'காரியம்' நடக்கும் சென்னைக்கு அழைத்து வந்திருந்தார்கள். சென்னையிலிருந்து அவ்வப்போது பெங்களூருக்கு வந்த உறவினர்கள் குடும்பச் செய்திகளையும் சுமந்து வந்தார்கள். திடீரென்று சூழல் கனத்துப் போயிற்று. மாமா இறந்த துக்கத்தைவிட வேறு ஒரு விஷயம் எல்லாரை யும் ஆட்கொண்டிருந்தது. மாமா இறந்தபின் மாமியின் கண்கள் ஒரு பொட்டு நீர் சிந்தவில்லையாம். கல் நெஞ்சுக்காரி என்றார் கள். பிரியம் இருந்ததுபோல் இத்தனை நாள் நடித்திருக்க வேண்டும் என்றார்கள். நான் உண்மையில் அதிர்ந்து போனேன். பெரியவர்களின் பேச்சில் கலந்து கொள்ளமுடியாத நிலையில் என்னுள் அது ஏன் அத்தகைய ஆழமான தாக்கத்தை ஏற் படுத்தியது என்று இப்போது நினைத்துப் பார்க்கும்போது வியப்பாக இருக்கிறது. அவர்கள் பேசுவது அநியாயம் என்ற கோபம் என்னைப் பாடாய்ப்படுத்திவிட்டது. மூன்று நாட்கள் தூக்கம் வரவில்லை. மண்டையில் புலு புலுவென்று ஏதோ குடைந்தது.

நான்காம் நாள் வெற்றுத் தாள்களை எடுத்து மனம் போனபோக்கில் எழுத ஆரம்பித்தேன். சங்கிலி கோர்த்தது போல தமிழ்ச் சொற்கள் தாளில் ஒன்றன்பின் ஒன்றாக விழுந்தன. மூன்று மணி நேரத்துக்குப்பின் மனசு அமைதி கண்டிருந்தது. எழுதியதைப் படித்துப் பார்த்தபோது ஒரு சிறுகதை பிறந்திருந்தது. வீட்டுப் பேர் அறியாமல் அதை நான் சென்னைக்கு அனுப்ப, அடுத்த பத்து நாட்களில் ஆனந்த விகடனில் அந்த வார முத்திரைக் கதையாக அது வெளிவந்தது. சென்னையில் நான் பிறகு சந்தித்த மாமி என்னிடம் சொன்னார். 'உன் கதையைப் படிச்சப்புறம்தான் எனக்கு அழுகை வந்தது.'

எழுத்து எனக்கு மிக முக்கியமான, அவசியமான வடிகால் என்பது வெகு நாள் கழித்துப் புரிந்தது. அது விளங்கும் வரை மனசு ஆலாய்ப் பறந்து அவதிப்பட்டது. கல்லூரிப்படிப்பு முடிந்ததும், பெரியவர்களால் நிச்சயித்த திருமணம், புதிய நபருடன் அனுசரித்துப் புதிய வாழ்க்கைப் பயணத்தைத் துவங்கும் யத்தனம், மாணவப் பருவத்துக் கனவுகளுக்கும் நடைமுறை வாழ்க்கைக்கும் இருந்த வேறுபாடு, எல்லாம் நிலைகுலைய வைத்த அனுபவங்கள். குடும்பத் தலைவி என்ற சிறிய வட்டத்துக்குள் சமாதானமாக மறுத்த அறிவுத் தாகம்;

வாழ்ந்த சராசரி வாழ்வில் முழுமை இல்லை என்ற ஆதங்கம்; அதன் பயனாக 13 ஆண்டுகள் அனுபவித்த வயிற்றுப்புண். வடிகாலைத் தேடி சங்கீதமும் ஓவியமும் பயின்றது உதவவில்லை. குழந்தை வளர்ப்புப் பரவசத்துக்கும் விளிம்பு இருந்தது. கிடைத்த புத்தகத்தையெல்லாம் படித்தும் வேறு எதற்கோ ஆன ஒரு தேடல் உள்ளுக்குள் அலைபாய்ந்தது. வயிற்று வலி எனது வாழ்வின் அங்கமாகிப் போயிற்று. நோவில் திளைப்பதே சுகமாகிப் போகும் அளவுக்கு.

தமிழோசையே காதில்படாத, தமிழ்ப் புத்தகங்கள் கிடைக்காத வடகிழக்கு எல்லையில், மீஜோராமின் மலைத்தொடரில் மீண்டும் மனத்தை உலுக்கிய ஒரு சம்பவம் தெளிவைத் தந்தது. மத்திய அரசு பொதுப்பணித் துறை ஊழியரான என் கணவருக்கு மீஜோராம் மாநிலத்தின் தலைநகரான அய்ஜலுக்குத் தலைமை பொறியாளராக மாற்றல் என்ற சேதி கிடைக்கும் வரை மீஜோராம் எப்படிப்பட்டது, எங்கிருக்கிறது என்று எனக்குத் தெரிந்திருக்கவில்லை. நிற்கும் பிம்பம் கொண்ட பாரத மாதாவின் இடது கையின் ஆள்காட்டி விரலைக் கற்பனை செய்தால் அந்த விரல் நுனியில் இருப்பது மீஜோராம். பர்மாவின் எல்லையைத் தொடும் விளிம்பைக் கொண்டது. விவரம் அறிந்த நண்பர்கள், 'மீஜோ பழங்குடியினர் வாழும் இடம் மீஜோராம். கலகக்காரர்களுக்குப் பேர்போனது' என்றார்கள். 'மலைப் பிரதேசம், சௌகரியங்கள் அற்ற இடம்' என்றார்கள். எனது இரண்டாவது மகன் பிறந்து நான்கு மாதங்களே ஆகியிருந்தன.

வளைந்த செங்குத்தான மலைப்பாதைகளில் ஜீப்பில் பயணித்து அய்ஜலை அடைந்த மாத்திரத்தில் அதன் அழகில் மனத்தைப் பறிகொடுத்தேன். மீஜோக்களைக் கண்டதும் காதல் கொண்டேன். அங்கு கால் வைப்பதற்கு முன் வட கிழக்கு மாநிலங்களின் பழங்குடியினரைப் பற்றியும், அவர்களின் பூர்வாங்க அதிருப்திக்குக் காரணமென்ன என்பதையும் மனித நேயப் பார்வையுடன் எழுதப்பட்ட *Verrier Elwin* னின் *'The Philosophy for NEFA'* எனும் புத்தகத்தைப் படித்திருந்ததில் அவர்களின் மேல் எனக்கு ஏற்கனவே ஒரு கரிசனம் ஏற்பட்டிருந்தது. சமதரையிலிருந்து அங்கு நிர்வாகம் செய்ய வந்த 'நாகரிக' அதிகாரிகள் பல காலமாக மீஜோக்களை 'ஜங்கிலி' காட்டுமிராண்டிகள் என்று பழித்து வந்ததும், மீஜோ பெண்களைப் போகப் பொருளாக நினைத்ததும் ஒரு ஆழமான வெறுப்பை ஏற்படுத்தியிருந்தது என்று நான் உணர்ந்தேன். ஜங்கிலி என்று ஏளனம் செய்யப்பட்டவர்கள் உண்மையில் மிக இயல்பான கலைத்திறன் பெற்றவர்கள் என்பது அங்கு போய்ச்சேர்ந்த விரைவிலேயே எனக்குப் புரிந்தது. அநேகமாக

எல்லா இளைஞர்களும் கிட்டார் வாசிப்பார்கள். அற்புதமான ஸ்ருதி, சுத்தமான குரல் வளம் பலருக்கு. எழுத்து வடிவம் இல்லாத மீஜோ பேச்சு மொழியே கேட்பதற்கு கவித்துவம் மிக்கதாக இருக்கும். மீஜோ பெண்கள் மிக அழகு. வீட்டில் தாங்களே கலை நயத்துடன் நெய்த போவாங் என்ற லுங்கி போன்ற உடையை அணிவார்கள். குளிர் பிரதேசமானதால் கம்பளி ஆடைகளை மெஷினில் பின்னும் வேலையை நிறைய பெண்கள் தொழிலாகச் செய்துவந்தார்கள். எனது நான்கு மாதக் குழந்தைக்காக எனக்கு அவசரமாகக் கம்பளி ஆடைகள் தேவைப்பட்டன. எங்களது ஜீப் ஓட்டுனர் தேஜ் பகதூர் தனக்குத் தெரிந்த ஒரு பெண்மணியிடம் என்னை அழைத்துச் சென்றார். அந்தப் பெண்ணுக்கு ஆங்கிலமோ இந்தியோ தெரியவில்லை. மிக அமைதியான அழகிய முகம். பகதூர் மூலமே பேச்சு முடிந்தது. நான் கிளம்புகையில் வெறும் கையுடன் என்னை அனுப்பக்கூடாது என்று தனது மகளை அழைத்து தோட்டத்தில் இருந்த பேரிக்காய் பழங்களைப் பறித்து வரச் சொல்ல, மகள் ஒரு பை நிறைய பழங்களைக் கொண்டுவந்து கொடுத்தாள். 14 வயது இருக்கும். சொக்கவைக்கும் அழகு. பள்ளியில் படிப்ப தாகச் சொன்னாள்.

அதற்கு அடுத்து நகர்ந்த நாட்களில் கம்பளிச் சட்டை ஆர்டரைப்பற்றி மறந்தே போகும் அளவுக்கு அய்ஜல் ஒரு அரசியல் சூறாவளியில் சிக்கி திமிலோகப்பட்டது. ஒரு ஞாயிறன்று காலை மத்திய ரிசர்வ் போலீசைச் சேர்ந்த ஒரு காவலர் மலைப்பாதையில் குடிபோதையில் லாரி ஓட்டி ஒரு இளம் மீஜோ ஜோடிமேல் ஏற்றி இருவரும் அந்த இடத்தி லேயே மரணமடைந்தார்கள். ஏற்கனவே மத்திய அரசின் மேலும் அதன் கட்டுப்பாட்டில் இருக்கும் ராணுவம், காவல் துறை மீதும் அதிருப்தி கொண்ட மீஜோ அரசியல் சமூகச் சூழலில் இந்த சம்பவம் அபாயகரமான விளைவுகளை ஏற் படுத்தும் என்ற அச்சம் நிர்வாகத்தைப் பீடித்தது. லாரி ஓட்டுனர் தலைமறைவாகிவிட்டிருந்தார். அவர் பிடிபடும் வரை எனக்குக் கம்பளிச்சட்டையைப் பற்றி நினைவு வரவில்லை. பிறகுதான் ஒருவாரத்தில் கொடுப்பதாகச் சொன்ன அந்தப் பெண்மணி இரண்டு வாரத்துக்குமேலாகியும் ஏன் கொடுத்தனுப்பவில்லை என்று கேட்டேன். பகதூர் தலையைக் குனிந்தபடி சொன்னார் – 'உங்களிடம் நான் சொல்லவில்லை. அந்த விபத்தில் இறந்த பெண் அன்று நீங்கள் பார்த்த அவளுடைய மகள்'.

எனக்கு ஏற்பட்ட அதிர்ச்சியில் எனக்கு அதுவரை அதைத் தெரிவிக்காத பகதூரின்மேல் அசாத்திய கோபம் வந்தது. ஏன் எனக்குத் தெரிவிக்கவில்லை என்பதற்கு பகதூர் விளக்கமளிக்க

வில்லை. பிறகு யோசித்துப் பார்க்கும்போது எனது அனுதாபம் மீஜோக்களுக்கு இருக்கமுடியாது என்ற அவரது எண்ணமே அதற்குக் காரணமாக இருக்கவேண்டும் என்று தோன்றிற்று. அது எனக்குப் பெருத்த அவமானமாக இருந்தது. அன்று நடந்த அவலத்தை மட்டும் பகதூர் சொன்னார்.

அந்த ஞாயிறன்று அந்தப் பெண்ணும் அவளுடைய சிநேகிதனும் சர்ச்சுக்குச் சென்று பிரார்த்தனை முடிந்து திரும்பும் வழியில், லாரி ஓட்டிவந்த சிப்பாய், பெண்ணின் ரவிக்கையைப் பிடித்து இழுத்து என்னுடன் வண்டியில் வா என்று கூப்பிட்டு வம்பு செய்திருக்கிறான். அவளும் அவளது சிநேகிதனும் கோபத்துடன் அவனைத்திட்டி விரட்டியதும் ஆத்திரமடைந்த சிப்பாய், வண்டியைக் கிளப்புவதுபோல் கிளப்பி சட்டென்று ரிவர்ஸ்ஸில் வந்திருக்கிறான். அய்ஜல் மலைப் பாதைகள் விநோதமானவை. குறுகலானவை. ஒரு பக்கம் வானுயர்ந்த மலைத்தொடர். மறுபக்கம் அதலபாதாளம். லாரி ரிவர்ஸ்ஸில் வந்ததும் அந்த இளம் ஜோடி நகர இட மில்லாமல் கொடூரமாக லாரியின் அடியில் நசுங்கி இறந்தார்கள்.

எனக்குத் தாங்கவில்லை. இறந்தவளின் தாயைச் சந்தித்து அவள் கையைப் பிடித்துக்கொண்டு நான் கண்ணீர் பெருக்கிய போது, பகதூருக்கு என்னுடைய உணர்வுகள் புரிந்திருக்காது. என்னை அந்த சம்பவம் அடியோடு உலுக்கிவிட்டது. அப்பாவிப் பாமரனின் வாழ்வில் அரசியல் ஏற்படுத்தும் தாக்கத்தைப் பற்றி முதல்முறையாகத் தீவிரமாக யோசிக்க ஆரம்பித்தேன். இரண்டு மூன்று ஆண்டுகளுக்குப் பிறகு நேப்பாளத்தில் வாழ்ந்த சமயத்தில் இந்த சம்பவத்தை வைத்து மூங்கில் பூக்கள் என்ற குறு நாவல் எழுதத் துணிந்தேன். (அது மலையாளத்தில் பின்னர் மொழிபெயர்க்கப்பட்டு மாத்ரு பூமி பத்திரிகையில் வெளிவந்தது. அதைப் படித்த இயக்குனர் பத்ம ராஜன் ‘கூடெவிடே’ என்ற பெயரில் திரைப்படமாக்கினார்.) எழுத்தே எனது மன உளைச் சலுக்கு வடிகால் என்று என்னை உணரவைத்த அனுபவம் அது. எழுத எழுத வயிற்றுப் புண் ஆறியது.

மீஜோராம் அல்லோலகல்லோலப்பட்டுக்கொண்டிருந்த சமயத்தில்தான் பிரபல இந்தி எழுத்தாளர், ராஜேந்திர யாதவ் அய்ஜலுக்கு வந்தார். அரசியல் சூழலைப்பார்க்கவே அவர் வந்ததாகத் தோன்றிற்று. அவரது நண்பரான ஷர்மா என்ற அரசு அதிகாரியின் வீட்டில் அவர் தங்கியிருந்தார். யாதவ்வின் ‘ஸாரா ஆகாஷ்’ என்ற பிரபல நாவல் திரைப் படமாக வந்திருந்தது. நான் அவரைத் தேநீருக்கு அழைத்தேன். அவரை நேரில் கண்டபோதுதான் அவருக்கு ஒரு கால் ஊனம் என்று தெரிந்தது. வாகனத்தில் பயணித்து வந்தாலும்,

மலைக் குன்றின் மேல் இருந்த எங்கள் வீட்டிற்கு மேலும் செங்குத்தான பாதையில் சற்று நடக்கவேண்டும். எனக்குக் கவலையாக இருந்தது. ஆனால் தனது செயற்கைக் காலைப் பற்றின பிரக்ஞை இல்லாதவர்போல் நடந்த அவரது நடையில் ஒரு அசாதாரணச் செருக்கு தெரிந்தது. மீஜோராம் அரசியல் நிலை பற்றியும் பழங்குடி மக்களைப்பற்றியும் நான் கொண் டிருந்த கருத்துக்களுடன் அவர் ஒத்திருந்தது எனக்குத் திருப்தி யளித்தது. ஆனால் எதைப் பற்றிப் பேசினாலும் மிதமிஞ்சிய ஆவேசத்துடன் அவர் பேசுவதுபோல் இருந்தது. என் மூத்த மகன் ரவிக்கு அப்போது ஒன்பது வயது. *Ibsen*னின் முழு நாடகத்தொகுப்பைப் படித்து கிரகிக்கும் அளவுக்கு அவனுக்கு ஆங்கில ஞானம் அந்த வயதில் இருந்தது. 'ரவிக்குத் தமிழ் எழுத படிக்கத் தெரியுமா?' என்றார் யாதவ். 'தெரியாது' என்றேன். 'மகாக் கேவலம் வாஸந்தி,' என்றார் வேகத்துடன். 'தாய்மொழியை நீங்கள் அவசியம் கற்றுக்கொடுக்கவேண்டும்'. ராஜேந்திர யாதவ்வின் நினைவு வரும் போதெல்லாம் எனக்குக் குற்ற உணர்வு ஏற்படுகிறது. வட மாநிலங்களிலேயே வாழ்ந்ததில் ஆங்கிலமும் இந்தியும் மட்டுமே படிக்க நேர்ந்த என் இரு மகன்களுக்கும் நான் பலமுறை முயன்றும் தமிழ் மொழி கற்க ஆர்வமில்லாமல் போயிற்று.

யாதவை நான் சங்கடத்துக்குள்ளாக்கின ஒரு விஷயத்துக் காகவும் எனக்குக் குற்ற உணர்வு ஏற்படுகிறது.

மிகப் பிரபல இந்தி எழுத்தாளர் மனு பண்டாரிதான் யாதவ்வின் மனைவி என்று நான் உணர்ந்திருந்தேன்.

ஏன் மனு பண்டாரி வரவில்லை என்ற கேள்விக்கு அவர் சொன்ன பதிலை நான் கிரகித்துக் கொள்ளவில்லை. கணவன் மனைவி இருவரும் எழுத்தாளராக இருப்பது மிக சுவாரஸ்யமான, அற்புதமான ஒரு கூட்டுறவாக இருக்க வேண்டும் என்றேன் பாமரத்தனமாக. அவரது முகம் இறுகிப் போயிற்று.

'நீங்கள் நினைப்பது தவறு. இரு எழுத்தாளர்கள் காதல் கொள்ளலாம். திருமணம் செய்துகொள்ளக்கூடாது. திருமணம் காதலைச் சாகடித்துவிடும்.'

மனு பண்டாரியிடம் ஏற்பட்டிருந்த மனஸ்தாபத்தி னாலேயே ஒரு மாற்றுக்காக அவர் அய்ஜலுக்கு வந்திருந்த தாகப் பிறகு ஷர்மா என்னிடம் சொன்னார். பின்னாளில் நான் தில்லியில் மனு பண்டாரியைப் பல இலக்கிய நிகழ்ச்சி களில் சந்தித்தேன். முகத்தில் மிதமிஞ்சிய சோகம் தெரியும்.

கணவன் மனைவி பிரிந்து வாழ்வதாகக் கேள்விப்பட்டேன். இருவருமே துன்பத்திற்குள்ளானவர்களாய்த் தோன்றினார்கள்.

யாதவ் சொன்னதுபோல திருமணம்தான் வில்லனாக இருக்கவேண்டும். தத்துவார்த்த மோதல் என்றார்கள் சிலர். தீவிர இடதுசாரியான யாதவ்வுக்கும் மனு பண்டாரியின் பெண்ணியக் கருத்துக்கள் எரிச்சல் மூட்டியிருக்கும் என்றார்கள். எல்லாமே ஊகம்தான் என்பதில் சந்தேகமில்லை. கணவன் மனைவிக்கிடையே ஏற்படும் கருத்துவேறுபாடுகளை, விரோதங்களை வெளிப்பேர் யாராலும் அளவிடவோ கருத்து சொல்லவோ முடியாது என்பதை நான் தீவிரமாக நம்புபவள்.

'தீராநதி', நவம்பர் 2004

நவீனப் பெண்

இந்தியாவின் வடகிழக்கு மாநிலங்களின் இயற்கை அழகிற்கு ஒப்பாக நான் வேறு எங்கும் பார்த்ததில்லை. மனிதன் கைவைக்கத் துணியாத அந்த அபிரிமித அழகு பிரமிப்பை ஊட்டுவது. மதர்ந்து வளர்ந்த அடர்ந்த காடுகளும் உற்சாகத்துடன் கொப்புளிக்கும் அருவிகளும் சீறிப்பாயும் பிரம்மபுத்திராவும் தெய்வ தரிசனங்கள். ஒவ்வொரு கணமும் நாம் அற்பத்திலும் அற்பம் என்று உணர வைப்பவை. அம்மாநிலங்களில் வசிக்க எங்களுக்கு வாய்ப்பளித்த மத்திய பொதுப்பணித் துறைக்கு நன்றி சொல்லவேண்டும். மீஜோராமுக்கு அடுத்து நாங்கள் காஸி பழங்குடிகள் வாழும் மேகாலயாவின் தலைநகரான ஷில்லாங்கிற்குப் பயணமானோம். புதிதாக உருவாக்கப் பட்ட அருணாசல் பிரதேசத்திற்கு தலைநகர் கட்டும் பொறுப்பு எனது கணவருக்கும் மற்றும் இரு பொதுப் பணித்துறை வல்லுனர்களுக்கும் அளிக்கப்பட்டிருந்தது. அருணாசல் பிரதேசத்தில் பள்ளிக்குச் செல்லும் குழந்தைகள்கொண்ட குடும்பத்துடன் வசிக்க சரியான இடம் இல்லாமல் இருந்ததால் பள்ளி வசதிகொண்ட சௌகரியமான மலை வாசஸ்தலமான ஷில்லாங்கில் நாங்கள் தங்கியிருக்க, என் கணவர் ஈட்டாநகர் என்ற நகரத்தை உருவாக்கும் பணியில் அருணாசல் பிரதேசத் தில் தங்கியிருப்பார். விடுமுறை நாட்களில் ஷில்லாங் வருவார். பல சமயங்களில் அவர் திரும்பிச் செல்லும் போது நான் குழந்தைகளுடன் உடன் செல்வேன். அருணாசல் பிரதேசத்தின் மூலை முடுக்கெல்லாம் பார்த்து ரசித்தது அப்படித்தான். அந்தப் பழங்குடி மக்களின் வெகுளியான குணத்தையும் இயல்பான கலைத் திறனையும் கண்டு பரவசமடைந்த அனுபவங்களை இப்போது அசைபோடும்போதும் பரவசமேற்படுகிறது.

மனிதனின் கைபடாத இயற்கை எழிலுக்கு இருக்கும் தெய்வாம்சம், சமதரை நகர்புரத்துப் பாசாங்குத்தனமும் தந்திரமும் பதியாத அந்தப் பழங்குடியினரிடமும் குடிகொண்டிருப்பது துல்லியமாக வெளிப்படும்.

இயற்கை எழில் கொஞ்சும் ஷில்லாங்கில், ப்ளம் மரங்கள் வெளேரென்ற பூக்களால் போர்த்தியிருந்த ஒரு பின் வேனிற் காலத்தில் பட்டணத்து வேஷதாரி ஒருவர், தன்னை ஒரு புகழ் பெற்ற தமிழ் எழுத்தாளர் என்று சொல்லி என்னை ஏமாளி ஆக்கியதை நினைத்து இப்பவும் எனக்கு அவமான மேற்படுகிறது. தமிழ் நாட்டிலிருந்தும் தமிழ் வாசிப்பிலிருந்தும் அன்னியப்பட்டுப்போயிருந்த எனக்குள் ஆழமான மனத்தாங்கல் இருந்துவந்தது. எழுபதுகளின் ஆரம்பத்தில் வட கிழக்குப் பகுதிகளில் தொலைதொடர்புத் துறை மிகவும் பின்தங்கிய நிலையில் இருந்தது. ஆங்கிலப் பத்திரிகைகளும் புத்தகங்களும் தான் நான் படிக்க நேர்ந்தது. அப்போது *The Illustrated Weekly of India* வின் இதழ் ஒன்றில் எழுத்தாளர் அசோகமித்ரனின் சிறுகதை ஒன்று ஆங்கில மொழிபெயர்ப்பில் வெளிவந்திருந்தது, அவருடைய தெளிவில்லாத புகைப்படத்துடன். அசோகமித்ர னின் வெகு சில கதைகளையே நான் அதுவரை படித்திருந்தேன். அவரது எழுத்து என்னைப் பெரிதும் கவர்ந்திருந்தது. ஒரு நாள் ஒரு சினிமா அரங்கத்தில் தமிழ் நண்பர் ஒருவர் ஒரு நபரை என் முன் நிறுத்தி, “இவர்தான் அசோகமித்ரன், ஷில்லாங் குக்கு ஹாலிடேவுக்கு வந்திருக்கிறார்” என்று சொன்னபோது தூக்கிவாரிப்போட்டது. நான் நினைத்ததைவிட எதிரில் இருந்த அசோகமித்ரன் இளைஞராக இருந்தார். புகைப்படத் தில் இல்லாத குறுந்தாடி இருந்தது. “போட்டோவில் வித்தியாச மாகத் தெரிகிறீர்கள்” என்றேன். அவர் லேசாகப் புன்னகைத் தார். “இப்ப தாடி வெச்சதாலெ இருக்கும்” என்றார். தமிழ் எழுத்துக்கும் பேச்சுக்கும் வெண்டிப்போயிருந்த நான் வெகு உற்சாகத்துடன் அவரை வீட்டிற்கு தேநீருக்கு அழைத்தேன். அசோகமித்ரன் இல்லத்துக்கு வருகிறார் என்ற எண்ணமே என்னைத்திக்கு முக்காடிப் போகவைத்தது. ‘அசோகமித்ரன்’ வந்தார். தேநீரையும் சிற்றுண்டியையும் உற்சாகத்துடன் அளித்த பிறகு நான் ஆர்வத்துடன் தமிழ் எழுத்து, புத்தகங்கள், பத்திரிகை கள் என்று பேச முற்பட்டபோதெல்லாம் அசோகமித்ரன் நழுவினார். தமிழ் எழுத்துக்குக் கொஞ்சமும் சம்பந்தமில்லாத, தான் சமீபத்தில் படித்த ஒரு ஜெர்மன் வகுப்பைப் பற்றி வெகு நேரம் மிகைப்பட்ட உச்சரிப்பில் ஆங்கிலத்தில் பேசிக் கொண்டு போனபோது நான் சோர்ந்து போனேன். என்ன மாதிரியான தமிழ் எழுத்தாளர் இவர் என்று ஏமாற்றமேற்பட்டது.

இரண்டு ஆண்டுகள் கழித்துதான் நான் அசல் அசோக மித்ரனைச் சென்னையில் சந்தித்தேன். நான் அந்த தாடிக் காரனிடம் ஏமாந்தது என்னுடைய குற்றம் என்று தோன்றிற்று. ரெட் ரைடிங்ஹுட் கதையில் வரும் சிறுமிகூட பாட்டியைப் போல் வேஷம் போட்ட ஓநாயைத் துரிதமாக இனம் கண்டு கொண்டாள் என்று நினைத்து அவமானமேற்பட்டது. ஆனால் அவனுடைய குண்டு தைர்யத்தை நினைத்தால் இப்பவும் ஆச்சரியமாக இருக்கிறது.

நாங்கள் ஷில்லாங்கில் இருந்த நேரத்தில் இந்திரா காந்தி அவசர நிலையை ப்ரகடனப்படுத்தினார். கிழக்கு கோடியில் இருக்கும் அந்த மலை வாசஸ்தலத்தில், அதன் தாக்கம் அதிகம் தெரியவில்லை. ஆல் இந்தியா ரேடியோவில் பணி புரிந்த சுப்ரமணியம் என்ற ஒரு தமிழ் நண்பர்தான் முதல் முதலில் அந்தச் செய்தியை எங்களுக்குச் சொன்னது. ஆள் அரவமற்ற மலைத்தொடர் பாதையில் நானும் என் கணவரும் நடக்கையில் எதிரில் வந்த சுப்ரமணியம் ஒரு கூட்டத்தில் ரகசியம் சொல்பவர்போல் அருகில் வந்து மிக மெல்லிய குரலில் தமிழில் விஷயத்தைச் சொன்னதிலிருந்து அதன் தீவிரத்தைப் புரிந்துகொள்ள முடிந்தது. ‘எல்லாரையும் உள்ளே தள்ளிட்டா’ என்று அவர் சொன்னபோது அவர் வார்த்தைகளில் தொனித்த பீதி எங்களையும் தொற்றிக் கொண்டது. ஈட்டாநகர் நிர்மாணப்பணி முடிந்ததும் என் கணவருக்கு நேபாளத்தில் புட்வல் என்ற இடத்திற்கு மாற்றல் கிடைத்தது. புட்வல் இந்திய நேபாள எல்லையில் இருந்தது. கோரக்பூர் லக்னௌ அதற்கு சமீபம். அவசர நிலையினால் அங்கு நிகழ்ந்த அராஜகங்கள் பற்றின விவரங்களைத் தினமும் இந்திய எல்லைக்குச் செல்பவர்கள் வந்து சொல்வார்கள். சன்ஜய் காந்தியின் வெறித்தனமான கர்ப்பத்தடை முகாம்களைப் பற்றிய கதைகள். நெஞ்சை உலுக்கும் அவலங்கள். சாதாரணப் ப்ரஜை கூட அரசியல் தாக்கமில்லாமல் வாழமுடியாது என்று உறுதிபடுத்திய நிகழ்வுகள். நேபாளமோ இந்தியாவை விட அதிக முரண்பாடுகள் நிறைந்ததாக இருந்தது. நேபாளத்தின் தலைநகர் காட்மாண்டு காண்பிக்கும் சுபிட்சம். அதற்குத் துளியும் சம்பந்தமில்லாத கிராமப்புறங்களின் அளவிடமுடியாத வறுமை. ஏழை நேபாளிகளின் அளவு கடந்த பொறுமை, ராஜ விசுவாசம், கல்வி இன்மை. இவர்கள் என்றாவது திமிறுவார்களா என்று என்னை வருத்திய விசனம். இதற் கிடையில் இந்தியாவில் இந்திரா காந்தி தேர்தலில் படு மோசமாகத் தோற்றார். ஏழை இந்தியன் நிமிர்ந்துவிட்டதன் அற்புத அடையாளமாக. குரலற்றவர் என்பவர் யாருமில்லை,

அவர்கள் குரல் அமுக்கப் படுபவர்கள் என்று உணர வைத்த அற்புதம். தேர்தல் முடிவுகளைக் கேட்டபோது ஒரு ஆன்மீக அனுபவம் ஏற்பட்டதுபோல் இருந்தது. நாங்கள் நேபாளத்தி லிருந்து தில்லிக்கு மாற்றலாகி வருவதற்குள் இந்திராகாந்தி மீண்டும் பதவிக்கு வந்துவிட்டிருந்தார்.

வடகிழக்கு மாநிலங்களின் வாசத்துக்குப் பிறகு தலை நகர் தில்லி முற்றிலும் வேறாக இருந்தது. தில்லி காற்றில் ஏதோ வசிய சக்தி இருந்தது. நாங்கள் வசித்த அரசு காலனியான சாணக்கியபுரியில் எனது சுபாவத்திற்கு ஒத்துப்போகும் வகையில் நண்பர்கள் கிடைத்தார்கள். எனக்கு சிநேகிதிகளாகக் கிடைத் தவர்கள் வெறும் குடும்பத்தலைவிகளாக இல்லாமல் பல விஷயங்களில் ஈடுபாடும் திறமையும் கொண்டிருந்தது மிகப் பெருமையாக இருந்தது. எனது ஆர்வங்கள், கவலைகள், சந்தோஷங்கள், இலக்கிய தாகம் எல்லாவற்றிற்கும் வடிகால் கிடைத்தது மட்டுமல்ல, புதிய சாளரங்கள் திறந்தன. பெண் ணியத்தை அறிவார்த்தமாக அணுக, புரிந்துகொள்ள, அங்கு தான் வாய்ப்பு கிடைத்தது. அறிவிற் சிறந்த மிக உயர்ந்த கொள்கைகள்கொண்ட ஆத்மார்த்த சிநேகிதம் காண்பிக்கும் இயல்புகொண்ட கமலா தேவி சட்டோப்பாத்யாயா, வீணா மஜூம்தார், கபிலா வாட்ஸ்யாயன், எழுத்தாளர் கிருஷ்ணா ஸோப்தி போன்ற என்னைவிட வயதான பல பெண்களுடன் நெருக்கமான பரிச்சயம் கிட்டியது. இந்தப் பெண்களின் பேச்சில் காழ்ப்புணர்வு வெளிப்படாது. உலகளாவிய சரித்திரப் பார்வை இருக்கும். அவர்களது கோபம் மிதமிஞ்சிய நேயத்தால் வருவது என்று கேட்பவரை நெகிழ்விக்கும். ஞானிகளின் பேச்சைப் போல. இந்தியச் சூழல் வித்தியாசமானது, நமது தேவைக்கு ஏற்ப மேற்கத்திய பெண்ணிய கோஷங்கள் மாற்றப்படவேண்டும் என்பது போக காலங்காலமாகப் பெண் ஒடுக்கப்பட்டதே, ஒடுக்கப்பட்ட மற்ற இனங்களைப் போல திட்டமிட்ட அரசியல் என்று புரிந்தது. ஏழை சீனன் தன் முதுகில் சுமக்கும் சுமை மூன்று என்றார் மா சே துங்: 1) "அவனது ஏழ்மை 2) அவனது அறிவீனம் 3) கலோனிய ஆதிக்கச் சுமை. ஆனால் சீனப் பெண்ணின் முதுகில் சீன ஆண் என்ற நான்காவது சுமையும் உண்டு" என்றார். மா சேதுங்கின் கூற்று இந்தியப் பெண்ணுக்கும் பொருந்தும் என்று நான் ஒரு கூட்டத்தில் சொல்ல தில்லி ஆண்கள் அதை ஒரு ஹாஸ்யம் என்று நினைத்துச் சிரித்தார்கள்.

இந்தியா இன்டர் நேஷனல் சென்டர் என்பது தில்லி அறிவு ஜீவிகளின் க்ளப் என்று பொதுவாக (கேலியாகக்கூட) வர்ணிக்கப்படுவது. அதில் நான் உறுப்பினர். அங்கு பிரத்யேகமாக ஒரு அறை கமலா தேவிக்கு ஒதுக்கப்படிருந்தது.

எண்பது வயதைக்கடந்த கமலா தேவி பாரம்பர்ய நிறங்களில் அழகிய கைத்தறி புடவைகளை அணிவார். கையில் பச்சை, சிவப்பு கண்ணாடி வளையல் அணிந்திருப்பார். சின்ன வயதில் மிக அழகு என்று வர்ணிக்கப்பட்டவர். அவர் காந்தியின் கீழ் அரசியலில் தீவிரமாக ஈடுபட்டிருந்தபோது, ஒரு கூட்டத் துக்குக் கமலா வருகிறார் என்று தெரிந்தால் எல்லா பத்திரிகை நிருபர்களும் ஓட்டமாக ஓடுவார்கள் என்று மூத்த பத்திரிகை யாளர் டி.ஆர். மன்கேகர் சொல்லிக் கேட்டிருக்கிறேன். கமலா எழுதிய அவரது சுய சரிதையில் அவரது கணவர் ஹிரேந்த்ர நாத் சட்டோபாத்யாயா அவருக்கு இழைத்த துரோகத்தைப் பற்றியும் அவர்கள் பிரிந்து வாழ்ந்ததற்கு அதுதான் காரணம் என்பதையும் குறிப்பிடவே இல்லை. அடிக்கடி அவரைச் சந்தித்துப் பேசிப் பழக்கமிருந்த உரிமையுடன் ஏன் குறிப்பிட வில்லை என்று நான் அவரைக் கேட்டேன். அவர் கோபப்பட வில்லை; சங்கடப்படவுமில்லை. “என் சொந்தத் துயரங்களை எழுதுவதால் படிப்பவருக்கு என்ன லாபம் இருக்கும்?” என்றார் சாதாரணமாக. “தவிர நான் சில விஷயங்கள் எழுதினால் இன்னும் உயிருடன் இருக்கும் அதில் சம்பந்தப்பட்ட பலருக்கு மனவருத்தம் ஏற்படும்.” ஹிரேந்திரனாத் அப்போது உயிருடன் இருந்தார்.

கமலா தேவியை நான் கடைசியாகப் பார்த்தபோது இன்றைய நவீனப் பெண் தனக்கு மிக ஏமாற்றமளிப்பதாகச் சொன்னார். “எந்தக் கொள்கைப் பிடிப்பும் இல்லாமல், விவேகம் இல்லாமல் சுயநல விரும்பிகளாக இருக்கிறார்கள். அவர்களது நகை ஆசையும் ஆடம்பரமும் என்னைத் திகைக்க வைக்கிறது. கடன் வாங்கியாவது பெற்றோர்கள் தங்களுக்குக் கல்யாணம் செய்து வைக்கவேண்டும் என்று எதிர்பார்க்கிறார்கள். பெண்கள் விவேகமற்றவர்களாக இருந்தால் நாடு எப்படி உருப்படும்?” அதற்குச் சரியாக ஒரு மாதம் கழித்து அவர் இறந்துபோனார். சாவிலும் முகத்தின் கம்பீரம் குறையவில்லை. ஒருமுறை சாகித்திய அகாதமி விழா நடந்த இந்தியா இன்டர்நேஷனல் சென்டரின் வளாகத்தில் அமர்ந்து, சமீபத்தில் மறைந்த மூத்த எழுத்தாளர் முல்க் ராஜ் ஆனந்துடனும் ஷிவராம் காரந்துடனும் பேசிக்கொண்டிருந்தேன். சகஜீவிகளிடம் உள்ளார்ந்த அக்கறை யுடன், நேசத்துடன் கொஞ்சமும் பாசாங்குத்தனமில்லாமல் பழகும் இயல்பு நான் தில்லியில் சந்திக்க நேர்ந்த அவரது தலைமுறையைச் சேர்ந்த பல மொழி எழுத்தாளர்களிடம் சுபாவமாக இருந்ததை நான் உணர்ந்திருக்கிறேன்.

உலக அளவில் பிரசித்தி பெற்ற ராஜா ராவ், ஷிவராம் காரந்த், முல்க் ராஜ் ஆனந்த், குஷ்வந்த் சிங், ஆர்.கே. நாராயண்

எல்லோருமே சிறிதும் பந்தா இல்லாமல், தங்களைவிட இளையவரிடம் கற்க நிறைய விஷயம் இருப்பது போன்ற ஆவலுடன் பேசுவதைக் கண்டு பிரமிப்பு ஏற்படும். ஷிவராம் காரந்துக்கு அதற்கு முந்தைய ஆண்டு ஞான பீட விருது கிடைத்திருந்தது. அதற்குப் பிறகு அமெரிக்க பல்கலைக் கழகங்களின் அழைப்பில் அமெரிக்கா சென்று வந்த அனுபவத்தைச் சொல்லிக் கொண்டிருந்தார். "முதல் முறை நான் அமெரிக்கா போகிறேன், பம்பாய் விமான நிலையத்துக்கு வந்த ஒரு பத்திரிகை நிருபர் கேட்கிறார், "நீங்கள் அமெரிக்கர்களுக்குச் சொல்லப் போகும் சேதி என்ன?" என்று. எனக்கு நிருபரின் கேள்வி அபத்தமாகப்பட்டது என்றார் காரந்த். "இந்தப் பயணத்தில் கற்றுக் கொள்ளவேண்டியது நான்தான். அமெரிக்கர்களுக்கு எந்த அறிவுரையையும் சொல்ல எனக்கு என்ன தகுதி இருக்கிறது?" அவரது எளிமை நம்பமுடியாததாக இருந்தது. பன்முக ஆற்றல் படைத்தவர் அவர். அவரது "மரளி மண்ணுகே"யைப் படித்து நான் நெகிழ்ந்த அனுபவத்தை அவரிடம் சொன்னேன். பெண்ணின் உணர்வுகளை எப்படி அத்தனை துல்லியமாக எழுத முடிந்தது என்று கேட்டபோது சங்கடத்துடன் சிரித்தார். "நான் சந்தித்த பெண்களைப் பற்றி எழுத இன்னும் நிறைய இருக்கிறது. எனக்கு எல்லாவற்றையும் சொல்ல சக்தியில்லை" என்றார் காரந்த். பேசாமல் இருந்த ஆனந்த், "பெண்களுக்கு நிறைய பிரச்சினைகள் இருப்பதை ஒப்புக்கொள்கிறேன். ஆனால் பெண் பிரச்சினையைப் பற்றிய பேச்சு வரும்போது என் தாயைப் பற்றின ஒரே நினைவுதான் எனக்கு வருகிறது. என்னுடைய அம்மா என் அண்ணிகளை மிகக் கொடுமையாக நடத்தினாள். என்னால் அதை மன்னிக்கவே முடியவில்லை. என் தாயைப் பற்றி நல்ல நினைவே எனக்கு இல்லாமல் போய்விட்டது."

பெண்ணே பெண்ணுக்கு எதிரி என்கிற தர்க்கத்தை அவர் முன்வைப்பதாகத் தோன்றிற்று. ஆனால் அதை அவர் துயரத்துடன் சொன்னார். பார்வையில் ஒரு குழப்பம் தெரிந்தது. தான் சொல்லும் உதாரணம் அலாதியானதாக இருக்கலாம் என்று நினைத்தவர் போல. அப்போதுதான் இந்திரா காந்தியைப் பற்றிச் சொன்னார். "பெண்கள் சூட்சுமமானவர்கள் என்கிறோம். இந்திரா காந்தி என்ன செய்தார் பாருங்கள். பொற்கோவிலுக்குள் ராணுவத்தை அனுப்பினார். எனக்குத் தாங்கவே இல்லை. அதற்கான விலை என்னவாக இருக்குமோ என்று நினைத்தால் தூக்கம் வருவதில்லை." அடுத்த இரண்டு நாட்களில் காலை ஒன்பதேமுக்கால் மணிக்கு இந்துஸ்தான் டைம்ஸ் பத்திரிகை அலுவலகத்திலிருந்து எனது நண்பரும்

காதம்பினி பத்திரிகை ஆசிரியருமான ராஜேந்திர அவஸ்தியிடமிருந்து எனக்குச் சேதி வந்தது. இந்திரா காந்தி படுகொலை செய்யப்பட்டதாக. அவரது சீக்கிய மெய்காப்பாளர்களின் குண்டு வீச்சுக்குப் பலியானதாக. படுகொலைக்குப் பின் தொடர்ந்த இனவெறி நான் எதிர்பாராதது. என்னை நிலை குலைய வைத்தது. என்னைச் சுற்றியிருக்கும் அரசியலிலிருந்து விலகி இருப்பது முடியாத காரியம் என்று புரிந்தது.

'தீராநதி', டிசம்பர் 2004

ஒரு படுகொலையும் கொலைவெறி கொண்ட இனக்கலவரமும்

இந்திரா காந்தியின் படுகொலையைப் பற்றின செய்திகளும் வதந்திகளும் காட்டுத்தீயாக தில்லி மாநகரத்தில் பரவுகையில் 'ஆல் இந்தியா ரேடியோ' சுகம் சங்கீத் ஒலிபரப்பிக்கொண்டிருந்தது. தூர்தர்ஷன் மட்டுமே தெரிந்த அன்றைய தொலைக்காட்சிப் பெட்டி கம்மென்று இருந்தது. பி.பி.ஸி.வானொலிச் செய்தியிலிருந்துதான் படுகொலைச் செய்தி உண்மை என்பதை நான் உறுதி செய்துகொண்டேன். இந்திய வரலாற்றின் மிக முக்கிய திருப்புமுனையில் அகப்பட்டுக்கொண்டதான பரபரப்பு உணர்வு ஏற்பட்டது. எந்த வகையிலோ அந்தச் சாவு எதிர்பார்க்கப்பட்ட ஒன்றாகவும் தடுக்க முடிந்திராத ஒன்றாகவும் விசித்திரமாகத் தோன்றிய வண்ணம் இருந்தது. பாதுகாப்புத் துறையின் ஆலோசனைப்படி இந்திரா காந்தி நடந்திருந்தால் கொலை தவிர்க்கப்பட்டிருக்கலாம் என்று நண்பர் அவஸ்தி சொன்னார். இந்திரா காந்தி குண்டு துளைக்க முடியாத அங்கி அணியவேண்டும் என்றும், அவருக்கு சீக்கிய மெய் காப்பாளர்கள் இருக்கக் கூடாது என்றும் சொல்லப்பட்ட ஆலோசனைகளை இந்திரா ஏற்க மறுத்தார். 'என்னுடைய மக்களையே நான் சந்தேகிக்க வேண்டும் என்று நீங்கள் சொல்வது அபத்தம்' என்றாராம். குளிர் காலத் துவக்கத்தின் அந்த இளம் காலைப் பொழுதில் பிரதமர் வீட்டுத் தோட்டத்து ஒற்றையடிப் பாதையில் காத்திருந்த இருவருடன் இந்திரா காந்தியை நிழல்போல் தொடர்ந்த சீக்கிய மெய்காப்பாளன் பியாந்த் சிங் அவரைச் சரமாரியாகச் சுட ஆரம்பித்தபோது அவருக்கு ஏற்பட்ட பிரதான உணர்வு அதிர்ச்சியாகத்தான் இருக்கவேண்டும்.

அவர் கடைசியாகச் சொன்ன வார்த்தைகள் 'ஏய், என்ன செய்யறே?'

கலவரம் வெடிக்கும் என்ற அனுமானத்தில் பள்ளிகளும் கல்லூரிகளும் மூடப்பட்டன. என்ன காரணம் என்றே சொல்லாமல் விடுமுறை அளிக்கப்பட்டதாக என் இளைய மகன் ஹரி பள்ளியிலிருந்து திரும்பி வந்தான். பெரியவன் ரவியும் கல்லூரியிலிருந்து திரும்பியதும் நான் அவனுக்கு பி.பி.ஸி செய்தியைச் சொன்னேன்.

கண்கள் பீதியில் அகல, பாவம் சீக்கியர்கள்! *I feel sorry for them!'* என்று ரவி சொன்னதன் பரிமாணம் மாலையில் தான் எனக்கு விளங்கிற்று. மதிய உணவை அவசரமாக உண்ட கையுடன் நான் எத்தனை தடுத்தும் கேட்காமல் ரவி வெளியில் கிளம்பிவிட்டான், 'இத்தனை பெரிய விஷயம் நடந்திருக்கும் போது யாராவது வீட்டில் உட்கார்ந்திருப்பார்களா' என்ற கேள்வியுடன்.

எனது பத்திரிகை நண்பர்களிடமிருந்து செய்தி வர ஆரம்பித்தது, தில்லி மாநகரம் பற்றி எரிவதாக. சீக்கியர்கள் குறி வைத்துத் தாக்கப்படுவதாக. ரவி எங்கே அகப்பட்டுக் கொண்டானோ என்ற கவலைக்கிடையில் நான் என்னுடைய நெருக்கமான சீக்கிய சிநேகிதி மிஸஸ் பல்பீர் சிங்கிற்கு டெலி போன் செய்து வெளியில் எங்கும் செல்லாதீர்கள் குழந்தைகளை அனுப்பாதீர்கள் என்று எச்சரித்தேன். பாலும் முட்டையும் காயும் நான் அனுப்புகிறேன் என்று சொன்னேன். மாலை ஆறு மணிவரை சுகம் சங்கீத் ஒலிபரப்பிக் கொண்டிருந்த ஆல் இந்தியா ரேடியோவும் தூர்தர்ஷனும் கடைசியில் பிரதமரின் மரணச் செய்தியை அறிவித்தன. வெளியூரிலிருந்து ராஜீவ் காந்தி திரும்புவதற்காகக் காத்திருந்தார்கள் என்று அவஸ்தி சொன்னார். அதிகாரபூர்வ அறிக்கை வெளிவந்ததும் தில்லி நகரத்தின் உள்கட்டுமானம் சீட்டுக்கட்டுக் குலைவதுபோல் குலைந்தது. நிர்வாகம் செயலிழந்து காணாமல் போனது. ரவி எங்கிருந்தோ போன் செய்தான். அவனது குரலிலிருந்து அவன் மிகவும் பதட்டத்தில் இருந்தது புரிந்தது. அவன் இருக்கும் இடத்தில் ரணகளம் என்றும், பாதுகாப்பாக தனது நண்பன் வீட்டில் அன்று தங்குவதாகவும் சொன்னான். போலீஸ் சும்மா பார்த்துக் கொண்டிருக்க, சீக்கியர்கள் ஓட்டும் ஆட்டோக்கள், நடத்தும் கடைகள், கண்ணில் தென்படும் சீக்கிய இளைஞர்கள் என்று கவனித்து, வெறித்தனத்துடன் வந்த கும்பல்கள் அவர் களையும் அவர்களது உடைமைகளையும் தீ வைத்து கொளுத்து வதாக அவன் சொன்னபோது நான் ஆடிப்போனேன்.

கலவரத்திற்கு சப்பைக்கட்டு கட்டும் விதத்தில் ராஜீவ் காந்தி, பாமரத்தனமாக 'ஒரு மாபெரும் மரம் விழும்போது சுற்றிலும் இருக்கும் நிலத்தில் அதிர்வு ஏற்படுவது இயற்கை' என்று சொன்னதைக் கேட்டு மகா ஆத்திரம் வந்தது.

இதற்கிடையில் கல்கி இதழ் ஆசிரியர் திரு. ராஜேந்திரன் சென்னையிலிருந்து தொடர்புகொண்டு தில்லியில் நடக்கும் விஷயங்களை நேரில் கண்டு கல்கிக்கு எழுதும்படி கேட்டுக் கொண்டார். நான் யோசனையே செய்யாமல் ஒப்புக்கொண்ட பிறகுதான் ஊரடங்கு சட்டத்தைப் பற்றி நினைவு வந்தது. தெருவில் ஜன நடமாட்டம் இல்லை. பேருந்துகள் இல்லை. ஆட்டோக்கள் இல்லை. சொந்த வாகனங்களை வெளியில் யாரும் எடுக்கவில்லை.

என் கணவர் அலுவலகம் செல்ல அலுவலக ஜீப் வந்தது. தீவிரக் கொள்கைவாதியான என் கணவர் அலுவலக வாகனத் தில் மனைவியை ஏறவிடமாட்டார். வீட்டில் உட்கார்ந்தபடி கட்டுரையை எப்படி எழுதுவது? நல்ல வேளையாக அது அரசு அதிகாரிகள் வசிக்கும் காலனி என்பதும், அக்கம் பக்கத்தவர்களுடன் எனக்கு நல்ல உறவு இருந்ததும் எனக்கு உதவியாக இருந்தது. பக்கத்து வீட்டில் இருந்த ஹார்டிகல்ச்சர் டைரக்டர் ஸாதிக், இந்திரா காந்தியின் உடல் தகனம் நடக்க விருந்த சாந்தி வனத்தில் ஏற்பாடுகளைக் கவனிக்கும் பொறுப்பில் இருந்தார். அவருடன் நானும் சென்று ஹிந்துஸ்தான் டைம்ஸ் பத்திரிகை அலுவலகத்தில் இறக்கிவிடச் சொன்னேன். அலுவலகம் காலியாக இருந்தது. 'எல்லோரும் மேல் தளத்துக்குப் போயிருக்கிறார்கள், வா நாமும் போவோம்' என்றார் அவஸ்தி. 17ஆவது பிரும்மாண்ட மொட்டைத் தளத்தில் பலர் சுவரைப் பிடித்தபடி நின்றிருந்தார்கள். அச்சுறுத்தும் மௌனம் அங்கு நிலவியது. பிறகுதான் பொட்டில் அறைந்தாற்போல் எனக்கு விளங்கிற்று. அங்கிருந்து பார்க்கையில் தில்லி மாநகரம் எல்லா திக்குகளிலும் பற்றி எரிவது தெரிந்தது. கண் பதியும் இட மெங்கும் கரிய புகைத் தூண்கள் வானை நோக்கி நின்றிருந்தன. எத்தனை சீக்கிய உயிரைக் காவு கொண்டவை அவை?

திடீரென்று ஒரு பெண் சுவரில் சாய்ந்து தரையில் அமர்ந்து விக்கி விக்கி அழ ஆரம்பித்தார்.

லிஃப்டில் கீழே இறங்கும்போது யாரோ சொன்னார்கள். 'இனிமேல் எந்த சீக்கியனும் வாலாட்ட முடியாது என்று சொல்கிறார்கள். இந்திய ஜனத்தொகையில் இரண்டே சத வீதம் இருக்கும் சீக்கியர்களுடைய கொட்டத்தை அடக்க

இந்த தண்டனை தேவை என்று சொல்கிறார்கள்.' அப்படிச் சொன்னது யார் என்று எவரும் கேட்கவில்லை.

அவஸ்தியின் அறையில் அமர்ந்து நீர் பருக யத்தனித்த போது கிளாசைப் பிடிக்கமுடியாமல் கைகள் வெடவெடத்தன. அன்று சந்தித்தவர்களின் முகத்தில் அதிர்ச்சியும் பீதியும் மட்டுமே இருந்ததாகத் தோன்றிற்று. என்னைக் கட்டுப்படுத்திக் கொள்ளமுடியாமல் நான் அனத்தினேன். "அவஸ்திஜி, ஏன் நாம் கோபப்படவில்லை? நமக்கு என்ன ஆகிவிட்டது? கண்ணீர் வருகிறது. பயம் நெஞ்சைக் கவ்வுகிறது. நாம் கோபப்பட வேண்டாமா?" அவஸ்தி என்னைச் சமாதானப்படுத்த முயன்றார். 'கோபம் வரும். மெல்ல மெல்ல. நாளைக்கு . . . அதற்கு அடுத்த நாள் . . . இப்போது நடக்கும் வெறித்தனம் அசுர பலம் கொண்டது. அதற்கு முன் நாம் பலவீனமானவர்கள்.'

அந்த அசுர பலம்தான் பீதியளித்தது. அந்த பலத்துக்குப் பின் இருந்தது, அரசு இயந்திரங்களின் அங்கீகாரம் அல்லது ஊக்குவிப்பு. பல அமைச்சர்கள் சம்பவ இடத்தில் நின்று வன்முறையைத் தூண்டியதை நேரில் பார்த்ததாகச் சில நண்பர்கள் சொன்னார்கள்.

பல்பீர் சிங்கின் வீட்டிற்குக் காய்கறிகளும் பாலும் கொண்டு சென்றபோது அந்தக் குடும்பம் கலங்கிப் போயிருந்தது வெளிப் படையாகத் தெரிந்தது. அவர்களது நெருங்கிய உறவினர்கள் கொடூரமாகக் கொலை செய்யப்பட்டதை பல்பீர் சிங்கின் மனைவி ப்ரோப்ஜீத் கண்ணீருடன் சொன்னார். பல்பீர் சிங்கின் சகோதரரின் குடும்பம் முழுவதும் தீக்கிரையாக்கப்பட்டதாகச் சொன்னார். ப்ரோப்ஜீத்தின் ஒன்றுவிட்ட சகோதரியின் மகன், கல்லூரி மாணவன் நடுத்தெருவில் இழுக்கப்பட்டுக் கொலை செய்யப்பட்டானாம். 'எங்கள் வீடுகளுக்குள் அரசியல் புகுந்து விட்டது நாங்கள் கேட்காமலே! யாரோ செய்த தவறுக்காக, எங்கள் இனமே குற்றவாளியாகிவிட்டது!' அப்போது நான் சற்றும் எதிர்பார்க்காமல் பல்பீர் சிங் பெரிய குரலில் பஞ்சாபியில் மனைவியை அதட்டினார். 'வாயை மூடிக்கொண்டு இருக்க மாட்டாய்?'

எனக்குத் தூக்கிவாரிப்போட்டது. அவரது எச்சரிக்கை யின் பின் இருந்த செய்தி என்னை நிலை குலைய வைத்தது. நான் ஹிந்து. அவர்கள் சீக்கியர்கள். தில்லி அரசியலில் சந்தே கிக்கப்பட்ட இனம். அவர்கள் எச்சரிக்கையுடன் பேசவேண்டியது அவசியம்.

நான் வாயடைத்துப் போனேன். என்னை பல்பீர் சிங் சினேகிதியாகப் பார்க்கவில்லை. எதிர் முகாமைச் சேர்ந்தவ

ளாகவே பார்த்தார். ப்ரோப்ஜீத் சொன்னதுபோல, எல்லோரது வாழ்விலும் அரசியல் புகுந்திருந்தது.

மூன்று நாட்களுக்கு ரவி வீடு திரும்பவில்லை. ரவிக்கு ஜஸ்வீந்தர் என்ற நெருங்கிய சீக்கிய நண்பன் இருந்தான். அவனைப் பார்க்கப் போய் இவன் ஏதேனும் சங்கடத்தில் மாட்டிக்கொண்டிருப்பானோ என்கிற அச்சம் என்னை அரித்து வந்தது. வாசல் அழைப்பு மணி ஒலிக்கும்போதெல்லாம் அவன் தான் என்று ஓடிச் சென்று திறந்து ஏமாற்றமடைவது வழக்க மாயிற்று. ஒரு முறை கதவைத் திறந்தபோது ஜஸ்வீந்தர் நின் றிருந்தான். சில வினாடிகளுக்கு எனக்கு அடையாளம் தெரிய வில்லை. அவனது தோற்றம் அதிர்ச்சியளித்தது. வழக்கமாக அணியும் தலைப்பாகை இல்லை. முடியை வெட்டி தாடியை மழித்திருந்தான். பேயைக் கண்டு அரண்டவன் போல் முகத்தில் பீதி தெரிந்தது. உள்ளே வந்தவுடன் தயங்கியபடி சொன்னான். ‘திடீரென்று நான் அன்னியனைப்போல் உணருகிறேன். நேற்று தலைப்பாகையுடன் பஸ்ஸில் ஏறின உடனேயே என்னை எல்லாரும் விரோதியைப்போல் பார்த்தார்கள். நான் தில்லியில் இத்தனை நாட்களாக நானும் ஒரு இந்தியப் ப்ரஜையாக வளைய வந்தவன். என் தலைப்பாகையும் முடியும் இன்று என்னை அன்னியப்படுத்திவிட்டன. என் தாய் மிகவும் மத நம்பிக்கை உடையவள். அவளே என் முடியை இன்று வெட்டி விட்டாள்; மதத்தைவிட என் உயிர் முக்கியம் என்று!’

ரவியைப் போல ஜஸ்வீந்தர் இடதுசாரி கொள்கை கொண்டவன். மத நம்பிக்கை இல்லாதவன். தாயின் மத நம்பிக்கைக்கு மரியாதை கொடுக்கும் வகையில்தான அவன் தலைப்பாகை அணிந்தான் என்று எனக்குத் தெரியும். உலகத்து அரசியல் தத்துவங்களையெல்லாம் அறிவார்த்தமாக மணிக் கணக்கில் விவாதிக்கும் ஆற்றல் கொண்ட ஜஸ்வீந்தரின் முகத்தில் அன்று தென்பட்ட அதிர்ச்சியும் சோகமும் என் ஆயுள் உள்ள வரை மறக்க முடியாது. ஜஸ்வீந்தர் வந்த நேரத்தில் ஆச்சரியமாக ரவியும் வந்து சேர்ந்தான். நண்பர்கள் இருவரும் பேசவே பேசாமல் ஒருவர் கையை மற்றவர் பிடித்த நிலையில் வெகு நேரம் அமர்ந்திருந்தார்கள்.

அன்றிலிருந்து என் உறக்கம் போயிற்று. சகோதரர்களாக வளைய வந்தவர்கள் அவர்களுக்குச் சம்பந்தமில்லாத ஓர் அரசியல் கொலையினால் கணப்போதில் விரோதிகளாக மாறுவது ஏன் அபத்தமாக நினைக்கப் படவில்லை? இத்தகைய திட்டமிட்ட அரசியல் வன்முறை ஜனித்தது எப்படி என்ற கேள்விகள் விடாமல் குடைந்து என்னைத் துன்புறுத்தின. அதன் ரிஷி மூலம் நதி மூலத்தை ஆராயும் வேட்கை அடக்க

முடியாததாக என்னுள் எழுந்தது. நடந்த இனப்படுகொலையை மையமாக வைத்து சீக்கிய இனப்பிரச்சினையைப் பற்றி ஒரு நாவல் எழுத வேண்டும் என்ற எண்ணம் எழுந்தது. கல்கி ஆசிரியர் திரு. ராஜேந்திரன் அந்த எண்ணத்துக்கு ஆதரவளித்து நாவலைக் கல்கியில் தொடராக வெளியிட முன்வந்தார்.

ஆனால் சீக்கிய இனப் பிரச்சினையை நான் தில்லியில் அமர்ந்தபடி புரிந்துகொள்ளமுடியாது. தில்லி சீக்கியர்களுக்கும் பஞ்சாபில் வசிக்கும் சீக்கியர்களுக்கும் சம்பந்தமில்லை என்று நான் அறிவேன். இந்திரா காந்தியின் கொலைக்கு அம்ருத்ஸரில் ஜனித்த கோபமே காரணம், அதற்காக தில்லி வாழ் சீக்கியர்கள் பழிவாங்கப்பட்டாலும். பஞ்சாபிற்குச் சென்று கள ஆய்வு செய்யாமல் நாவல் எழுதுவது சாத்தியமில்லை என்பதால் முதலில் அம்ருத்ஸருக்குச் சென்றேன். அங்கு நான் சந்தித்த கல்வியாளர்கள், எழுத்தாளர்கள், நாடகாசிரியர்கள், பத்திரிகையாளர்கள், பொற்கோவிலின் ஸந்த்துகள், பொது மக்கள் எல்லார் பேச்சிலும் அதிசயமான ஓர் ஒற்றுமை இருந்தது. இந்திராகாந்தியின் படுகொலை, தில்லி வாழ் சீக்கியர்களைச் சங்கடப்படுத்தியதைப் போல இவர்களைச் சங்கடப்படுத்தவில்லை. 'நடக்கவேண்டியது நடந்தது' என்றார்கள் ஒரே மாதிரியாக. ஆனால் எல்லோருக்கும் ஆறாத ரணமாக ஒரு கோபம் இருப்பதையும் அதன் ஜ்வாலை அச் சூழலைத் தகிப்பதையும் என்னால் உணர முடிந்தது. 'பொற் கோவிலுக்குள் ராணுவத்தை அனுப்பி சீக்கிய இனத்துக்குத் தீர்க்கமுடியாத அவமானத்தை ஏற்படுத்தினாரே இந்திரா காந்தி, எத்தனை ரத்தம் சிந்தினாலும் அந்த அவமானம் துடைக்கப்படுமா?' என்ற கேள்வி ஒன்றுதான் திரும்பத் திரும்ப கேட்கப்பட்டது.

பொற்கோவிலில் ஒளிந்திருந்த பிந்திரன் வாலேயைப் பிடிப்பதற்காக இந்திய ராணுவம் பூட்ஸ் காலுடன் நுழைந்ததை வர்ணித்து, குண்டு துளைத்த இடங்களைக் காண்பித்தார்கள். பொற்கோவிலில் பிந்திரன் வாலே ஆயுதம் குவித்தது சரியா என்ற கேள்விக்கும் பதில் இருந்தது. பிந்திரன் வாலேயை வளர்த்தது யார்? பூதத்தை வளர்த்து எங்கள் தெய்வத்தை நிந்திப்பதற்கு உங்களுக்கு யார் அதிகாரம் கொடுத்தது?

பஞ்சாப் முழுவதும் சுற்றி விஷயங்களைச் சேகரித்தபோது தெளிவாயிற்று. சீக்கிய இனப் பிரச்சினைக்கு இந்திரா காந்தி யின் அதிகார அரசியலே காரணம். மௌனப் புயல் என்ற நாவல் பிறக்கவும் காரணமாயிற்று. அந்த நாவல் ஆங்கிலத்தில் மொழிபெயர்க்கப்பட்டு வெளியானதும், பஞ்சாப் சாஹித்ய

அகாதமி நான் 'சீக்கிய உணர்வுகளை *(the Sikh psyche)* மிகத் துல்லியமாகப் புரிந்துகொண்டு பாரபட்சமில்லாமல் நேர்மையாக வடித்திருப்பதற்காக' எனக்கு விருது அளித்தது. விருது கிடைத்த சமயத்தில் என் கதாநாயகன் ஜஸ்வீந்தர் சிங் உயிருடன் இருக்கவில்லை. ஒரு விபத்தில் இறந்திருந்தான்.

'தீராநதி', ஜனவரி 2005

வீட்டுக்குள் புகுந்த அரசியல்

ஏகலைவனின் கதை கேட்டு என் இளைய மகன் ஹரி அழுததும் கோபத்துடன் சொன்ன வார்த்தைகளும் எனக்கு அடிக்கடி நினைவுக்கு வருகின்றன. நேபாளத்தில் நாங்கள் இருந்தபோது ஹரிக்கு மூன்று வயது. ஒரு இரவு ஏகலைவனின் கதை சொல்லிக்கொண்டிருந்தேன். கீழ் சாதியில் பிறந்த ஏகலைவன் குரு துரோணாச்சாரிய ரிடம் வில் வித்தை கற்கத் தகுதியற்றவனாகக் கருதப் பட்டான் என்ற விஷயம் ஹரியைக் குழப்பிற்று. துரோணாச்சாரியரே தனது குரு என்று சிறுவன் ஏகலைவன் அவரை மானசீகமாக வரித்து அவரைப் போல் ஒரு பதுமை செய்து சுயமாக வில் வித்தை பயின்றது ஹரியின் முகத்தில் சிரிப்பை வரவழைத்தது. அர்ஜுனனுக்கு ஒப்பாக ஏகலைவன் திறமை பெற்ற விவரம் உணர்ந்த துரோணாச்சாரியர் அவரை பக்தியுடன் வணங்கிய ஏகலைவனிடம் குரு தட்சிணையாகக் கட்டை விரலைக் கேட்டதும் ஏகலைவன் அதைத் தயங்காமல் வெட்டிக் கொடுத்ததும் நான் விவரித்தபோது ஹரி தாங்க முடியாமல் அழுதான். பிறகு கோபத்தில் முகம் பளபளக்க "துரோணாச்சாரியர் ரொம்பக் கெட்டவர்" என்றான்.

ஒரு கணத்திற்குக் குழந்தையின் கோபம் என்னை உலுக்கிற்று. தகப்பன்சாமி என்பது இதுதான் என்று பட்டது. தூக்கத்திலும் அன்று ஹரி அழுதான். ஏகலைவன் கூட இப்படித் துக்கப்பட்டிருப்பானா என்று எனக்கு ஐயம் ஏற்பட்டது. நான் ஒருமுறை ஆஸ்திரேலியாவுக்கு ஆஸ்திரேலிய தகவல் சேவைத் துறையின் அழைப்பில் சென்றிருந்தேன். சிட்னியில் இந்திய சமூகக்கூட்டம் ஒன்றில் பேசும்போது ஏகலைவன் கதையைக் குறிப்பிட்டு மூன்று வயது ஹரியின் கோபத்தைப் பற்றிச் சொன்னேன்.

அநீதியை எதிர்த்து இயல்பாக நம்முள் எழவேண்டிய அந்தத் தார்மீகக் கோபத்தை நமது தோல் தடிக்கத் தடிக்க வழியில் எங்கோ தொலைக்கிறோம், குற்ற உணர்வை மறக்க, அநீதிக்குச் சப்பைக்கட்டு கட்டுவதே நமக்குப் பழகிவிட்ட சமாதானம்' என்று நான் பேச ஆரம்பித்தபோது ஒரு இந்தியர் ஆவேசமாக எழுந்தார். "நமது புராணங்களின் கலாச்சாரக் குறியீடுகளைப் பற்றிச் சரியாகப் புரிந்து கொள்ளாமல் பேசாதீர்கள்!" என்றார்.

"துரோணாச்சாரியர் அப்படிச் சொல்லக் காரணம் இருந்தது!"

நான் ஒரு விருந்தினர் என்பதை ஞாபகப்படுத்தி மற்றவர்கள் அவரை உட்கார்த்தி வைத்தார்கள். நான் இந்தியாவுக்குத் திரும்பிய பிறகும் அந்தக் கோப முகம் வெகு நாட்களுக்கு என்னை அலைக்கழித்தது.

வர்ணிக்க முடியாத பயங்கர வெறியுடன் நடந்த சீக்கிய இனப்படுகொலைகளைப் பற்றி பாதிக்கப்பட்டவர்களைத் தவிர அநேகமாக தில்லி மாநகரம் சடுதியில் மறந்தது போலிருந்தது. ஞாபகம் இருந்தவர்கள் அதற்கு நியாயம் சொன்னார்கள்; காரணங்களை அலசினார்கள். பிரதமரின் இருக்கையில் இளைய தலைமுறையின் அடையாளமாக, இருபத்தொன்றாம் நூற்றாண்டின் சின்னமாக, நம்பிக்கை நட்சத்திரமாக, மந்தகாச முகம் கொண்ட ராஜீவ் காந்தி அமர்ந்தது பலருக்குப் பாவங்கள் கரைந்தது போலிருந்தது. அவரைச் சுற்றி இருந்த இளைய வட்டம் அடுத்த நூற்றாண்டுக்கு விரையும் அவசரத்தில் இருந்தது. பழசை நினைக்கவோ வருந்தவோ நேரமில்லை. ஆனால் இனக் கலவரத்துக்குப்பின் தில்லி மாநகரத்து இளைய தலைமுறையினரில் ஒரு சிலருக்காவது ஆழ்மனத்துள் நிச்சயம் ஒரு தார்மீக அதிர்வு ஏற்பட்டிருக்கும் என்று நான் நம்புகிறேன்.

ரவியும் அவனது நண்பர்களும் எங்கள் வீட்டில் அமர்ந்து பேசிய பேச்சுக்களில் கோபம் கொப்புளித்தது. சீக்கியர்களுக்கு நேர்ந்த அநீதிக்கு அரசு தரப்பு மன்னிப்புக்கோரும் வரை அவர்களை நிம்மதியாக இருக்கவிடப்போவதில்லை என்று சூளுரைத்தார்கள். அப்போதிலிருந்து ஏதாவது ஒரு காரணத்துக்காக அவனும் அவனது *SFI* நண்பர்களும் கொடியை ஏந்தி எதிர்ப்பு தெரிவித்தார்கள். வீதி நாடகங்கள் போட்டு அரசை நையாண்டி செய்தார்கள். சஃப்தர் ஹஷ்மியின் பெயர் அப்போதுதான் எனக்குப் பரிச்சயமாயிற்று. அந்த நிராசையும் கோபமும் நம்பிக்கையின் அறிகுறியாக நான் நினைத்தாலும் ரவியைப் பற்றின கவலை என்னை அரித்தது. தொலைக்காட்சி செய்திச் சுருளில் கொடியைப் பிடித்த இவன் தென்படுவானோ

என்று அச்சமேற்படும். இரவு அவன் வீடு திரும்பும்வரை அடிவயிற்றைப் பயம் கவ்விக்கொள்ளும். அரசு ஊழியரான என் கணவருக்கும் ரவிக்கும் அடிக்கடி நடந்த வாக்குவாதம் என் நிம்மதியைக் குலைத்தது. ஹரி படிப்பே குறியாக வகுப்பில் முன்னேறிக்கொண்டிருக்க, ரவி உலகத்துக் கவலைகளைத் தோளில் சுமக்கவே தான் அவதரித்திருப்பதாக நடந்து கொண் டான். இத்தனைக்கும் இடையில் அவன் உயர்ந்த மதிப்பெண் களுடன் முதுகலை (அரசியல்) வகுப்பில் வெற்றி பெற்றதற்கு பூர்வ ஜென்மப் புண்ணியம் காரணமாக இருக்கவேண்டும். அதற்கடுத்து அவன் மேல் படிப்பிற்காக அமெரிக்கா சென்றதும் நான் எதிர்பாராதது. அவனை வழியனுப்ப *SFI* கும்பல் ஒட்டு மொத்தம் விமான நிலயத்துக்கு வந்திருந்தது. ஏதோ சதி செய்யவே இந்த அமெரிக்கப் பயணம் என்று நான் சந்தே கித்தேன். கம்யூனிசத்தைத் தீய சக்தியாக அமெரிக்கா பயந்து வெறுத்த நாட்கள் அவை. இடதுசாரி கொள்கைகொண்ட பேராசிரியர்கள் இருந்த ஒரு பல்கலைக்கழகம் அவனுக்கு உபகாரச் சம்பளம் கொடுத்தது. அது எதேச்சையானதாக நான் நினைக்கவில்லை. ‘உன் கற்பனையை உருப்படியாக செலவழி’ என்று என் கணவர், சுந்தரம் கடிந்தார்.

தில்லி வாழ் அனுபவங்கள் அசாதாரணமானவை. அது நாட்டின் தலை நகர் என்பதே காரணம் என்று நினைக்கிறேன். மற்ற பல மாநிலங்களின் தலை நகரங்களில் வாழ்ந்த அனுபவம் எனக்கு உண்டு. ஆனால் தில்லி வாழ்க்கை அரசியல் மற்றும் இலக்கிய கலாச்சார பரிவர்த்தனைகளின் நிகழ்வுகளால் சதா பரபரப்பு மிக்கதாக என்னை ஆகர்ஷித்தது. அந்நிகழ்வுகளுக்கு மற்ற மாநிலங்களில் ஏற்படாத வகையில் நேரிடையாகத் தாக்கும் தன்மை இருந்ததாகத் தோன்றிற்று.

Authors Guild of India என்ற ஒரு எழுத்தாளர் அமைப்பில் என் பக்கத்து வீட்டில் வசித்த குழந்தை எழுத்தாளர் மனோரமா ஜாப்ஃபா என்னை உறுப்பினராக்கினார். அமைப்பை ஆரம்பித்தவர்களில் பிரபல பத்திரிகையாளர் டி.ஆர். மன்க்கேகர் மற்றும் ஜஸ்டிஸ் கோஸ்லா முக்கியமானவர்கள். அவர்களுடன் நெருக்கமாகப் பழகும் வாய்ப்பு எனக்குக் கிடைத்தது. *Perfect gentlemen* என்பதற்கு அற்புத உதாரணப்புருஷர்கள். உலக இலக்கியத்தில் அவர்களுக்கு இருந்த ஆழ்ந்த புலமையும், மற்ற எழுத்தாளர்களிடம் அவர்கள் காட்டிய பரிவும், பேச்சில் இருந்த கண்யமும் ஹாஸ்ய உணர்வும் அந்தத் தலைமுறை எழுத்தாளர்களுக்கே உரித்தானவையாகத் தோன்றுகின்றன. கோஸ்லாவைக் கண்டதுமே நான் தீராக் காதல் கொண்டேன். நான் அவரைச் சந்தித்தபோது அவருக்குக் கிட்டத்தட்ட எண்பது

வயது. பார்க்க அப்பவும் மிக அழகாக இருப்பார். மன்க்கேகரும் அவரது மனைவியும் பத்திரிகையாளருமான கமலா மன்க்கேகரும் என்னைத் தங்கள் மகளைப் போல் பிரியம் காட்டுவார்கள். *Authors Guild* நிர்வாகக் குழுவிற்கு நடந்த தேர்தலில் நானும் மனோரமாவும் தேர்ந்தெடுக்கப்பட்டோம். அவஸ்தி, நிர்மல், ஹிமாம்ஷு ஜோஷி ஆகிய ஹிந்தி எழுத்தாளர்களும் தேர்தலில் வென்றார்கள். மன்க்கேகர் செயலராகவும், முன்னாள் காஷ்மீர் மகாராஜாவான டாக்டர் கரன் சிங் தலைவராகவும் தேர்வு செய்யப்பட்டார்கள். நிர்வாகக் குழுவின் மாதாந்திரக் கூட்டம் கரன் சிங் வீட்டில் நடக்கும்.

அங்கு தேநீரும் சிற்றுண்டியும் ராஜ மரியாதையுடன் கிடைக்கும். வெள்ளியிலான தேநீர் ஜாடியும் பால் ஜாடியும் சூடு ஆறாமல் இருக்க அழகிய உறை போட்டு மேஜையில் வந்து அமரும் அழகை நானும் மனோரமாவும் ரசிப்போம். சுவாரஸ்யத்திற்கு வேறு விஷயங்களும் இருந்தன. கரன் சிங்கிற்குத் தான் ராஜ பரம்பரை என்பதை மறக்க முடியாது. மீட்டிங்கில் தான் சொல்வதையே செயலரான மன்க்கேகர் ஆமோதிக்க வேண்டும் என்று விரும்புவார். தீவிர ஜனநாயகவாதியான மன்க்கேகர், ஏற்க முடியாத விஷயங்களுக்கு ஆட்சேபம் தெரிவிப்பார். அநேகமாக எல்லா மீட்டிங்கிலும் இருவரிடையே ஈகோ மோதல் ஏற்படும். ஒரு முறை காரசாரமாக விவாதம் நடந்தபிறகு மன்க்கேகர் பேசாமல் எழுந்து சென்றுவிட்டார். தனக்கு அருகில் அமர்ந்திருந்த என்னிடம் கரன் சிங் சொன்னார். 'எனக்கு யாரைக் கண்டும் பயமில்லை. இந்திரா காந்தியையே நான் எதிர்த்தவன்.' நான் மன்க்கேகரின் கட்சி. கரன் சிங் பேசியது காதில் விழாததுபோல் அமர்ந்திருந்தேன்.

கரன் சிங் மகாப் படிப்பாளி என்று தன்னை மேடை களில் அடையாளப்படுத்திக்கொள்வார். நல்ல பேச்சாளர். வடமொழியிலும் ஹிந்துஸ்தானி சங்கீதத்திலும் அவருக்கு நல்ல புலமை உண்டு என்பதில் சந்தேகமில்லை. அதைப் பற்றியும் தனது உருவத்தைப் பற்றியும் அவருக்கு இருந்த பெருமை பேச்சில் வெளிப்படும். பெண்கள் விஷயத்தில் அவர் பழமைவாதி என்பது என் அபிப்பிராயம்.

ஒரு முறை என்னிடம் கிரன் பேடி ஆண்பிள்ளை போல் முடி வைத்திருப்பதும் நடந்துகொள்வதும் தனக்குப் பிடிக்க வில்லை என்றார். நிர்வாகக் குழுவைச் சேர்ந்த நாங்கள் இந்த இரு தலைவர்களிடையேயும் சாமர்த்தியமாக பாலென்ஸ் செய்ய நேர்ந்தது. சில விஷயங்களில் அவர்களுக்கு ஒருமித்த கருத்து இருந்தது.

பிஃரான்ஸில் நடக்கவிருந்த உலக எழுத்தாளர் மாநாட்டுக்கு இந்தியத் தரப்பில் அனுப்ப ஓர் எழுத்தாளரைச் சிபாரிசு செய்யும்படி மத்திய அரசிடமிருந்து *Authors Guild* தலைமைக்குக் கடிதம் வந்தபோது, அவர்கள் இருவரும் ஒருமித்து என் பெயரைச் சிபாரிசு செய்ததைப் பிறகு மன்க்கே கர் எனக்குத் தெரிவித்த போது நான் நெகிழ்ந்து போனேன். அவர் வீட்டில் நடந்த விருந்துகளில் நான் மது அருந்தாததைக் கவனித்திருந்த மன்க்கேகர் 'பிஃரான்ஸுக்குச் சென்று அங்கு வைன் அருந்தாமல் நீ வந்தால் அது வெட்கக்கேடு, *enjoy yourself*' என்று ஆசி கூறினார்.

பஞ்சாபி எழுத்தாளர் அஜீத் கௌரின் மகளும் பிரபல ஓவியரும் ஆன அபர்ணா கௌரின் திருமண வரவேற்பில்தான் நான் முதல் முதலாகக் குஷ்வந்த் சிங்கைச் சந்தித்தேன். நான் ஒரு 'மதராஸி' என்று தெரிந்ததும் சிங் வெகு உற்சாகமாகப் பேச ஆரம்பித்தார். அவர் ராஜ்ய சபா உறுப்பினராக இருந்த சமயம் அது. அவரது உற்சாகத்துக்குக் காரணம் ராஜ்யசபா உறுப்பினராகப் புதிதாக வந்து சேர்ந்திருந்த ஜெயலலிதா என்பது, எடுத்த எடுப்பிலேயே சிங் ஜெயலலிதாவின் புகழ் பாடத்தொடங்கியதில் தெரிந்தது.

'ஜெயலலிதா மிக அழகானவர். மிக புத்திசாலி' என்று புகழ்ந்தார். 'மிக நேர்த்தியாக ஆங்கிலம் பேசுகிறார். அவர் பேச்சில் நான் சொக்கிப் போனேன்' என்றார்.

சிங் சொன்னதை வரவேற்புக்கு வந்திருந்த ராஜேந்திர அவஸ்தியிடம் சொன்னேன். உடனே அவர் தமது ஹிந்தி பத்திரிகையான காதம்பினிக்கு ஜெயலலிதாவைப் பேட்டி காணுங்கள் என்றார்.

நான் அதுவரை ஜெயலலிதாவை நேரில் கண்டதில்லை. நாங்கள் வசித்த சாணக்கியபுரி பகுதியில்தான் அவர் தங்கி யிருந்த தமிழ் நாடு ஹவுஸ் இருந்தது. அந்தக்காலத்தில் நேரிடை யாகத் தொலைபேசியில் அவருடன் தொடர்புகொள்வது சாத்திய மாக இருந்தது. ஹிந்துஸ்தான் டைம்ஸ் க்ரூப்பைச் சேர்ந்த ஹிந்தி பத்திரிகை காதம்பினிக்காகப் பேட்டி காணவிரும்புவதாக அவரிடம் நான் ஆங்கிலத்தில் கேட்டவுடன் உடனடியாக ஜெயலலிதா சம்மதித்து தேதியும் நேரமும் சொன்னார். நான் தில்லிக்குச் சென்ற பிறகு தமிழ் பத்திரிகைகளுக்காகப் பல பிரபலஸ்தர்களைப் பேட்டி காணச் சென்றிருக்கிறேன். அப் பொழுதெல்லாம் ஆர்வம் காட்டாத சுந்தரம், ஜெயலலிதாவைப் பேட்டி காணப்போகிறேன் என்றவுடன், அன்று விடுமுறை நாள் என்ற காரணம் சொல்லி 'காரை நான் ஓட்டி வருகிறேனே?' என்றார்.

நாங்கள் ஜெயலலிதா தங்கியிருந்த அறைக்குள் நுழைந்ததுமே ஜெயலலிதா என்னை அடையாளம் கண்டு கொண்டது எனக்கு வியப்பை அளித்தது. 'ஓ, நீங்களா, காதம்பினி என்றதும் வேறு யாரோ வாஸந்தி என்று நினைத்தேன்' என்றார். பேட்டி காணும் போது நான் பதிவு செய்ய எடுத்துச் சென்ற டேப் ரெக்கார்டரைவிட பெரிய டேப் ரெக்கார்டரைத் தம் பதிவுக்காக ஜெயலலிதா வைத்துக் கொண்டது எனக்கு வியப்பை அளித்தது. (கருணாநிதியைப் பேட்டி காணும்போது, அவரது நிழலைப் போல் நிற்கும் ஷண்முகநாதன் சுருக்கெழுத்தில் குறிப்பெடுத்துக் கொள்வார்.) பேட்டி அவரது அரசியல் பிரவேசத்தைப் பற்றியும் அவருக்கு எம்.ஜி.ஆர். மேலிருந்த விசுவாசத்தைப் பற்றியும் விரிந்து சூடு பிடித்தது. ஜெயலலிதா சிறிது காலத்துக்கு முன் *The Illustrated Weekly* யில் எம்.ஜி.ஆருக்கு அவரது மகத்தான மதிய உணவு திட்டத்திற்காக நோபல் பரிசு வழங்கப்பட வேண்டும் என்று எழுதியிருந்தார். 'உங்களுக்கு எம்.ஜி.ஆர் மேலிருக்கும் விசுவாசத்தை என்னால் புரிந்து கொள்ளமுடிகிறது. ஆனால் நோபல் பரிசு கொடுக்கப்படவேண்டும் என்று நீங்கள் சொல்வது மிகையானது' என்றேன். 'உங்களுக்குத் தமிழ் நாட்டு மக்களின் உணர்வைப் பற்றி என்ன தெரியும்?' என்றார் ஜெயலலிதா. 'மதிய உணவுத் திட்டம் அமல் செய்யப்பட்டதால் எத்தனை ஏழை பெற்றோர்களின் வயிறு குளிர்ந்திருப்பது தெரியுமா? பள்ளிகளில் குழந்தைகள் வருகை அதிகரித்திருப்பது தெரியுமா? எம்.ஜி.ஆரை மக்கள் தெய்வமாக நினைப்பது தெரியுமா?' சாட்டையடி மேடைப் பேச்சுபோல் கேள்விக் கணைகள் விழுந்தன.

இருந்தும் ஒரு பத்திரிகையாளர் என்கிற ரீதியில் அவரைக் கேள்வி கேட்க எனக்குத் தயக்கம் இருக்கவில்லை... தமிழ் நாட்டிலிருந்து தில்லிக்கு வேலை பார்க்க வந்த பலர் என்னிடம் தங்களுக்கு ஹிந்தி தெரியாமல் போனதால் ஏற்படும் சங்கடங் களையும், பிரமோஷனுக்கு அது தடங்கலாக இருப்பதையும் சொல்லிவந்தார்கள். அவர்கள் தமிழ் நாட்டில் இருந்தபோது ஹிந்தி ஒழிக என்று கோஷம் போட்டவர்கள். ஹிந்தி எதிர்ப்பு கோஷம் போடுவதை நிறுத்துவதுதான் இனி தமிழ் நாட்டவர் களுக்கு விவேகமானது என்று ஜெயலலிதாவிடம் என் கருத்தைச் சொன்னேன். எல்லா தமிழர்களுக்கும் தமிழ் நாட்டிலேயே வேலை கிடைப்பது சாத்தியமா? மற்ற மாநிலங்களுக்கு வேலை தேடிப்போக வேண்டிய கட்டாயத்தில் அவர்கள் பாடு திண்டாட்டமாகிவிடுமே? என்றேன். தேசத்தில் சூழல் மாறி வருகிறது. தேசிய மைய நீரோட்டத்தில் தமிழன் கலந்துகொள்ள வேண்டியது தவிர்க்கமுடியாதது என்றேன். ஹிந்தி எதிர்ப்புக்கு திராவிடக் கட்சிகள் முன்வைக்கும் வாதங்களை அவர்

ஒப்பித்தார். ஹிந்தி வளமான மொழியில்லை என்றார். அவருடைய பதில் எனக்குச் சமாதானமளிக்கவில்லை என்று அவர் உணர்ந்துகொண்டார் என்று நினைக்கிறேன். நான் வீடு திரும்பியபின் இரவு அவராக போன் செய்தார். 'ஹிந்தி தெரிஞ்சா வேலைவாய்ப்புக்கு சௌகரியம்னு சொன்னீங்க நீங்க. அப்படீன்னா ஹிந்தி பேசற மாநிலங்கள்ளே வேலை யில்லாத் திண்டாட்டம் ஏன் இருக்கு?' என்றார். எனக்குச் சிரிப்பு வந்தது. 'அதுக்கும் நான் சொல்றதுக்கும் என்ன சம்பந்தம்?' என்றேன்.

'Please write what I say' என்றுவிட்டு அவர் இணைப்பைத் துண்டித்தார். பேட்டியின்போது அவர் இரண்டு தடவை இடையில் சொன்னார். 'தில்லியிலே உட்கார்ந்துகொண்டு பேசாதீங்க! தமிழ் நாட்டுக்கு வந்து பாருங்க, உண்மை தெரியும்.'

பின்னால், 'இந்தியா டுடே' தமிழ்ப் பதிப்பின் ஆசிரியையாக நான் பணியாற்ற சென்னை வந்தபோது ஜெயலலிதா தமிழ் நாட்டின் முதலமைச்சராகியிருந்தார். அவரைப் பேட்டிகாண அனுமதி கோரி, அங்கு பணியாற்றிய அந்த ஒன்பது ஆண்டு காலத்தில் பலமுறை நான் முயன்றும் வாய்ப்பு கிடைக்கவில்லை. போயஸ் கார்டனுக்கும் பத்திரிகை உலகத்துக்கும் இடையே இருந்த இரும்புத்திரை துளைக்கமுடியாத ஒன்றாகிப் போனது.

'தீராநதி', பிப்ரவரி 2005

அக்கரையில் அபூர்வப் பெண்கள்

அதுதான் எனது முதல் வெளிநாட்டுப்பயணம். இந்தியாவின் பல மாநிலங்களுக்குச் சென்ற அனுபவம் இருந்தாலும் வெளிநாட்டுக்குச் செல்லப்போகிறோம் என்ற நினைப்பு கலக்கத்தை ஏற்படுத்தியது. அதுவும் அரசு விருந்தினராகப் பயணிப்பதற்கு நிறைய முஸ்தீப்பு கள் தேவைப்பட்டன. எங்கள் குடும்பத்தில் முதல் முறையாக ஒரு பெண்ணுக்குக் கிடைத்த கௌரவம் அது என்கிற பெருமையில் நான் ஏதோ விண்வெளிக்குப் பயணமாவதுபோல, நான் திரும்பிவரும்வரை வீட்டைப் பார்த்துக்கொள்ள ஊரிலிருந்து வந்திருந்த என் அம்மாவிலிருந்து மொத்த குடும்பமும் விமான நிலையத் துக்கு வழி அனுப்ப வந்திருந்தது. அந்த வழியனுப்பலே எனக்கு பீதி அளித்தது. என்னுடன் சக பயணியாக பஞ்சாபி எழுத்தாளர் குல்ஜார் சிங் ஸந்து இருந்தார். அவரை வழி அனுப்பவும் சர்தார்ஜிகள், சர்தாரிணிகள் கொண்ட ஒரு மாபெரும் பஞ்சாபிக் கூட்டம் வந்திருந் தது. அந்தக் கும்பலைச் சேர்ந்தவர்கள் ஒவ்வொருவராக, பெண்கள் உள்பட, ஸந்துவை அணைத்து முத்தமிட்டு வழியனுப்பினார்கள். என்னை என் பிள்ளைகளும் அம்மாவும் கை குலுக்கி வாழ்த்த, சுந்தரம் வழக்கம் போல நின்ற இடத்திலிருந்து அசையாமல் "போய் சேர்ந்ததும் தகவல் தெரிவி" என்றார். நானும் ஸந்துவும் பாதுகாப்பு சோதனை முடிந்து விமானத்தில் உட்கார்ந்த துமே ஸந்து பொறுக்க முடியாதவர்போல் கேட்டார்.

"சொன்னால் தப்பாக நினைக்கமாட்டீர்களே? மதராஸிகள் கூச்ச சுபாவமானவர்கள் என்று கேள்விப் பட்டிருக்கிறேன். ஆனால் உங்கள் கணவர் ஏதோ வேற்று மனிதர்போல் உங்கள் கையைப் பிடிக்காமல்

அணைக்காமல் விடை கொடுத்தது எனக்கு வினோதமாக இருந்தது."

எனக்கு அவரது பேச்சு அனாவசியம் என்று தோன்றி னாலும் சிரிப்பு வந்தது.

"கூச்சமோ கட்டுப்பாடோ, பலர் முன்னிலையில் தொட்டுப் பேசுவது என்பது தென்னிந்தியர்களிடையே வழக்கமில்லை" என்றேன். "எத்தனை நெருக்கமான உறவாக இருந்தாலும்."

"Very strange" என்று ஸந்து முணுமுணுத்தவண்ணம் இருந்தார். சரியான பத்தாம் பசலித்தனமாக அவர் நினைத் திருப்பார். அல்லது எனக்கும் சுந்தரத்துக்கும் ஏதோ தகராறு என்று நினத்திருக்கலாம். எனக்கு அதைப் பற்றிக் கவலை யிருக்கவில்லை. சுந்தரம் பலர் முன்னிலையில் வேடிக்கைக் காகக் கூட என்னை அணைக்கும் ரகமல்ல. எனக்கும் அது நாடகத்தனமாகப் பட்டிருக்கும். ஆனால் குல்ஜாருக்கு அதை மறக்கமுடியவில்லை என்பது பின்னால் தெரிந்தது.

பிரான்ஸ் நாட்டின் விருந்தினர்களாக பாரிஸ்ஸில் பத்து நாட்கள் சுற்றியபிறகு, பிரான்ஸின் தெற்கில் இருக்கும் நீஸில் நடந்த உலக எழுத்தாளர் மாநாட்டில் கலந்துகொள்ளச் சென்றோம். அதற்கு ஹான் ஸுயின் என்ற யூரேஷியன் எழுத்தாளர் வந்திருந்தார். (சீன தந்தை, பெல்ஜியன் தாய். சீன கம்யூனிச அரசாங்கத்தின் மிகத் தீவிர ஆதரவாளர் என்று பெயர் பெற்றிருந்தார்)

அவரது நாவல்களை (அவரது *A many splendoured thing* என்ற மிகப் பிரபலமான நாவல் *Love is a many splendoured thing* என்ற தலைப்பில் *William Holden, Jennifer Jones* நடித்து ஹாலிவுட் படமாக சக்கைப் போடு போட்டது) படித்திருந்ததால் அவருடன் பேசச் சென்று என்னை அறிமுகப்படுத்திக் கொண்டேன். நான் தமிழ் நாட்டைச் சேர்ந்தவள் என்றதும் ஹான் ஸுயின் உற்சாகமடைந்தார்.

என் கையைக் குலுக்கி 'என் கணவர் வின்ஸென்ட் ரத்னசாமியும் தமிழ் நாட்டவர்' என்றது எனக்கு வியப்பை அளித்தது. அவருடைய ஒரு புத்தகத்தில் ஒரு ஆங்கிலேயரைக் கணவராகக் குறிப்பிட்டிருந்ததாக நினைவு.

'என்னுடைய சமீபத்திய நாவலைப் படிக்கவில்லையா? அதில் இவரைப்பற்றி எழுதியிருக்கிறேன்' என்ற ஹான்ஸுயின்,

'வின்ஸென்ட்!' என்று உரத்து கூப்பிட்டார். தொலைவில் நின்றிருந்த ஒரு சந்தேகத்துக்கு இடமளிக்கமுடியாத தென்னிந்திய உருவமுள்ள ஒருவர் வந்தார். ஹான் ஸுயின் உற்சாகம்

கொப்புளிக்க 'இந்தப் பெண்மணி உனது நாட்டிலிருந்து வந்திருக்கிறார். உன் மொழி பேசுபவர்!' என்றார்.

ஹான் ஸுயினின் உற்சாகத்துக்கு ஈடுகொடுக்க இயலாத ரத்னசாமி என்னைப் பார்த்து மிதமாகப் புன்னகைத்தார். கை கூப்பி 'வணக்கம்' என்றார்.

ஹான் ஸுயினுக்குத் தாங்கவில்லை. 'என்னது இது? உன் நாட்டிலிருந்து வந்திருக்கிறாள்! இப்படியா வரவேற்பது? அணைத்து முத்தம் கொடுக்கமாட்டாயா?' என்றார்.

'தமிழ் நாட்டவர்களுக்கு அது வழக்கமில்லை' என்று அவர் முணு முணுக்கையில், ஸந்து, ஹான் ஸுயினிடம் வெடித்தார். "நல்ல கேள்வி போங்கள். இவளுடைய கணவரே இவளை எல்லார் எதிரிலும் அணைக்க மாட்டார்!"

எனக்குச் சிரிப்பு வந்தது. அன்றைய அனுபவத்துக்குப் பிறகு தொடுதல், ஸ்பரிசம் என்பதைப் பற்றின தீவிர விசாரணை என்னை ஆட்கொண்டது. மடி ஆசாரம் என்று தன்னைச் சுற்றி ஒரு இரும்பு வளையத்தைப் போட்டிருந்த எனது பாட்டியை நாங்கள் யாரும் தொட்டதே இல்லை என்று ஞாபகம் வந்தது.

உலக எழுத்தாளர் மாநாடு என்று சொன்னார்களே தவிர எல்லா அமர்வுமே பிரெஞ்ச் மொழியில்தான் நடந்தது. அங்கு எல்லாரையும், வயதான கண்மங்கிப்போன பிரபல பிரெஞ்ச் நாடக ஆசிரியர் யூஜீன் யூனெஸ்கோவையும், கவர்ந்த ஒரு மிக அழகான பெண் இருந்தார். நான் தொலைவில் அவரைப் பார்த்து அசந்து போனேன். *Gone with the wind'* கதாநாயகி *Scarlet Ohara* வின் 17 அங்குல இடையைவிட சிறுத்த இடை. இடையின் அழகு தெரியும்படியான நிறைய கொசுவம் வைத்த கவுனில், பட்டாம்பூச்சியைப்போல் அருகில் தென்பட்ட ஆண் பிள்ளைகளுடன் அப்பட்டமான சரச சல்லாபம் செய்த அந்தப் பெண், லுட்மிலா செரினா என்ற பெயர் கொண்ட ஒரு பிரபல பாலே நடனமணி. 25 வயதிருக்கும் என்று நான் நினைத்தேன்.

அவருக்கு அறுபது வயது என்று அறிந்தபோது அதிர்ச்சி ஏற்பட்டது. கைப்பையிலிருந்து ஒரு சிறிய முகம் பார்க்கும் கண்ணாடியை அடிக்கடி எடுத்து முகத்தை அழகு பார்க்கும் அவருக்கு, எழுத்தாளர் மாநாட்டில் என்ன வேலை என்று ஆச்சரியமாக இருந்தது. அவருடைய சுய சரிதை – கண்ணாடி யுடன் காதல் என்ற தலைப்புடன் அப்போதுதான் வெளிவந் திருந்தது என்றார்கள். யூஜீன் யூனெஸ்கோவின் நாடகங்களை ஆங்கில மொழிபெயர்ப்பில் படித்திருந்த நான் அவரிடம் ஆர்வத்துடன் பேசப் போனபோது என்னிடம் கவனம் காட்டாத யூஜீன், லுட்மிலாவின் தோளில் அதிக நேரம்

தொங்கிக்கொண்டிருந்தார். லுட்மிலாவின் வயது அறுபது என்று நம்பமுடியவில்லை என்றேன் ஹான் ஸுயினிடம்.

“அருகே சென்று பார்”, என்றார் ஹான் ஸுயின். பார்த்த போது அரை அங்குலத்திற்கு ஒப்பனை இருந்தது. ஆனால் அந்த சிறுத்த இடையும் அந்த வெட்கமற்ற சரசமும் 25 வயதுக் குரியவை. சமீபத்தில் நான் அமெரிக்கா சென்ற போது, *The New York Times* பத்திரிகையில் லுட்மிலா பாரீஸில் இறந்த செய்தி புகைப்படத்துடன் வந்திருந்தது. இருபது ஆண்டுகளுக்கு முன் பார்த்த அந்தப் பட்டாம்பூச்சியே என் மனக்கண்ணில் நின்றது. லுட்மிலாவுக்கும் எனக்கும் ஏதோ விட்டகுறை தொட்டகுறை உறவாக இருக்கலாம் என்று தோன்றிற்று. வட ஆற்காடு மாவட்டத்தைச் சேர்ந்த ரத்னசாமிக்கும் பல காதல் தோல்வி களைச் சந்தித்திருந்த ஹான் ஸுயினுக்கும்கூட அத்தகைய உறவே இருவரையும் இணைத்திருக்கலாம். 87 வயது ஹான் ஸுயினுக்கு இப்பவும் துணை இருப்பவர் அவர்தான் என்று அமெரிக்காவில் அறிந்தேன்.

உலகத்தின் எந்த மூலையிலோ சந்திக்கும் சில மனிதர் களுடன் ஏதோ பூர்வஜன்மத் தொடர்பு இருந்ததுபோலத் தோன்றுவது எனது கற்பனையாக இருக்கலாம். அச்சில் விழுவதுபோல சம்பவங்கள் தாமாகச் சங்கிலியாகக் கோர்த்து எதிரில் நிற்கும்போது பிரமிப்பு ஏற்படத்தான் செய்கிறது. எண்பது களின் மத்தியில் *Frankfurt* டிலிருந்து செக்கோஸ்லவாக்கியாவின் தலை நகரமான *Prague* குக்குச் செல்லும்போது விமானத்தில் பார்த்த *Sophie's Choice* என்ற படம் ஒரேயடியாக என்னை உலுக்கிவிட்டது. இரண்டாம் உலக யுத்தத்தில் நாஜீக்களின் கொடுமைகளிலிருந்து தப்பி அமெரிக்கா வந்த ஸோஃபீ என்ற போலந்த் நாட்டு யூதப் பெண்ணின் கதை. அவளுக்கு இரண்டு குழந்தைகள். ஒரு பெண் ஒரு ஆண். அவள் தன்னுடன் ஒரு குழந்தையையே அழைத்துச் செல்ல முடியும் என்ற நிலை. அவள் மற்றொன்றை நாஜீக்களுக்கு தாரை வார்க்க வேண்டும்.

யாரைத் தேர்ந்தெடுப்பாள்? உசிலம்பட்டியில் பிறந்த தமிழ்ப் பெண்ணைப் போல பெண்குழந்தையைப் பலிக்கு அனுப்புகிறாள். அந்தப் படம் என்னுள் பல பரிமாணங்களைத் தொட்டு மிகப் பெரிய சலனத்தையும் துக்கத்தையும் ஏற் படுத்திற்று. நாஜீ கொடுமைகளை நேரில் அனுபவித்தவர்கள் யாரையேனும் சந்திக்கமுடியுமா என்ற பரபரப்பு ஏற்பட்டது. நான் ப்ராகில் சென்று இறங்கியபோது, என்னை வரவேற்க எலிசபெத் என்ற ஒரு வயதான மாது வந்திருந்தார். அரசாங்கம் எனக்கு ஏற்பாடு செய்திருந்த ஆங்கில மொழி பெயர்ப்பாளர் என்று தன்னை அறிமுகப்படுத்திக்கொண்டார். கண்கள்,

சோகமோ களைப்போ, ஜீவனற்று இருந்தன. மிதமாக அளவாகப் பேசினார். காலையிலிருந்து மாலைவரை நான் பங்கு பெற்ற எல்லா நிகழ்சிகளுக்கும் கூட இருந்தார்.

அவர் ஜெர்மனியர் என்று எனது அனுமானம். இரண்டாம் நாள் மதியம் நாங்கள் ஒரு கபேயில் அமர்ந்து காப்பி பருகும் போது நான் மெல்லப் பேச்சுக் கொடுத்ததில் அவர் ப்ராகைச் சேர்ந்தவர்தான் என்று அறிந்தேன். 'நான் தனி ஆள். ஒரு தம்பி மட்டும் இஸ்ரேலில் இருக்கிறான்.' என்றார் எலிசபெத். 'நாங்கள் யூதர்கள். ஹிட்லர் செக்கோஸ்லவாக்கியாவை ஆக்கிர மித்தபோது என்னுடைய பெற்றோர் உறவினர்கள் எல்லாரும் காஸ் சேம்பரில் கொல்லப்பட்டார்கள்.'

நான் இதை எதிர்பார்க்கவில்லை.

யோசிக்காமல் என்னைத் தீவிரமாகப் பாதித்த *Sophie's Choice* படத்தைப் பற்றிச் சொன்னேன். அவர் லேசாகச் சிரித்தார். 'நாஜீக் கொடுமையின்போது எல்லா யூதத் தாய்மார் களும் அப்படிப்பட்ட முடிவைத்தான் எடுத்தார்கள்' என்றார். 'என்னுடைய பெற்றோர்கள் அதைத்தான் செய்தார்கள்' என்றார் எலிசபெத்.

'நாஜீக்கள் தங்களை உயிருடன் வைக்க மாட்டார்கள் என்று தெரிந்து போனதும் என்னுடைய தம்பியை எப்படியோ படாதபாடு பட்டு இஸ்ரேல் நாட்டுக்கு அனுப்பிவிட்டார்கள். நாஜீக்கள் என்னைப் பிடித்து வைத்துக்கொண்டு என் பெற்றோர் களை *concentration camp* புக்குக் கொண்டுபோனார்கள்.' எலிசபெத் இதை மிகச் சாதாரணமாகச் சொன்னார்.

உங்களுக்கு என்ன வயது அப்போது? என்றேன் தயக்கத்துடன்.

'18. வாலிப வயது பெண்களும் ஆண்களும் அவர்களுக்குத் தேவைப்பட்டார்கள். ஜெர்மனியில் ரோடு போடுவது போன்ற கடின வேலைகளுக்கு.'

நாஜீக்கள் கடும் குளிரில் அவரையும் மற்ற பெண்களை யும் நிர்வாணமாக பரேட் செய்ய வைத்ததையும் அடித்ததை யும் பல விதங்களில் அவமானப்படுத்தியதையும், மூளை சிதறிவிடுமோ என்ற பயத்தில் தானும் மற்றவர்களும் தினமும் மூளைக்கு வேலைகொடுக்க ஆங்கில அகர வரிசையைச் சொல்லிச் சொல்லிப் பார்த்துக்கொண்டதையும், யுத்தம் முடிந்தது என்ற செய்தி வந்ததும் நம்ப மறுத்ததையும் குரலில் ஏற்ற இறக்கமில்லாமல் எலிசபெத் சொல்லிக்கொண்டு போனார். நான் காபி ஜில்லிட்டுப்போனது தெரியாமல் கண்களில் நீர்

படிவது புரியாமல் அமர்ந்திருந்தேன். 'உங்கள் தம்பி எங்கிருக்கிறார் என்று பிறகு தெரிந்ததா?'

'இஸ்ரேலில் அவன் இருக்கும் விலாசம் தெரிந்து நான் பிறகு அவனைச் சென்று பார்த்தேன்' என்றார் எலிசபெத், மிக லேசான புன்னகையுடன் . . .

'ஓ, அது மிகவும் உணர்வு பூர்வமான சந்திப்பாக இருந்திருக்கும்' என்றேன் நான் இந்திய சினிமா கலாச்சார பாதிப்பில்.

'இல்லை' என்றார் எலிசபெத். 'நான் உணர்ச்சிவசப்பட்டேன், உண்மை. ஆனால் இடையில் பல ஆண்டுகள் கழிந்து விட்டிருந்தன. எனது தம்பிக்கு எனது அனுபவங்களைப் புரிந்து கொள்ளக்கூட முடியாத இடைவெளி அது. அவன் எனக்கு அன்னியனாகப் போய்விட்டிருந்தான். அவனிடம் எனக்கு என்ன நேர்ந்தது என்று சொல்வதில் என்ன அர்த்தம் இருக்கப் போகிறது?

என் கண்களில் தெரிந்த நீரைக்கண்டு எலிசபெத் மெல்லச் சொன்னார். 'எனக்கு இப்போது ஒரு வருத்தமும் இல்லை.'

'ஜெர்மன் மக்களிடம்கூட?

'இல்லை. இப்போது இருப்பவர்களுக்கும் பழைய சரித்திரத்துக்கும் சம்பந்தமில்லை. யார்மேல் கோபப்படுவது?'

ஆச்சரியமாக ஓர் இளம் ஜெர்மன் பெண் கோபப்பட்டார். அவரைச் சந்தித்ததும் நான் எதிர்பாராதது. நார்வே நாட்டில் ஆஸ்லோ பல்கலைக்கழகத்தில் நான் படிக்கத்தங்கியிருந்த காலத்தில் இலங்கை தமிழ்க் கவிஞர் ஜெயபாலன் வகுப்பில் இருந்தார். ஜெயபாலன் உணர்ச்சிவசப்படுபவர். ஆனால் குழந்தை போன்ற எளிமை உள்ளவர். எனக்கும் அவருக்கும் அரசியல் ரீதியான வாக்குவாதங்கள் நிறைய நடக்கும். நான் ஆஸ்லோவிலிருந்து *Frankfurt* வழியாக ப்ராகுக்குச் செல்ல வேண்டியிருந்தது. ப்ராகுக்குப் பயணித்த விமான நிரலின்படி *Frankfurt*டில் போக வர இரு வழியிலும் ஒரு முழு நாளும் இரவும் தங்கும்படி இருந்தது.

Frankfurt இல் எங்கு தங்குவது என்று நான் யோசித்தபோது, கொஞ்சமும் யோசிக்கவோ தயங்கவோ இல்லாமல் ஜெயபாலன் தன்னுடைய தம்பி சிவா அங்கு இருப்பதாகவும், எத்தனை நாள் வேண்டுமானாலும் நான் தங்கலாம் என்றும் சொன்னதும் உண்மையில் நெகிழ்ந்து போனேன். இலங்கைத் தமிழர்களின் அசாதாரண விருந்தோம்பும் இயல்பு என்னை எப்பவும்

அசர வைப்பது. உடனடியாகத் தம்பிக்கு டெலிபோன் செய்து என்னுடன் பேசவைத்து நேரடியாக என்னை அழைக்கவும் வைத்தார் ஜெயபாலன். சிவாவின் மனைவி மாரின் ஜெர்மன் நாட்டைச் சேர்ந்தவர். மிக அன்பானவர் என்றார் ஜெயபாலன். மூன்று குழந்தைகளை உற்சாகமாகக் கட்டி மேய்த்த மாரினுடன் அமர்ந்து பேச நான் ப்ராகிலிருந்து திரும்பிய பிறகுதான் நேரம் கிடைத்தது. அவரிடம் நான் எலிசபெத்தைப் பற்றிச்சொன்னேன். அவருக்குக் கோபம் இல்லை என்பது ஆச்சரியமாக இருக்கிறது என்றேன்.

'நான் கோபப்படுகிறேன்' என்றார் மாரின். 'ஹிட்லர் சக மனித இனத்துக்குச் செய்த கொடுமைகளுக்காக வெட்கப் படுகிறேன். ஆனால் ஹிட்லர் செய்தது ஒன்றும் தவறில்லை என்று இன்றைய சமூகம் நினைக்கிறது. என்னுடைய பெற்றோர் நடந்ததை எல்லாம் பார்த்திருக்கிறார்கள். அவர்களே இப் பொழுது இறந்தவனைக் குற்றம் கூறுவது தவறு என்கிறார்கள். ஹிட்லரைப் பற்றிய குற்றச்சாட்டுகள் மிகைப்படுத்தப்பட்டவை என்கிறார்கள் இன்றைய நியோ நாஜிகள். யாருக்கும் வருத்த மில்லை. நான் வெட்கப்படுகிறேன். நடந்து போன அநியாயத் துக்காக இன்றைய ஜெர்மன் மக்கள் எத்தனை ப்ராயச் சித்தம் செய்தாலும் போதாது. அதனால்தான் மனித உரிமைக்காகப் போராடும் ஒரு தெற்கு ஆசியனைத் திருமணம் செய்து கொண்டிருக்கிறேன்.'

இப்போது மாரினும் சிவாவும் கணவன் மனைவியாக வாழவில்லை என்று அறிகிறேன். வருத்தமாக இருக்கிறது. இருவருக்காகவும். அவர்கள் இருவருக்கும் இருந்திருக்கக்கூடிய கலாச்சார, சரித்திர ரீதியான அழுத்தங்களை என்னால் புரிந்துகொள்ள முடிகிறது.

'தீராநதி', மார்ச் 2005

துரத்தும் நிஜங்கள்

அதிகாலை வேளையில் அந்தச் செய்தி வந்தது. தொலைபேசியில் ஒலித்த குரலில் இருந்த ஊகிக்கமுடிந்த துயரம் அடிவயிற்றைக் கலக்கிற்று. "ரவியின் நண்பன் பேசுகிறேன். ரவிக்கு ஒரு செய்தி அனுப்பமுடியுமா? சஃப்தர் ஹஷ்மி நேற்று இரவு கொலை செய்யப்பட்டார்." நான் அதிர்ந்து போனேன். விவரம் கேட்பதற்குள் செய்தி சொன்னவன் இணைப்பைத் துண்டித்துவிட்டான். தொலைபேசியில் ஏதும் சொல்ல அவன் விரும்பவில்லை என்பது புரிந்தது. காலை தினசரி பத்திரிகையில் முதல் பக்கம் முழுவதையும் கொலையுண்ட சஃப்தர் ஹஷ்மியின் புகைப்படமும் கொலை பற்றின விவரமும் வியாபித்திருந்தன. அவர் நடத்திய வீதி நாடகம் முடிந்து ஹஷ்மியும் அவரது குழுவும் கிளம்பும் சமயத்தில், அடையாளம் தெரியாத ஒரு கும்பல் தாக்கியதையும், ஹஷ்மி தனிமைப்படுத்தப்பட்டு சந்துகளில் துரத்தப்பட்டு படு கோரமாகக் கொலை செய்யப்பட்டதையும் செய்தி விவரித்தது. கொலைக்கு அரசியல் சதியே காரணம் என்று பலர் நம்புவதற்கு இடமிருப்பதாக பத்திரிக்கை சந்தேகத்தை எழுப்பிற்று.

இந்திராகாந்தியின் படுகொலைக்குப் பின் நடந்த சீக்கிய இன வெறிக்கு அரசியல் ஆதரவே காரணம் என்று ஊர்ஜிதமாகத் தெரிந்திருந்ததால், அன்றைய காங்கிரஸ் அரசைத் தாக்கிக் குற்றமிழைத்தவர்களை (முக்கியமாக அன்று மத்திய அமைச்சராக இருந்த ஹெச்.கே.எல். பகத்தை) இனம்காட்டும் விதமாக ஹஷ்மி நடத்திய வீதி நாடகங்கள் மிக பிரபலமாகிக்கொண்டிருந்தன. அது அவரது நண்பர்களுக்குப் பெரும் உற்சாகத்தை அளித்தது என்பது அந்த வட்டத்தில் இருந்த ரவியின் மூலம் எனக்குத் தெரிந்த விஷயம்.

இது ஆபத்தான விளையாட்டு என்று நான் சொன்னபோது, போராளிகளின் இயக்கங்களைப்பற்றி நான் அப்படி நினைப்பது தனக்கு அவமானமாக இருப்பதாக ரவி என்னிடம் சொன்னான். ஹஷ்மி துரத்தப்பட்டுக் கொலையுண்டபோது, கூட இருந்த அவரது தோழர்களால் எதுவுமே செய்ய முடியாமற்போனது மிகப் பெரிய சோகம் மட்டுமல்ல, வாழ்நாள் முழுவதும் அவர்களை வாட்டப்போகும் குற்ற உணர்வு என்று நான் நினைத்தேன். தாக்க வந்த கும்பல் பயங்கர ஆயுதங்கள் வைத்திருந்ததாகச் சொன்னார்கள். பத்திரிகைச் செய்தியைப் படிக்கப் படிக்க எனக்கு ஆற்றாமையாக இருந்தது. மிகத் துடிப்புள்ள, அறிவுச் சுடர் தெறிக்கும் கண்கள் கொண்ட இளைஞன். கொள்கைக்காக வாழ்ந்தவன்.

அவன் அதிர்ந்து பேசி நான் கேட்டதில்லை. எப்பவும் புன்னகை தவழும் முகம். அநியாயமாக அவனது வாழ்வு இப்படிக் கோரமாக முடிந்ததே என்று எனக்குத் தவிப்பாக இருந்தது. ரவிக்கு மிக நெருக்கமான நண்பன் என்பதால் இனம் புரியாத கலக்கம் என்னை ஆட்கொண்டது. அதற்கு மேலாகக் கருத்துச் சுதந்திரத்துக்கு இடமளிக்காத அரசியல் சூழலின் பயங்கரப் பரிமாணத்தின் நிரூபணம், பீதியையும் சீற்றத்தையும் ஏற்படுத்திற்று.

ரவி அமெரிக்காவில் இருந்தான். செய்தியைக்கேட்டு அவன் எத்தனை துடித்துப் போவான் என்று நினைத்து எனக்குத் துக்கமேற்பட்டது. ரவியுடன் தொடர்புகொள்ள முடியவில்லை. (அந்த நாட்களில் உள்நாட்டு லைன் கிடைப்பதே கஷ்டம்) அந்திம அஞ்சலி செலுத்துவதற்காக ஹஷ்மியின் உடல் S.F.I. அலுவலகம் இருந்த விட்டல் பாய் படேல் ஹவுஸில் வைக்கப்படும் என்று செய்தி இருந்தது. ரவியின் பிரதிநிதியாகச் செல்ல முடிவெடுத்து சுந்தரம் அலுவலகத்துக்குக் கிளம்பிச் சென்றபிறகு விட்டல் பாய் படேல் ஹவுஸுக்குச் சென்றேன். திறந்த பெரிய வளாகத்தின் நடுவில் ஹஷ்மியின் உடல் வைக்கப்பட்டிருந்தது. உடல் வைக்கப்படிருந்த இடத்திலிருந்து இருபது அடி இடைவெளி விட்டுச் சுற்றி ஒரு பெரிய வட்டமாக ஹஷ்மியின் நண்பர்களும் துக்கம் கேட்க வந்தவர்களும் மௌனமாக நின்றிருந்தார்கள். அவர்கள் அனுஷ்டித்த மௌனம் ஆச்சரியமாக இருந்தது. அதில் தெரிந்த கண்ணியம் நெஞ்சை நெகிழ்வித்தது. யாரும் யாரையும் தூற்றவில்லை. எதிர் கோஷம் எழுப்பவில்லை. பேசக்கூட இல்லை, தங்கள் சகாவுக்கு அந்த மௌன அஞ்சலியே மரியாதைக்குரியதாகக் கருதியது போல. என்னைக் கண்டு ரவியின் நண்பர்கள் வியந்ததாகத் தோன்றிற்று. பலரது கையை நான் அழுத்திக் கண்ணீருடன் துக்கத்தைப் பகிர்ந்து கொண்டது அவர்களுக்கு அதிக வியப்பைத் தந்திருக்கலாம்.

அன்று இரவு ரவி போன் செய்தான். ஹஷ்மியின் மரணம் அவனை மிகவும் பாதித்திருந்தது அவனது குரலில் வெளிப் பட்டது. நான் ஹஷ்மியின் உடலுக்கு அஞ்சலி செலுத்தச் சென்றது தன்னை மிகவும் நெகிழ்விப்பதாகச் சொன்னான். 'அம்மா *thank you!*' என்றான் திரும்பத் திரும்ப. ஹஷ்மியின் மரணம் எனக்கு ஏற்படுத்திய துக்கம் சத்யமானது என்று சொன்னால் அவன் புரிந்துகொள்வானா என்று எனக்கு சந்தேகமாக இருந்தது.

(ஹஷ்மியின் மரணத்துக்குப் பதினாறு ஆண்டுகளுக்குப் பின் சென்ற ஆண்டுதான், குற்றம் சாட்டப்பட்டவர்களில் சிலருக்குக் குற்றம் நிரூபிக்கப்பட்டு தண்டனை வழங்கப்பட்டது. ஹெச்.கே.எல். பகத் இறந்து பல ஆண்டுகள் ஆகிவிட்டன.)

போராளிக் கும்பல்கள் பல என்னுடன் தொடர்பு கொள்ளும் காலம் வரும் என்று நான் நினைத்திருக்கவில்லை. ஒரு நாள் வெற்றிச்செல்வன் என்ற பெயர் கொண்ட ஒரு இலங்கைத் தமிழர் என்னைக் காண வந்தார். தான் சில காலமாக தில்லியில் இருப்பதாகச் சொன்னார். அன்று காலை அவரது தலைவர் லண்டனில் இருந்து அவரைத் தொலைபேசி யில் அழைத்து, என்னைச் சந்திக்கச் சொன்னதாகச் சொன்னார். எனக்குத் தூக்கிவாரிப்போட்டது.

"யார் உங்கள் தலைவர்?" என்றேன்.

"அது கதைக்க இயலாது" என்றார் புன்சிரிப்புடன்.

வெற்றிச் செல்வனுக்கு சிவந்த உப்பிய கன்னங்கள். சிரிக்கும் போது கண்கள் அமுங்க கன்னங்கள் பளபளத்தன. குழந்தை போன்ற தோற்றத்தை ஏற்படுத்தின. அவரது தமிழ் எனக்குப் புதுமையாக இருந்தது. உச்சரிப்பின் ராகம் ஆகர்ஷித்தது. ஆனால் அந்தப் பூடகப் பேச்சும் எனக்குப் புதிது. எனது குழப்பத்தைக் கவனித்து வெற்றிச்செல்வன் தான் ஒரு இலங்கைத் தமிழர் என்றும் தமிழரின் விடுதலைக்காகப் போராடும் ஒரு போராளிக் கும்பலைச் சேர்ந்தவர் என்றும் சொன்னார். அவரது தலைவ ருக்கு மற்ற ஒரு போராளிக் கும்பலால் உயிருக்கு ஆபத்து ஏற்பட்டவுடன் தலைமறைவாக லண்டனில் இருப்பதாகச் சொன்னார்.

"எதற்கு என்னைப் பார்க்கச் சொன்னார் உங்கள் தலைவர்?" என்றேன் இன்னமும் புரியாமல்.

"அவர் உங்கள் 'மௌனப் புயல்' நாவலை வாசிச்சிருக்கார். சீக்கியர்களுக்கு ஆதரவாக நீங்கள் எழுதியிருக்கும் நேர்மையைப் பாராட்டுகிறார். உங்களால்தான் எங்களது போராட்டத்தைப் பற்றி நேர்மையாக எழுத இயலும் என்று நினைக்கிறார்.

இலங்கைத் தமிழர் இனப் பிரச்சினையைப் பற்றி ஒரு நாவல் எழுதுங்களேன்! இது எங்கள் தலைவரின் விருப்பம்" என்றார் வெற்றிச்செல்வன் புன்சிரிப்பு மாறாமல்.

எனக்கு மீண்டும் தூக்கிவாரிப்போட்டது. 'இலங்கைத் தமிழர் இனப்பிரச்சினைப் பற்றி எழுத எனக்கு இயலாது!' என்றேன் நானும் புன்னகைத்து. 'ஏன்?' 'ஏன்னா, எனக்கு உங்கள் பிரச்சினையைப் பற்றி மேலெழுந்த வாரியாகத்தான் தெரியும். தவிர நான் வெகு தொலைவில், தில்லியில் இருக்கிறேன். உங்கள் உணர்வுகளுடன் ஐக்கியப்படுத்திக் கொள்ள முடியாத தொலைவு அது. தமிழ் நாட்டில் இருப்பவர்களுக்கு இலங்கைப் பிரச்சினையைப் பற்றி எழுதுவது சாத்தியம். அங்கிருக்கும் எழுத்தாளர்களைப் பாருங்கள்."

வெற்றிச் செல்வன் திடமாகத் தலையை அசைத்துச் சொன்னார். "எங்கள் தலைவருக்கு நீங்கள் எழுதவேண்டும் என்றுதான் விருப்பம்."

இது என்ன கிறுக்குத்தனம் என்று நினைத்தபடி சமைய லறைக்குச் சென்று என் பணிப்பெண் ப்ரேமாவிடம் தேநீர் தயாரித்துக்கொண்டு வரும்படி சொன்னேன். வெற்றிச் செல்வன் விடுவதாக இல்லை. 'தில்லியில் இருந்தால் என்ன, உங்களுக்கு என்ன விவரங்கள் வேண்டுமோ எல்லாவற்றையும் நாங்கள் தருவோம்.'

எனக்குச் சிரிப்பு வந்தது. "அப்படியெல்லாம் அத்தனை பெரிய விஷயத்தைப் பற்றி எழுதமுடியாது. பஞ்சாபுக்குச் செல்லாமல் என்னால் மௌனப் புயலை எழுதியிருக்க முடியாது. இலங்கைக்கு, முக்கியமாக யாழ்பாணத்துக்குச் செல்லாமல் எப்படி உங்கள் பிரச்சினையைப் பற்றி எழுத முடியும்? இன்றைய சூழலில்(1985) இலங்கைக்கு ஒரு எழுத்தாளர்/பத்திரிகையாளர் என்ற முறையில் எனக்கு விசா கிடைக்காது."

'ஓ! எதுவும் தேவை இல்லே! தலைமன்னாரிலிருந்து கள்ளத் தோணியிலே வழுக்கிடலாம்!'

கண்கள் இடுங்க கன்னங்கள் உப்பிப் பளபளக்க வெற்றிச் செல்வன் சிரித்தார். ப்ரேமா கொண்டுவந்த தேநீரையும் சிற் றுண்டியையும் வெற்றிச் செல்வன் ஆர்வத்துடன் ருசித்தார். அவர் ஒரு சுவாரஸ்யமான ஆளாகத் தெரிந்தார். அவரது வேண்டுகோளை ஏற்காமல் போனாலும் அவரிடம் சும்மா பேச்சுக்கொடுக்கலாம் என்ற ஆர்வத்துடன் அவரைப் பற்றி அவரது இயக்கத்தைப்பற்றி விசாரித்தேன். அவரது பேச்சி லிருந்து அவர் வசதியுள்ள குடும்பத்தைச் சேர்ந்தவர் என்று தெரிந்தது. தமிழர் பிரச்சினையைச் சுருக்கமாகச் சொல்லி

சிங்கள அரசுக்கு எதிராகப் பல தமிழர் இயக்கங்கள் செயல் படுவதாகச் சொன்னார்.

“ஏழையோ பணக்காரனோ என் தலைமுறையைச் சேர்ந்த பொடியன்கள் யாரானாலும் ஏதாவது ஒரு போராளி இயக்கத்தில் சேராமல் இருக்க இயலாது.”

“எல்லாரும் ஆயுதம் ஏந்திய போராளிகளா?” என்றேன் அப்பாவித்தனமாக.

“ஆயுதம் ஏந்தாமல் இருக்க இயலாது. சும்மா கதைச்சா கேட்க ஆளில்லே!”

வெற்றிச்செல்வன் ஒரு புகைப்பட ஆல்பத்தைக் காண்பித் தார். லிபியாவில் கடாஃபியின் ஆட்களின் கீழ் பயங்கரவாதப் பயிற்சி முகாம்களில் அவரும் அவரது சகாக்களும் பயிற்சி பெற்ற காலத்தில் எடுத்த புகைப்படங்கள். எல்லா இயக்கத்தைச் சேர்ந்தவர்களும் பயிற்சி பெற்று வருவது ஒரு இயல்பான விஷயமாக விவரித்தார்.

நான் விளையாட்டாக நினைத்துக் கேட்டேன். “சுமார் எத்தனை பேரை நீங்கள் கொன்றிருப்பீர்கள்?”

“இரு நூறுக்குக் குறையாது.”

நான் திடுக்கிட்டேன். இவரா? குழந்தைச் சிரிப்பும் பள பளக்கும் ரோஜாக் கன்னங்களும் கொண்ட இவரால் கொலை செய்ய முடிந்திருக்குமா? கொழும்பில் 1983இல் தமிழர்களுக்கு எதிராக நடந்த இனப்படுகொலைகளைப் பற்றின விவரங்கள் அடங்கிய அச்சிட்டத் தாள்களை என்னிடம் கொடுத்து, ‘வாசிச்சுப் பாருங்கள். நான் பிறகு வரன்’ என்று வெற்றிச்செல்வன் கிளம்பியபோது நான் இன்னும் பிரமிப்பி லிருந்து விடுபட்டிருக்கவில்லை. ப்ரேமாவிடம் அவரைப் பற்றின விவரங்களைச் சொன்னேன். அவளுடைய கண்கள் பீதியில் விரிந்தன. ‘ஆப் ஏக் ஆதங்வாதிகோ சாய் பிலாரஹே ஹைன்?’ (ஒரு பயங்கரவாதிக்கா தேநீர் உபசரிக்கிறீர்கள்?) என்று அதிசயித்தாள்.

வெற்றிச்செல்வனைப் போல் வேறு இலங்கைத் தமிழர் கள், பல இயக்கங்களைச் சேர்ந்த ‘பயங்கரவாதிகள்’ என்னுடன் ‘கதைக்க’ வருவது பிறகு ஒரு கால கட்டத்தில் வழக்கமாகிப் போனதும், நான் சொல்வதற்கு முன் ப்ரேமா அவர்களுக்குத் தேநீர் தயாரிக்கத் துவங்கினாள். இலங்கைத் தமிழராகவே நான் என்னைப் பாவித்துக்கொண்ட, கூடுவிட்டுக் கூடு பாய்ந் திருந்த காலம் அது. ஆனால் அந்த நிலை வெகு நாள் தயக்கத் திற்குப் பின்தான் வந்தது.

வெற்றிச்செல்வன் என்னைச் சந்தித்த ஆண்டு, தில்லியில் இயங்கும் *I.C.C.R.(Indian Council For Cultural Relations)* என்னைப் பதினைந்து நாட்களுக்கு பிஃஜி தீவுகளுக்குச் சொற்பொழிவு பயணம் மேற்கொள்ளச் சொன்னது. ஆஸ்திரேலிய நகரம் ஸிட்னீ வழியாகவே பிஃஜி செல்ல வேண்டும். ஆஸ்த்ரேலிய அரசின் செய்தி சேவைத்துறையின் அழைப்பும் கிடைத்ததால் பிஃஜியிலிருந்து திரும்பும் வழியில் ஸிட்னீயில் எட்டு நாட்கள் தங்கும் வாய்ப்பு கிடைத்தது. நான் ஸிட்னீ வந்திருக்கும் செய்தி அறிந்து ஒரு மாலை என்னைச் சந்திக்க இரு இலங்கைத் தமிழ் இளைஞர்கள் வந்தார்கள். கொழும்பில் நடந்த இனக்கல வரத்துக்குப்பிறகு அங்கு இருப்பது ஆபத்து என்று பாதுகாப்பிற் காகப் பெற்றோர்கள் தங்களை ஆஸ்திரேலியாவுக்கு அனுப்பிய தாகச் சொன்னார்கள். தங்களுடைய நண்பர்கள் என்னைச் சந்திக்க விரும்புவதாகவும் மறு நாள் – சனிக்கிழமை மாலை எனக்கு வேறு அலுவல் இல்லாவிட்டால் அழைத்துச் செல் கிறோம் என்றார்கள். நான் சரி என்று ஒப்புக்கொண்டேன்.

அன்று காலைதான் எனக்கு ஒரு சங்கடமான அனுபவம் ஏற்பட்டிருந்தது. நான் தங்கியிருந்த ஹோட்டலுக்கு அருகில் இருந்த ஷாப்பிங் மாலுக்குச் சென்றிருந்தேன். கடையில், தொலைந்துபோன பார்வையுடன் நடந்து வந்த ஒரு சேலை கட்டிய பெண்மணியைப் பார்த்தேன். தமிழ்ப் பெண்ணாகத் தோன்றிற்று. நெருங்கி “தமிழர?” என்றேன். அந்தப் பெண் மகிழ்ச்சியுடன் “ஓம், ஸ்ரீலங்கா” என்றார். என்னை இந்தியர் என்று அறிமுகப்படுத்திக்கொண்டு “எத்தனை நாட்களாக ஆஸ்திரேலியாவில் இருக்கிறீர்கள்?” என்று கேட்டேன். கேட்ட மாத்திரத்தில் அந்தப் பெண்ணின் கண்களிலிருந்து பொல பொலவென்று நீர் வழிந்தது எனக்கு அதிர்ச்சியாக இருந்தது. “ஒரு வருஷமாச்சு. சொந்த மண்ணைவிட்டு இத்தனை தூர தேசம் வந்து தவிக்கிறன். இங்கே பாதுகாப்புன்னாலும் சொந்த ஊர் சொந்த வீடுபோல வருமா? எப்ப திரும்பிப் போக இயலுமோ?” என்று எனக்குப் பரிச்சயமற்ற யாழ்ப்பாணத் தமிழில் அரற்றினார். முன்பின் தெரியாத என்னிடம் தமிழ் பேச்சைக்கேட்ட மாத்திரத்தில் உடைந்து வெள்ளைக்காரர்கள் நடத்தும் கடை மையத்தில் நின்று புலம்பிக் கண்ணீர் விட்டது மிக ஆழமாக என்னை அன்று முழுவதும் சலனப்படுத்திற்று.

மறு நாள் குறித்த நேரத்தில் அந்த இளைஞர்கள் வந்து என்னைத் தங்கள் இருப்பிடத்துக்கு அழைத்துச் சென்றார்கள். சுமார் இருபத்தைந்து அல்லது முப்பது இளைஞர்களும் யுவதிகளும் இருந்தார்கள். அனைவருமே இருபத்தைந்து வயதுக்குள்தான் இருப்பார்கள். அந்த வயதுக்குரிய உல்லாசமோ

சிரிப்போ அவர்களிடையே இல்லாததை நான் கவனித்தேன். நாட்டுச் சூழலே தங்களைப் புகலிடம் தேடி வேறு நாட்டுக்குத் துரத்தியதாகவும் சொந்த மண்ணை விட்டு வந்திருப்பது தங்களுக்கு மிகவும் வேதனை அளிப்பதாகவும் சொன்னார்கள். அவர்களை ஒரு குற்ற உணர்வும் வாட்டுவதாகத் தோன்றிற்று. 1983 தமிழ் இனப் படுகொலைகளைப் பற்றின செய்திக்குறிப்பு களும், புகைப்படங்களும் மிக நேர்த்தியாக அச்சிடப்பட்டு பிரச்சார வினியோகத்துக்கு ஏற்ற வகையில் அவர்களிடம் கத்தை கத்தையாக இருந்தன. அவர்களில் சிலர் என்னுடைய மௌனப் புயலைப் படித்திருந்தார்கள். நாங்கள் பட்ட, படும் துயரத்தைப் பற்றி நீங்கள் எழுதவேண்டும் என்றார்கள். அவர்கள் காட்டிய புகைப்படங்கள் மிகப் பயங்கரமாக அடிவயிற்றைக் கெல்லும் காட்சி களைக்கொண்டவையாக இருந்தன.

மற்றத் தமிழ்ப் போராளி இயக்கங்களைவிட விடுதலைப் புலிகளின் இயக்கம் அப்போது துரித வேகத்தில் முன்னேறிக் கொண்டிருந்தது. இந்த இளைஞர்கள் அவர்களின் ஆதரவாளர் கள் போலப் பேசினார்கள். அவர்களது நிலையைக் கண்டு எனக்குப் பரிதாபமாக இருந்தது. ஆனால் அவர்களது பிரச்சினை யைப் பற்றி எழுத வேறு வகையான தாக்கமும் அனுபவமும் புரிதலும் தேவை. எனக்கு அத்தகைய அனுபவம் அங்கு கிட்ட வில்லை. ஆனால் அவர்களது பிரச்சினையிலிருந்து நான் விலகி நிற்கப் பார்த்தாலும் அது, என்னை விடாமல் துரத்தி வரும் என்று நான் அப்போது அறியவில்லை.

இந்தியா திரும்பியதும் ஒரு நாவல் எழுத ஒரு கரு லட்டுபோல என் கையில் இருந்தது. அது நான் பிஃஜியில் சந்தித்த,சென்னையைச் சேர்ந்த ஒரு தமிழ்ப் பெண்ணின் அசாதாரணக் கதை. நிஜக் கதை.

'தீராநதி', ஏப்ரல் 2005

ஆழ்மனத்து பயங்கள்

ஃபிஜித் தீவின் 'தமிழ்ச் சங்கங்கள்' எனக்கு அழைப்பு விடுத்திருந்தன. தமிழ்ச் சங்கம் என்று பெயரே தவிர, அங்கு தமிழ் யாருக்கும் தெரியாது என்று அங்கு சென்ற பிறகுதான் அறிந்தேன். அங்கிருந்த விரல்விட்டு எண்ணக் கூடிய இரண்டு மூன்று தமிழ் பேசும் நபர்கள் இந்தியாவி லிருந்து திருமணம் மூலம் வந்து சேர்ந்த பெண்கள். பிஃஜிக்குப் பயணமாவதற்கு முன் அங்கு வாழும் இந்தியர்களின் வரலாற்றைப் பற்றின விவரங்களை நான் படித்திருந்தேன். இருநூற்று இருபது ஆண்டுகளுக்கு முன் ஆங்கிலேய கம்பெனிகளுக்கு வேலை பார்த்த இந்திய கங்காணிகளால் பீஹார், ஒரிஸ்ஸா, ஆந்திரமும் இணைந்திருந்த சென்னை மாகாணம் ஆகிய இடங்களி லிருந்து ஏழை இந்தியர்கள் ஃபிஜி கரும்புத் தோட்டங் களில் வேலை செய்ய கப்பலில் கொண்டு செல்லப் பட்டார்கள்.

சென்றவர்கள் படிப்பறிவில்லாத, பரம ஏழைகள். ஜாதிக்கட்டுப்பாடுகளினால் பெரும் துன்பத்திற்கு ஆளானவர்கள். அந்தக் கொடுமையிலிருந்து தப்பினால் போதும் என்று கிளம்பியவர்கள் அநேகம். ஆனால் ஃபிஜித் தீவுகள் எத்தனை தொலைவு என்று அவர்களுக் குத் தெரியாது. இரண்டு மாத கடல் பயணத்தைத் தாங்கும் வலு இல்லாமல் பலர் வழியில் இறந்தார்கள். போய்ச் சேர்ந்த இடம் சொர்கமில்லை. அவர்களது அனுபவங்கள் பதிவுசெய்யப்பட்டிருக்கும் ஆவணங்களில் தென்படும் பலரது நேரிடை வர்ணனையில் – அது நரகம். எல்லாரையும் வரிசையாகக் கட்டப்பட்ட பாரக்ஸ் லைன் என்ற ஓர் அறை கொண்ட குடியிருப்பில் இருக்க வைத்தார்கள். பல மொழிகள் பேசும் இந்தியர் களுக்கு ஹிந்தி பொது மொழி ஆயிற்று. தமிழும் தெலுங்கும்

கன்னடமும் ஒரியாவும் தனித்தன்மை மறந்து ஹிந்தியுடன் ஐக்கியமாயின.

தொழிலுக்காகப் பரதேசம் வந்தவர்கள் என்பதால் பெண்கள் குறைவு. ஆண்கள் அதிகம். அதனால் ஒரே பெண் பலருடன் வாழவேண்டிய நிர்ப்பந்தம். அதன் விளைவாக எழுந்த சண்டை பூசல்கள். விரோதங்கள். காலையிலிருந்து மாலை வரை மிகக் கடுமையாகக் கரும்புத் தோட்டத்தில் உழைக்கவேண்டிய கட்டாயம். தினமும் வெள்ளைக்கார துரைமார்களிடம் கசையடி கிடைக்கும். ஐந்து ஆண்டுகள் கழிந்ததும் துரைமார்கள் சொன்னார்கள். திரும்பிப்போக விருப்பமுள்ளவர்கள் நாடு திரும்பலாம். விருப்பமில்லாதவர் களுக்கு தீவிலேயே ஐந்து ஏக்கரா நிலம் இலவசமாகக் கொடுக்கப்படும். அங்கேயே தங்கிப் பிழைக்க வழி செய்து கொள்ளலாம். 99 சதவிகிதத்தினர் அங்கேயே தங்கிவிடத்தான் விரும்பினார்கள் என்பது ஆச்சரியம். ஆனால் மிகக் குரூரமான யதார்த்தத்தைத் தெரிவிப்பதும் கூட. சென்றவர்கள் மிகவும் பிற்படுத்தப்பட்ட வகுப்புகளைச் சேர்ந்தவர்கள். இந்தியாவுக்குத் திரும்பி சென்றால் புதிய கௌரவம் ஏதும் கிடைக்காது என்று தெரியும். கடலைத் தாண்டுவது இன்னொரு 'பாபச் செயல்.' ஏற்கனவே தீண்டத்தகாதவர்கள் என்ற இழிநிலையுடன் இப்போது அவர்களது சமூகமே அவர்களை ஒதுக்கும். அதற்கு பதில், கிடைக்கும் நிலத்தை வைத்துக் கொண்டு நேர்மையுடன் உழைத்தால் பரதேசத்திலும் பிழைத்துக் கொள்ளலாம்.

அவர்களது இந்த முடிவு அவர்களுடைய தலை எழுத்தை மாற்றியது மட்டுமல்ல, அவர்களது சந்ததிகளின் சுபிட்சமான எதிர்காலத்தையும் உறுதி படுத்தியது. நான் அங்கு சந்தித்த மூன்றாம் தலைமுறை இந்தியர்கள் மிக வளமான வாழ்வு வாழ்ந்தார்கள். பிரிட்டிஷ் உச்சரிப்புடன் ஆங்கிலம் பேசினார்கள். பிஃஜி ஜனத்தொகையில் 51% இந்தியர்கள் என்ற நிலைமைக்குப் பெருகி அரசியலில் பங்கு கொள்ளும் உத்வேகம் கொண்டவர் களாக மாறியிருந்தார்கள். அவர்களில் பலர் நல்ல படிப்பாளி களாக இருந்தார்கள். எல்லாருமே வீட்டில் ஒரு கலப்படமான இந்தி பேசினார்கள். என்னுடைய சொற்பொழிவுகள் ஆங் கிலத்தில்தான் இருக்கவேண்டும் என்று தெரிவித்திருந்தார்கள். இவர்கள் நடத்தும் சங்கத்திற்குத் தமிழ்ச் சங்கம் என்று பெயர் வைத்திருந்தது எனக்கு விசித்திரமாக இருந்தது. அவர்களில் பலரின் மூதாதையர் தமிழர்கள் என்ற காரணத்தால் அப்படி ஒரு பெயர் வந்ததாகச் சொன்னார்கள். இந்தியப் பண்பாட்டைப் பற்றி அவர்களது மூதாதையர் விட்டுச்சென்ற இருநூறு ஆண்டு கால நினைவிலும் கடைப் பிடித்த சடங்குகளிலும் ஒரு பொதுத் தன்மை அவர்களைப் பிணைத்தது. நான் ஒரு பெண் என்பதால்

என்னை விடுதியில் தங்க வைப்பது இந்தியப் பண்பாட்டுக்கு முரணானது என்று தீவுகளில் பல இடங்களுக்குச் செல்ல இருந்த என்னை ஒவ்வொரு இடத்திலும் ஒரு ஃபிஜி வாழ் இந்தியர் வீட்டில் தங்க ஏற்பாடு செய்திருந்தார்கள்.

அப்படித்தான் நான் வசந்தியைச் சந்தித்தேன். சிட்னியிலிருந்து விமானத்தில் சென்று இறங்கிய முதல் நகரமான நாண்டியில் அவரது இல்லத்தில் நான் தங்க ஏற்பாடாகி இருந்தது. அவர் சென்னையைச் சேர்ந்த தமிழ்ப் பெண் என்றும் சமீபத்தில் அவரது கணவர் இறந்துவிட்டார் என்றும் சொன்னார்கள். சோகத்தில் இருக்கும் அவருக்கு என் வருகை இடைஞ்சலாக இருக்காதா என்று நான் தயங்கினேன். வசந்தியே என்னைச் சந்திக்க ஆவலாக இருப்பதாகச் சொன்னார்கள்.

வசந்தி மிக இளமையாக, இருபது வயதினர்போல் தெரிந்தார். தனது சோகத்தை வெளிப்படுத்திக்கொள்ளாமல் மலர்ந்த முகத்துடன் அவர் என்னை வரவேற்றாலும் எனக்குச் சங்கடமாக இருந்தது. அவர் என்னைப் பற்றிக் கேள்விதான் பட்டிருந்தாரே தவிர நான் எழுதிய எதையும் அவர் படித்ததில்லை என்று தெரிந்தது. தமிழ் பேசிப் பழக்கம் விடுபட்டவர் போல் சற்றுக் கொச்சையாகப் பேசினார். ஆங்கிலத்தில் பேசுவது அவருக்கு சரளமாக இருந்தது. அவர் பதினெட்டு வயதில் திருமணமாகி ஃபிஜிக்கு வந்து இருபது ஆண்டுகள் ஆயிற்று என்றபோது எனக்கு வியப்பாக இருந்தது. அவருடைய பெற்றோரும் அண்ணன் தம்பி மற்றோரும் சென்னையில் இருப்பதாகச் சொன்னார். கணவர் இறந்தபிறகு சென்னைக்குத் திரும்பாமல் இவர் ஏன் தன்னந்தனியாக ஃபிஜியில் வசிக்கிறார் என்று எனக்கு மெல்லிய திகைப்பு ஏற்பட்டது.

'இந்தியாவுக்குத் திரும்பும் எண்ணம் இல்லையா?' என்றேன்.

'இல்லை', என்றார் வசந்தி. 'இந்தியச் சமூகம் மிகக் குரூரமானது. விதவையாக நான் அங்கு சென்று வசிப்பது எப்படிப்பட்ட கொடுமை என்று நான் அறிவேன்.'

அவருடைய பேச்சு எனக்கு விநோதமாக இருந்தாலும் நான் மேற்கொண்டு எதுவும் கேட்கவில்லை. அன்றைய நிகழ்ச்சிகளில் கலந்துகொண்டு வீடு திரும்பியபோது வசந்தி எனக்காக ஆவலுடன் காத்திருந்தது எனக்கு மெல்லிய மகிழ்ச்சியை அளித்தது. நிகழ்ச்சிகளைப் பற்றி ஆர்வத்துடன் விசாரித்தார். இரவு உணவுக்குப்பின் வெளி முற்றத்து நிலா வெளிச்சத்தில் அமர்ந்திருந்தபோது, 'நான் உங்களுக்கு என் கதையைச் சொல்ல வேண்டும்', என்றார் வசந்தி. 'ரொம்ப அதிசயமான கதை.

நான் உங்களிடம் அதைச் சொல்ல ஏன் விரும்புகிறேன் என்றால், எனக்கு நேர்ந்த அனுபவங்கள் எனக்கு ஏன் ஏற்பட்டன என்று விளக்க இங்கு யாருமில்லை. என்னுடைய பயங்கள், ஏக்கங்கள், ஆதங்கங்கள் எதுவும் இங்கிருப்பவர்களுக்குப் புரியாது. நீங்கள் கதாசிரியர். உங்களுக்குப் புரியும் என்று நினைக்கிறேன். விடையைக்கூட நீங்கள் எனக்கு அளிக்கமுடியும் என்று தோன்றுகிறது.' எனக்கு வசந்தியின் பேச்சு எதுவும் புரியவில்லை. 'இத்தனை வருஷங்களாக இங்கிருக்கிறீர்கள், இங்கு உங்களுக்கு நண்பர்கள் இல்லையா?' 'இருக்கிறார்கள். ஆனால் அந்தரங்கமானவர்கள் என்று குறிப்பிட்டுச் சொல்ல முடியாது. அவர்களுக்கு என் மாமியாரைப்பற்றி நல்ல அபிப் பிராயம். அப்படிப்பட்டவர்களிடம் என் கதையை எப்படிச் சொல்வது? சொன்னாலும் யார் நம்புவார்கள்?' இது ஏதோ கதைக்குள் கதை என்று தோன்றிற்று. கணவரைப் பற்றிய கதை சொல்லப்போகிறார் என்று அதுவரை நினைத்திருந்த தருணத் தில் மாமியார் நுழைந்தது நான் எதிர்பாராதது.

'உங்கள் மாமியார் எங்கே?' என்றேன் தயக்கத்துடன். 'அவர் இறந்து மூன்று மாதங்கள் ஆகின்றன.' என்றார் வசந்தி.

'உங்கள் கணவர்தானே சமீபத்தில் இறந்துபோனதாகச் சொன்னார்கள்?'

'அதுவும் உண்மைதான். சாவதற்கு இருபது நாள் முன்பு வரை தலைவலிகூட வந்ததில்லை வாசுவுக்கு. என் மாமியார் இறந்து சரியாக இரண்டாம் மாதம் அதே கிழமை அதே நேரத்தில் என் கணவர் வாசு இறந்தார். அதற்கு என்ன அர்த்தம்?'

'அது எதேச்சையானதாக இருக்கலாம்' என்றேன்.

'அதுதான் இல்லை. என் மாமியார் திட்டமிட்டு என்னைப் பழிவாங்கவே வாசுவைத் தன்னிடம் அழைத்துக் கொண்டு விட்டார்.' நான் குழப்பத்துடன் அமர்ந்திருந்தேன். வசந்தி என்ன சொல்ல வருகிறார் என்று புரியவில்லை.

'இறந்து போனவர் திட்டமிட்டு மகனை அழைத்துச் சென்றார் என்கிறீர்களா?'

'ஆமாம் என்று உறுதியாகச் சொல்கிறேன்! அதற்கு முன் அடிக்கடி என் கனவில் வந்து என்னைப் பயமுறுத்துவார். வாசு இல்லாமல் என்னால் இருக்கமுடியாது, அவனை அழைத்துக்கொண்டு போகிறேன் என்றார். நான் அழுதேன், கெஞ்சினேன், எனக்கு வாழ்வு வேண்டாமா? என்று வேண்டி னேன். அவர் கேட்கவில்லை. அழைத்துக் கொண்டுவிட்டார்.'

எனக்கு உண்மையிலேயே சற்று கலவரம் ஏற்பட்டது.

'நான் ஏதோ புத்தி பிசகி அப்படிச் சொல்கிறேன் என்று நினைப்பீர்கள். என் கதையைக் கேட்டால் புரிந்து கொள்வீர்கள்.' என்றார் வசந்தி.

வசந்தியின் சித்த சுவாதீனத்தைப் பற்றி எனக்குக் கவலை இருந்தும் கதையைக் கேட்கும் ஆர்வத்துடன் அமர்ந்திருந்தேன். அன்று இரவு முழுவதும் விடிய விடிய வசந்தி தன் கதையைச் சொன்னார். அதைக் கேட்டு அடுத்த இரண்டு நாட்களுக்கு எனக்குத் தூக்கம் போயிற்று. தன்னுள் லயித்த சோகத்துடன் வசந்தி சொல்லிக்கொண்டு போனபோது ஒரு ஸர்ரியலிஸ திரைப்படத்தைப் பார்க்கும் உணர்வு ஏற்பட்டது. நைட் ஷாமளனின் 'ஸிக்ஸ்த் சென்ஸ்' படம்போல. எண்ணற்ற முடிச்சுகளில் சிக்கிக்கொண்ட ஒரு மனவெளியின் ஊடாகப் பயணித்த திகைப்பும் அயர்ச்சியும் ஏற்பட்டன.

'நான் சென்னையில் பிறந்து வளர்ந்தவள். இரண்டு சகோதரர்கள். நான் ஒரே மகள் என்பதால் மிகச் செல்லம் பெற்றோர்களுக்கு. அதிக வசதி இல்லாத குடும்பம் என்றாலும் சந்தோஷமாகத்தான் என் இளமைப் பருவம் கழிந்தது. நான் பி.ஏ. படித்துக்கொண்டிருந்தபோது, வாசுவின் அம்மா தன் மகனுக்காக என்னைப் பெண்பார்க்க வந்தார். நாற்பது ஆண்டுகளுக்கு முன் திருச்சியைச் சேர்ந்த அவரது கணவர் ஃபிஜித் தீவுக்கு போஸ்ட்மாஸ்டர் வேலைக்குச் சென்றதாகவும் அந்த இடம் பிடித்துப் போனதால் அங்கேயே தங்கிவிட்ட தாகவும் சொன்னார். அவர் இறந்தபிறகு அங்கேயே தங்கி குழந்தைகளை வளர்த்து ஆளாக்கியதைச் சொன்னார். மூத்த வர்கள் எல்லாரும் இங்கிலாந்திலும் ஐரோப்பாவிலும் இருக்க கடைசி மகன் வாசு ஃபிஜியில் மிகப் பெரிய வேலையில் இருப்பதாகவும், இந்தியாவில் ஒரு சாமான்ய தமிழ் குடும் பத்தைச் சேர்ந்த ஒரு பெண் அவனுக்கு மனைவியாக வாய்க்க வேண்டும் என்ற தனது விருப்பத்தால் இந்தியாவுக்கு வந்த தாகவும், யாரோ சொல்லக் கேட்டு என்னைப் பெண் பார்க்க வந்ததாகவும் சொன்னார். பெண் எனக்குப் பிடித்துவிட்டது. கல்யாணச் செலவு, பெண்ணுக்கு நகை புடவை போடுவது எல்லாம் என்னுடையது, முஹூர்த்தம் எப்போது வைத்துக் கொள்ளலாம் என்றபோது எல்லாரும் திக்குமுக்காடிப் போனார்கள். எங்கள் குடும்பத்தில் ஃபிஜித் தீவு எங்கிருக்கிறது என்றுகூட யாருக்கும் தெரிந்திருக்கவில்லை. திருமணத்தைப் பற்றியே நான் அதுவரை நினைத்திருக்கவில்லை. வாசுவின் அம்மா பார்க்க மிக கம்பீரமான தோரணையுடன் இருப்பார். தெருவே வாயைப் பிளந்தது. வசந்தியின் அதிர்ஷ்டத்தைப் பார் என்றது. திருமணம் நிச்சயமாகி விட்டது.'

‘திருமணத்துக்குமுன் நீங்கள் வாசுவைப் பார்க்க வில்லையா?’ என்று நான் இடைமறித்துக் கேட்டேன்.

பார்க்கவில்லை. பார்த்தபோது வாசு ஸ்மார்ட்டாக இருக்கிறார் என்று சந்தோஷப்பட்டேன்.

திருமணம் முடிந்த கையுடன் ஃபிஜிக்குக் கிளம்பிவிட்டேன், ஏதோ சொர்க்கவாசல் திறந்திருப்பதாக நினைத்து. உண்மையைச் சொல்கிறேன், பதினெட்டு வயதானாலும் எனக்கு உடல் உறவு பற்றின விவரங்கள்கூட அப்போது தெரியாது.’

‘இங்கு வந்ததும் ஏமாற்றப்பட்டதாக உணர்ந்தீர்களா?’

‘முதலில் நினைக்கவில்லை. இங்கு மிக வசதியான வாழ்க்கை. பெரிய வீடு. படகுபோல் கார் எல்லாம் இருந்தன. ஆனால் என்னையும் வாசுவையும் என் மாமியார் நெருங்கவே விடவில்லை. நான் பேசப்போனாலும் வாசு ஒதுங்குவார். அம்மா கிழித்த கோட்டைத் தாண்ட பயப்படுவார். இத்தனைக் கும் உயர்ந்த பதவியில் இருந்தார். இங்கு ஏதோ நிலைமை சரியில்லை என்று எனக்கு உதைத்தது. எப்படியோ என் அம்மாவுக்கு என் பயங்களைத் தெரிவித்து ஒரு கடிதம் எழுதினேன். அம்மாவிடமிருந்து பதில் வந்தது. பொறுமையாக இரு தன்னால் சரியாகிவிடும், உன் மாமியார் எத்தனை நாட்கள் உயிருடன் இருக்கப்போகிறார்?’ என்று.

இதைச் சொல்லிவிட்டு வசந்தி சிரித்தார். என் மாமியார் அந்தக் கடிதத்தைப் படித்து விட்டார். பெரிய பூகம்பம் வெடித்தது. தன்னைக்கொல்ல சதி நடக்கிறது என்று சத்தம் போட்டதில் வாசுவுக்குக் கோபம் வந்து இந்தியாவுக்கே போய்விடு என்று என்னைச் சென்னைக்கு அனுப்பிவிட்டார்.

வசந்தி இதையெல்லாம் உணர்ச்சிவசப்படாமல் சொல்லும் போது ஏதோ சினிமாக்கதை சொல்வதுபோலத்தான் இருந்தது. பிறகு தான் சென்னையில் பிறந்த வீட்டில் இரண்டு ஆண்டுகள் இருக்கையில், வேலை தேடிக்கொள்ள தட்டெழுத்துப் பயிலச் சென்றபோது அக்கம்பக்கத்தவர் வம்பளந்ததையும் தன்னைப் பற்றி அவதூறு பரப்பியதையும் தன் தாயே தன்னைச் சந்தே கித்ததையும், நேற்று நடந்த விஷயத்தைப் பற்றிப் பேசும் உத் வேகத்துடன் வசந்தி சொல்லிக்கொண்டுபோனார். ஃபிஜி வாழ்க்கையைவிட இந்த அவமானம் அதிகக் கொடுமையானது என்கிற எண்ணம் நாளுக்கு நாள் வலுப்பெற்றதும், வாசுவுக்குத் கடிதம் எழுதினார், தனது பூரண சரணாகதியைத் தெரிவித்து.

‘தயவு செய்து என்னை ஃபிஜிக்குத் திரும்ப அனுமதியுங் கள். உங்கள் மனைவியாக இருப்பதுதான் எனக்குக் கௌரவம்...’

வாசுவிடமிருந்து பதில் வந்தது. 'நீ இங்கு வரலாம். ஆனால் ஒரு நிபந்தனை. அம்மா சொல்படிதான் நீ நடந்து கொள்ள வேண்டும்.' வசந்தி உற்சாகத்துடன் பதில் எழுதினார், மீண்டும் மீண்டும் நமஸ்கரித்து '... அம்மா எப்படிச் சொல்கிறார்களோ அப்படி இருக்கிறேன். அம்மாவின் மனசு நோகும்படி நடக்க மாட்டேன் ... இது சத்தியம் ...'

'ஃபிஜிக்குத் திரும்பியதும் இந்த வாழ்க்கையே எனக்குச் சுகமாகத் தோன்றிற்று என்றார் வசந்தி. 'என் மாமியாரே என் தெய்வம் என்று நானே நினைக்க ஆரம்பித்துவிட்டேன். அவர் சொல்வதே சரி என்று நம்ப ஆரம்பித்தேன். நல்லது செய்தால் நல்லது நடக்கும் என்று சிறு வயதில் என் அம்மா சொல்லக் கேட்டு வளர்ந்தவள் நான். என் மாமியாரை நன்றாக கவனித்துக்கொண்டால், அவர் என்னை ஆசீர்வதிப்பார், எனக்கு நல்ல காலம் பிறக்கும் என்று நினைத்தேன். அவர் சராசரி பெண்மணி என்று நான் நினைத்தது தவறு. விடுங்கள், நான் உங்களைக் கேட்பது இதுதான். என் மாமியாருக்குப் புற்று நோய் வந்தது. நர்ஸ் அமர்த்தாமல் நானே ராப்பகல் பாராமல் கடைசி நிமிஷம் வரை கவனித்துக் கொண்டேன். அப்படி யிருந்தும் எனக்கு ஏன் தீங்கு செய்தார்?'

நான் திகைத்தேன். 'உங்கள் கணவர் லுக்கீமியா நோய் வந்து இறந்ததாகக் கேள்விப்பட்டேன் வசந்தி!'

'ஆமாம். ஆனால் அது ஒரு மாயை. என் மாமியார் இறந்த அன்று என் கனவில் வந்தார். கொட்டுகிற மழையில், நாக்கைத் தொங்கவிட்டுக்கொண்டு. 'தாகமாயிருக்கு, ஓரே தாகம்' என்று அரற்றினார். அதற்கு அடுத்தடுத்து வந்த கனவு களில் விடாமல் வந்து தாகம் என்பார். 'வாசு எனக்கு வேணும்' என்பார். 'எனக்கு வேண்டாமா வாசு' என்று நான் அழுதால், 'நீ தனியா இருக்கிறதை நான் பார்க்கணும்' என்பார். அவர் பயமுறுத்தியதைப் போலவே வாசுவுக்குத் திடீரென்று உடம்புக்கு வந்து படிப்படியாக மோசமாகி, அம்மா இறந்த அதே கிழமை அதே நேரத்தில் இறந்துபோனார். வாசு இறக்கும் தருணத்தில் நான் கண் அயர்ந்திருந்த நேரத்தில் என் மாமியார் என் கனவில் தோன்றி பரிகாசமாகச் சிரித்தார், நீ தோற்றுப் போனாய் என்பதுபோல.

நான் என்னைக் கட்டுப்படுத்திக்கொள்ள இயலாமல் வசந்தியைக் கேட்டேன்.

'வாசு எப்படி நடந்து கொள்வார்? உங்களிடம் ஆசையாக இருப்பாரா?'

'பிரச்சினை ஏதும் நான் ஏற்படுத்தாததில் அவருக்கு நிம்மதி. நான் கிட்ட நெருங்கப் போனால், சமயம் வரும் காத்திரு என்பார்.'

'உங்களுக்கு வாசுவின் மேல் கோபம் வரவில்லையா?'

'இல்லவே இல்லை!'

'ஏன்?'

'ஏனென்றால் அவரை நான் காதலித்தேன், புரியவில்லை?'

'புரியவில்லை. உங்களுக்காகப் பேசாதவர். உங்களுக்குக் கருணையே இல்லாத நிபந்தனைகளைப் போட்டவர். பரிவே காட்டாதவர். அப்படிப்பட்டவரை எப்படிக் காதலிக்க முடிந்தது?'

'காதலித்தேன். இப்பவும் காதலிக்கிறேன்.'

என்னால் நம்பமுடியவில்லை. அவர் என்னிடம் மிக விவரமாகச் சொன்ன கதை பயங்கரப் பரிமாணம் கொண்டதாக இருந்தது. இன்னொரு விஷயம் என்னைத் தாக்கிற்று. வசந்தியின் வீட்டிற்கு வெளியே ஒரு மாபெரும் அரசியல் கொந்தளிப்பில் ஃபிஜி தீவுகளின் சூழல் தகித்தது. இந்தியர்களுக்கும் ஃபிஜிக்களுக்கும் பயங்கர அதிகாரப்போர் நிகழ்ந்து கொண்டிருந்தது. ஒரு இனக்கலவரம் அல்லது புரட்சி வெடிக்கக் காத்திருந்தது. தன்னுள் மூழ்கியிருந்த வசந்திக்கு இதன் பிரக்ஞை கொஞ்சமேனும் இருந்திருந்தால் அந்தக் கனவுகள் வந்திருக்க வாய்ப்பிருந்திருக்காது என்று தோன்றிற்று.

இந்தியா திரும்பியதும், ஃபிஜி இந்தியர்களின் வரலாற்றைப் பின்புலமாகக்கொண்டு நான் எழுதிய 'தாகம்' என்ற நாவலின் கதாநாயகி ஆனார் வசந்தி.

'தீராநதி', மே 2005

விடாமல் துரத்தி வந்த பணி

தமிழ் நாட்டில் போலீஸ் துறையைச் சேர்ந்த பலர் இலக்கியத்தில் ஆர்வத்துடன் இருப்பது ஆச்சரிய மில்லை. ஆனால் பலர் போலீஸ் பணியில் இருந்த படியே பி.எச்.டிக்கு ஆய்வு செய்வதும் டாக்டர் பட்டம் வாங்குவதும் என்னை எப்பவும் வியப்பில் ஆழ்த்துவது. (தமிழகம் ஒரு அமைதிப் பூங்கா என்கிற கோஷத்தை மெய்ப்பிப்பது போல!) ஒரு முறை மதுரையிலிருந்து ஒரு காவல் துறை அதிகாரி என்னைத் தொலைபேசியில் தொடர்புகொண்டு வரதட்சணைக் கொடுமை பற்றித் தமிழில் எழுதப்பட்டிருக்கும் புதினங்களைத் தாம் பி.எச்.டி க்காக ஆய்வு செய்வதாகவும், அதைக் கருப் பொருளாக வைத்து நான் எழுதியிருந்த நாவல் ஒன்றைத் தாம் சேர்த்துக்கொள்ள அனுமதி வேண்டும் என்றும் கேட்டார். அதிலிருந்து அவர் தில்லியில் இருந்த என்னை அடிக்கடி தொடர்பு கொள்வது வழக்கமாயிற்று. ஒரு முறை ஒரு சப் இன்ஸ்பெக்டர் மதுரையிலிருந்து தில்லி வருவதாகவும் அவர் என்னைச் சந்திக்க வருவார் என்றும் தெரிவித்தார். அவருடனான சந்திப்பு எனக்கு பின்னால் இலங்கை அரசியலில் ஈடுபாடு ஏற்படுத்தும் என்று நான் அப்போது நினைத்திருக்கவில்லை. என் வீட்டிற்கு வந்த சப் இன்ஸ்பெக்டர், தான் தில்லிக்கு வந்த காரணத்தைச் சொன்னபோது, அது எனது இதழியல் ஆர்வத்தைத் தூண்டுவதாக இருந்தது. இலங்கைத் தமிழ்ப் போராளிக் கும்பல்களின் பயங்கரவாத அச்சுறுத்தல் அன்றைய பிரதமர் ராஜீவ் காந்திக்கு இருப்பதாகப் புலனாய்வுத்துறைக்குத் தகவல் கிடைத் திருப்பதாகவும், தில்லி போலீஸுக்கு இலங்கைத் தமிழர்களை இனம் காணுவதில் சிரமம் இருக்கும் என்பதால் தமிழகத்தி

லிருந்து, முக்கியமாக மதுரையிலிருந்து காவல் துறையினர் தில்லிக்கு வரவழைக்கப்படிருப்பதாகவும் சொன்னார்.

மேற்கொண்டு அவர் சொன்ன சில விவரங்கள் இலங்கை இனப் பிரச்சினையின் வேறொரு கோணத்தைத் தெரிவித்தன. தமிழகத்தின் கலாச்சாரமே சில வருசங்களாக இலங்கைத் தமிழ்ப் போராளிகளின் ஊடுருவலால் மாறி வருவதாகவும் அது காவல் துறையினருக்கு மிகுந்த கவலையையும் தலை வலியையும் கொடுப்பதாகவும் சொன்னார். தமிழகத்தில் சாதாரணக் கொள்ளைகள் உண்டே தவிர இங்கு வெடிகுண்டு கலாச்சாரம் இல்லை. இப்போது இந்த ஊடுருவலினால், சின்னச் சின்ன கிராமங்களிலும் வெடிகுண்டு தயாரிப்பது சகஜமாகி விட்டது. தவிர நகர்புறக் கொள்ளைகள், கொலைகள் அதிகரித்து விட்டன என்றார். அதில் அதிக பட்சம் இலங்கைத் தமிழர்கள் சம்பந்தப்பட்டிருப்பதற்கான ஆதாரங்கள் காவல் துறையிடம் இருப்பதாகச் சொன்னார். இந்தப் பிரச்சினையைக் கவனிக்காமல் விட்டால் இது தொலை நோக்கில் மிகுந்த கவலைகொள்ள வேண்டிய விஷயமாக வளர்ந்துவிடும் என்றார். தமிழகத்தின் மீடியா மற்றும் அரசாங்கம் தமிழீழ விடுதலைப் புலிகளை ஆவேசத்துடன் ஆதரித்த கால கட்டம் அது. எல்லா தமிழ் அரசியல்வாதிகளும் அவர்களைத் தங்களின் ரத்தத்தின் ரத்தம் என்று பாசத்தைப் பொழிந்தார்கள். விடுதலைப் புலிகளின் தலைவர் பிரபாகரனின் புகைப்படம் பலரது வீட்டுச் சுவர்களை அலங்கரித்தது. போராளிக்குழுக்கள் பல இருப்பதாலும் அவர்களுக்குள் நடக்கும் சண்டையினாலும் போலீஸுக்கு அதிக சிக்கல் என்றார் மதுரை சப் இன்ஸ்பெக்டர்.

“இந்த இலங்கைப் பிரச்சினையை வெச்சு நாம இங்கிட்டு அரசியல் செய்யறது ரொம்ப ஆபத்தானது. அரசாங்கத்துக்கு நாங்க எல்லாத் தகவல்களையும் கொடுத்துக்கிட்டு வர்றோம். எல்லாத்திலேயும் அரசியல் ஆதாயம் கிடைக்குமான்னு பார்க்கறாங்களே தவிர நாட்டைப்பத்தி எவனுக்குக் கவலை?”

வெகு சில ஆண்டுகளுக்குப் பிறகு ஒரு நள்ளிரவு டி. என். சேஷன் எனக்கு டெலிபோன் செய்து ஸ்ரீபெரும்புதூரில் ராஜீவ் காந்திக்கு ஏற்பட்ட அந்தக் கோர மரணத்தைப் பற்றிச் சொன்ன போது, என்றோ அத்தகைய ஆபத்தை உணர்ந்திருந்த அந்த மதுரை காவலர் சொன்ன வார்த்தைகள் என் நினைவுக்கு வந்தன.

நான் மதுரைக்கு வந்தால் உங்கள் கோப்புகளைக் காண் பிப்பீர்களா என்ற எனது கேள்விக்கு ‘வாங்க’ என்று அவர் சொன்னதை நான் ஆமோதிப்பதாக நினைத்தேன். என்னுடைய ஆர்வம் ஒரு பத்திரிகையாளரின் ஆர்வமாகத் தான் இருந்ததே

தவிர வேறு எந்த எண்ணமும் எனக்கு அப்போது இல்லை. அந்தக் கோடையில் தில்லியிலிருந்து அதற்காகவே மதுரைக்கு நான் மேற்கொண்ட பயணத்தில் போலீஸ் அவ்வளவு சுளுவாகத் தனது சென்ஸிடிவ் கோப்புகளைக் காண்பித்துவிடாது என்று புரிந்தது. ராமேஸ்வரம் சென்று மண்டபம் முகாம் அகதிகளைப் பாருங்கள் என்றார் எனது நண்பர். ஆனால் மதுரை வெய்யிலின் உக்கிரம் தாங்காமல் எனக்கு உடம்புக்கு வந்துவிட மண்டபத் திற்குச் செல்ல முடியாமல் நான் சென்னைக்குத் திரும்பவேண்டிய தாயிற்று. சென்னை வந்ததும் ஆச்சரியம் காத்திருந்தது. கல்கி ஆசிரியர் ராஜேந்திரன் என்னைக் காண வந்தார். இலங்கை இனப் பிரச்சினையை வைத்து நீங்கள் ஒரு நாவல் கல்கிக்கு எழுதவேண்டும் என்று வேண்டுகோள் விடுத்தபோது எனக்கு உண்மையிலேயே தூக்கிவாரிப்போட்டது. நான் அதிலிருந்து விலக விலக இலங்கைப் பிரச்சினை என்னைத் துரத்திக்கொண்டு வருவதாகத் தோன்றிற்று. ராஜேந்திரனிடம் எனது தயக்கத்தையும் இயலாமையையும் தெரிவித்தேன். அவர், மண்டபத்துக்குச் சென்று அகதிகளையாவது பார்த்துவிட்டு வந்து ஒரு கட்டுரை எழுதுங்கள் என்றபோது இது ஏதோ விதியின் சதி என்று எனக்குத் தோன்ற ஆரம்பித்தது. 'அங்கு போனபிறகு அவர்களது பிரச்சினையை வைத்து நாவல் எழுதலாம்போல் இருந்தால் எழுதுங்கள்' என்றார் ராஜேந்திரன். அது மட்டும் முடியாத காரியம் என்ற நினைப்புடனேயே மண்டபத்துக்குப் பயணமானேன்.

மண்டபம் அகதி முகாம் ஒரு சாகரம்போல் இருந்தது. மனத்தைச் சஞ்சலப்படுத்தும் சோக சாகரம். வயோதிகர்கள், குழந்தைகள், பெண்கள் திக்கு தெரியாமல் திசை புரியாமல் தவிக்கும் பார்வையுடன், ஈ மொய்க்கும் ஒற்றை அறைக் குடியிருப்பின் வாசலில் காற்றைத் தேடி அமர்ந்திருந்தார்கள். குழந்தைகள் அங்கு இருந்த பள்ளிக்குச் சீருடையில் சென்று கொண்டிருந்தார்கள். புதிதாக வந்து சேர்ந்த அகதிகள் சாப்பாட்டுக்கூடத்துக்குச் செல்ல கியூவில் நின்றிருந்தார்கள். அகதி முகாம்களில் இருந்தவர்களில் அநேகம் பேர் இலங்கையில் வசதியாக வாழ்ந்தவர்கள். இது ஒரு தாற்காலிக ஏற்பாடு என்கிற நினைப்பும் மீண்டும் எப்போது நாடு திரும்புவோமோ என்கிற ஏக்கமும் அவர்களது பேச்சில் வெளிப்பட்டது. ஆண்களும் பெண்களும் அரசியல் பேச விரும்பாததுபோல் இருந்தது. தெளிவற்றச் சொற்களில் குழப்பமும் பீதியும் தெறித்தன. அரசியல் பேசாவிட்டாலும் பல பெரியவர்கள் தங்கள் சரித்திரத்தைச் சொன்னார்கள். அதற்கும் மேற்பட்ட ஒன்று எனக்குத் தேவைப்பட்டது. ஏதோ ஒரு பொறிக்காக நான் காத்திருந்தேன். அது கிடைக்கவில்லை. மண்டபத்து

பயணத்தைப்பற்றி ஒரு கட்டுரை மட்டுமே எழுத முடியும் என்று கிளம்ப இருக்கையில் புதிதாக சில அகதிகள் வந்து இறங்கியிருப்பதாக, எனக்குத் தகவல் சொன்னார்கள். அவர்களில் யாராவது உங்களுக்குத் தேவையான விவரங்களை அளிக்கலாம் என்றார்கள்.

நான் தங்காமல் கிளம்பியிருந்திருந்தால் ஒரு பெரும் அனுபவத்தை இழந்திருப்பேன். படகு வந்த இடத்துக்குச் சென்றபோது சாரி சாரியாக முகத்தில் பரிதவிப்புடன் காய்ந்த சோர்ந்த முகத்துடன் பெண்களும் ஆண்களும் தங்கள் பெயர் களைப் பதிவு செய்ய நின்றிருந்தார்கள். அதில் ஒரு இளைஞர் சிகரெட் புகைத்தபடி ஒட்டாமல் இருந்தது என் கவனத்தைக் கவர்ந்தது. அவரது உடல் மொழியில் பதற்றம் தெரிந்தது. அவர் தனது பெயரைப் பதிவு செய்ததும் அவருடன் பேசச் சென்றேன். நாங்கள் ஒதுக்குப் புறமான ஓர் இடத்தில் உட்கார்ந்தோம். நான் மெல்லப் பேச்சுக் கொடுக்க, முதலில் தயங்கிய அவர் பிறகு உத்வேகம் ஏற்பட்டதுபோல் விடாமல் புகைத்தபடி பேசினார். மிக உணர்ச்சிவசப்பட்ட நிலையில், அழகிய யாழ்பாணத் தமிழில் அவர் பேசப் பேச ஒரு மாபெரும் இதிகாசம் என்முன் விரிந்தது. யாழ்பாணத்து வீதிகளில் நிற்பது போலிருந்தது. அங்கிருந்து பலாலி விமான நிலையம் எத்தனை தொலைவு என்று தெரிந்தது. ஒரு தலைமுறையின் ஏமாற்றங்கள், சோகங்கள், கோபங்கள், ஆவேசங்கள் எல்லாம் விசைதட்டப்பட்டதுபோல வெடித்தபோது எனக்குக் கண்கள் பனித்து மயிர்கூச்சமெடுத்தது. ‘ஆமி’ தனது தந்தையைக் கண் எதிரில் கொன்றது, அண்ணன் ஓர் இயக்கத்தில் சேர்ந்தது, போராட்டத்தில் கொல்லப்பட்டது, தானும் ஓர் இயக்கத்தில் சேர்ந்தது, பிறகு அதன் செயல்பாடுகளைக் கண்டு வெறுத்து தப்பி ஓடி வந்தது எல்லாம் அவர் சொல்லிக் கொண்டு போனபோது ஒரு யுத்த களத்தில் நானே நிற்பதாகத் தோன்றிற்று. ‘நான் எத்தனை நாள் உயிரோடு இருப்பேன் எண்டு தெரியாது. தப்பிச்சென்றவனை வலை வீசிப் பிடிப்பான்கள்’, என்றார் அந்த இளைஞர், இன்னொரு சிகரெட்டைப் பற்றவைத்தபடி. “ஏன் ஓடிவந்தீர்கள்” என்றேன். ‘எல்லா இயக்கமார்களுக்கும் தலைமை பீடத்தில்தான் இப்ப குறி. யாழ்பாணத்து மக்களை அவர்கள் மறந்தாச்சு. தட்டிக்கேட்க ஆளில்லே. கேட்டா இயக்கத்திலே இருக்க இயலாது’ என்றார் குணசீலன் என்ற அந்த இளைஞர்.

குணசீலனின் பேச்சு என்னுள் மிக ஆழமான பாதிப்பை ஏற்படுத்திற்று. அவரது துக்கமும் நிராசையும் பரிதவிப்பும் என்னை ஆட்கொண்டு விட்டதாக நான் உணர்ந்தேன். அதன்

வேர்களின் சமீபத்துக்குச் செல்லவேண்டும் என்கிற வேட்கை எழுந்தது. அறிவார்த்த தாகம் மட்டுமல்ல, மானுடத்தின் ஈர்ப்பு அது என்று தோன்றிற்று. குணசீலன் இப்போது எங்கிருக்கிறார் என்று எனக்குத் தெரியாது. ஆனால் சில மாதங்களுக்குப் பிறகு நான் எழுத ஆரம்பித்த நாவலில் ஜெயசீலன் என்ற கதாநாயகப் பாத்திரமானார்.

சென்னை திரும்பியதும் மண்டபம் அகதி முகாமைப் பற்றி ஒரு கட்டுரை கல்கியில் எழுதினேன். இலங்கை இனப்பிரச்சினையைப் பற்றி நாவல் எழுதலாம் என்று தோன்றுகிறது ஆனால் இலங்கைக்கு, முக்கியமாக யாழ்பாணத் துக்குச் செல்லாமல் எழுதுவது சாத்தியமில்லை என்றும் என் எண்ணத்தை ஆசிரியரிடம் தெரிவித்தேன். போய்விட்டு வந்தே எழுதுங்கள் என்றார் ராஜேந்திரன். ஆனால் எழுத்தாளர் என்ற விளக்கக் குறிப்புடன் இருந்த எனது பாஸ்போர்டுக்கு இலங்கை செல்ல விசா கிடைப்பது சுலபமில்லை என்று எனக்குத் தெரியும். அப்போது மத்திய அமைச்சக செயலராக இருந்த டி.என்.சேஷனின் உதவியை நாடிய போது, இதெல்லாம் உனக்குத் தேவையா என்று அதட்டினார். பின்னர் என் பிடிவாதத்தைக் கண்டு இலங்கை சென்று வந்த பிறகு அதைப் பற்றி எதுவும் எழுதமாட்டேன் என்ற உறுதி மொழியுடன் இலங்கை ஹை கமிஷனுக்கு ஒரு கடிதம் கொடுக்கவேண்டும் என்றார். என் மனசாட்சிக்கு விரோதமாக அப்படிப்பட்ட ஒரு பொய் சொல்லியே என்னால் இலங்கைக்குப் பயணிக்க முடிந்தது.

அந்தப் பயணத்தைப் பற்றி நினைக்கும் போதெல்லாம் மனசு கனத்துப் போகிறது. கொழும்பில் நான் சந்தித்த பல சிங்கள, தமிழ் அரசியல் தலைவர்கள் இன்று உயிருடன் இல்லை. அனைவரும் ஒவ்வொரு காலகட்டத்தில் படுகொலை செய்யப் பட்டார்கள். ஒவ்வொரு முறையும் ஒரு படுகொலையைப் பற்றிக் கேள்விப்படும்போது மனம் துணுக்குற்று துக்கிக்கும். அவர்களில் சிலர் எனக்கு நெருக்கமாகியிருந்தது மட்டும் காரணமில்லை. இந்த பயங்கர அணுகுமுறை எங்கு சென்று முடியும் என்கிற அச்சமும் காரணம். யாழ்பாணத்தில் பத்து நாட்கள் நாற்பது அறைகள் கொண்ட சுபாஷ் ஹோட்டலில் தனி ஆளாகத் தங்கியிருந்தபோது, அதன் அதிபர், வயதான 80 வயதுக்காரார், என் தேவைகளைத் தாமே வந்து கவனிப்பார். நான் ஒண்டி ஆள் என்பதால் அவர் வீட்டில் சமைத்த உணவு எனக்கு வரும். எனது அறைக்குள் நுழைந்து மிக ரகசியக் குரலில், யாழ்பாண மக்கள் சிக்கியிருந்த இக்கட்டைப் பற்றி விவரிப்பார். “சிங்கள அரசைக் கண்டு மட்டும் எங்களுக்கு பயமில்லை, இயக்கமார்களைக் கண்டும் பயம். என்னுடைய

பென்ஸ் காரைப் பொடியன்கள் கொண்டு போயிட்டான்கள். தினம் பணம் புடுங்க அச்சுறுத்தல் வருகிறது."

எல்லார் வீடுகளிலும் அந்த அச்சம் ஒரு புகை மூட்ட மாகச் சூழ்ந்திருந்தது. யாரும் பேசப் பயந்தது நிதர்சனமாகத் தெரிந்தது. எல்லார் வீடுகளிலிருந்தும் ஒரு மகன் ஏதாவது ஓர் இயக்கத்தில் இருந்தான். அனைவரையும் ஓர் இயலாமை கட்டுப்படுத்தியதை என்னால் புரிந்துகொள்ள முடிந்தது. அரசு மருத்துவமனையில் டாக்டர் நச்சினார்கினியன், பெயருக்கு ஏற்ப மிக அழகிய தமிழில் ஆவேசமாக சிங்கள அரசாங்கத்தின் அராஜகச் செயல்களை விவரித்தார். மருத்துவமனையில் குண்டு துளைத்த இடங்களைக் காண்பித்தார். யாழ்பாணத்தின் புகழ் மிக்க நூலகத்துக்கு நேர்ந்த கதியைப் பலர் சொல்லிச் சொல்லி மாய்ந்தார்கள்.

பலர் காற்று எங்கே தமது வார்த்தைகளைத் தூக்கிச் செல்லுமோ என்று பயந்தவர்கள்போல மூடிய அறைக்குள்ளும் மிக மெதுவாகப் பேசினார்கள். யாழ்பாணம் பல்கலைக் கழகத்துத் துணைவேந்தர் பேசியது டேப் ரெக்கார்டரில் பதிவுகூட ஆகமுடியாத அளவுக்கு மெதுவாக இருந்தது. அப்போது பல மாணவர்களும் அங்கு பேராசிரியராக இருந்த திருமதி ரஜனி திரநாகம போன்ற மனித உரிமை ஆர்வலர்களும் புலிகளின் பயங்கரவாதத்தை எதிர்த்துக் குரலெழுப்பிக்கொண்டிருந்தார்கள். அவர்களைக் கட்டுப் படுத்தமுடியாத நிலையில், புலிகளின் கோபத்துக்கும் ஆளாகிறோம் என்கிற பயம் துணைவேந்தரை ஆட்டிப் படைத்ததை நான் புரிந்துகொண்டேன். இரண்டு ஆண்டுகளுக்குப் பிறகு ரஜனி திரநாகமவின் படுகொலையைப் பற்றிக் கேள்விப்பட்டேன். மாணவர் தலைவரும் கொல்லப் பட்டார்.

கொழும்பில் குமாரி ஜெயவர்தன வீட்டில் நான் சந்தித்த கார்த்திகேசு சிவத் தம்பியும் மூடிய அறைக்குள் மிக ரகசியக் குரலில் பேசினார். சிங்கள அரசின் அராஜகப் போக்கினால் ஏற்பட்டுப்போன தமிழர் எதிர்வினையின் பயங்கர விளைவு கள் இப்போது பாமர தமிழ் மக்களின் கட்டுக்குள் இல்லை என்கிற அச்சம் எல்லா அறிவு ஜீவிகளிடமும் தென்பட்டது. அதை எதிர்ப்பதும் விமர்சிப்பதும் சாவை அழைக்கும் வேலை என்ற அச்சம் அது. அறிவு ஜீவிகளின் முகங்களில் அறிவுச் சுடருக்குப் பதில் பிரேதக்களைதான் இருந்தது.

நான் இலங்கை சென்றபோது எந்த அபிப்பிராயத்துட னும் செல்லவில்லை. எனக்கு யாரைப் பற்றிய விவரங்களும் முழுமையாகத் தெரிந்திருக்கவில்லை. புலிகள் இயக்கத்துக்கு

தமிழகத்தில் அப்போது இருந்த ஆதரவு மிகையானதாக நான் யாழ்பாணத்துக்குச் சென்றபோது புரிந்தது. யாழ்பாண மக்கள் வேறு வழியில்லாமல்தான் புலிகளின் போக்கிற்கு மௌனமாக இருந்தார்கள் என்பது சாதாரண மக்களுடன் பேசும்போது மிகத் தெளிவாகத் தெரிந்தது. இயக்கங்களின் பயங்கரவாதத்தைக் கண்டும், தமிழ் இனத்தையே அழிக்கத் தயங்காத போக்கைக்கண்டும், தமது மக்கள் அதில் ஈர்க்கப் படுவதைக்கண்டும் பெற்றவர்கள், அறிஞர்கள் பயந்தார்கள் என்பதை நேரிடையாகக் கண்டதால் நான் உறுதியாகச் சொல்முடியும். வசதி உள்ளவர்கள் தங்கள் குழந்தைகளை 'மேற் படிப்பிற்கு' வெளிநாடு அனுப்பினார்கள். சிலர் குடும்பத் துடன் குடிபெயர்ந்தார்கள்.

ஆனால் அன்றும் சரி இன்றும் சரி புலிகளுக்கு எதிராகப் பேசுவது தமிழினத்துக்கு விரோதமான பேச்சு என்கிற அரசியல் பூச்சு இருப்பதால் பதினெட்டு ஆண்டுகளுக்கு முன் பயங்கர வாதத்தை எதிர்க்கும் தீவிர உத்வேகத்துடன், சிங்கள அரசு இயந்திரத்தின் அராஜகத்தை விமர்சித்தது போலவே நான் புலிகளின் அணுகுமுறையை விமர்சித்து நாவல் எழுதியபோது படைப்புலகத்தில் என் கருத்துக்கள் விமர்சனத்துக்குள்ளாயின. (துக்ளக்கும் ஹிந்து பத்திரிக்கையும் மட்டுமே புலிகளை அன்று விமர்சித்தன.) என்னுடைய குரல் ஒற்றைக் குரலாக ஒலித்தது. இலங்கை, தமிழ் இடதுசாரி இயக்கங்கள், மனித உரிமை ஆர்வல குழுக்கள் மட்டும் நான் எழுதியது மிகச் சரியான கணிப்பு என்றன. தமிழ் பத்திரிகையாளர்கள் அரசியல்வாதிகள் என்னைத் தமிழினத் துரோகியாகக் கருதினார்கள், புலிகள் கருதியது போல. கொழும்பில் கல்கி இதழ்கள் பறிமுதல் செய்யப்பட்டன. கொழும்பின் கல்கி ஏஜென்ட் தொடரை நிறுத்தும்படி தந்தி அனுப்பினார்.

'தீராநதி', ஜூன் 2005

பகுத்தறிவிற்கு சவால் அளித்த தருணங்கள்

தில்லியில் நான் வசித்த நாட்களில் ஒரு மதியம் தொலைபேசியில் எனக்கு ஓர் அழைப்பு வந்தது. "என் பெயர் மஹாதேவன்" என்றது குரல். ஓர் இளைஞனின் குரல். "நான் தமிழ் நாட்டிலிருந்து ஒரு அலுவல் நிமித்தம் தில்லி வந்திருக்கிறேன். நான் உங்கள் வாசகன். உங்களைச் சந்திக்க ஆவலாயிருக்கிறேன். வரலாமா?"

"ஓ, வரலாமே!" என்றேன் நான் ஆர்வத்துடன். நான் உங்கள் வாசகன், உங்கள் வாசகி என்று யார் வந்து சொன்னாலும் அதைவிட மகிழ்ச்சியளிக்கும் வாசகம் ஓர் எழுத்தாளருக்கு இருக்கமுடியாது என்றே நினைக்கிறேன். எழுத்து என்பது எண்ணங்களைப் பகிர்ந்து கொள்வதற்கே. எழுத்தாளர் சொல்ல நினைப்பது படிப்பவரால் சரியாகக் கிரகித்துக் கொள்ளப்படுகிறதா என்பது வேறு விஷயம். பேசுவதைக் கேட்க ஆள் இல்லாமல் போனால் பேசுவதில் அர்த்தமில்லாததுபோல், எழுதுவதை யாரும் படிப்பதற்கு இல்லை என்று ஆகிப் போனால் அதைவிட மனச் சோர்வைத் தரும் விஷயம் எழுத்தாளருக்கு இருக்கமுடியாது. தமிழ் நாட்டுக்கு வெளியில் வாழ்ந்தபடி எழுதிவந்த நிலையில், எனக்குத் தமிழோசையைக் கேட்டாலே சிலிர்த்துப் போகும். எனது வாசகன் அல்லது வாசகி என்று சொல்லிக் கொண்டு என்னைத் தேடி வருபவர்களைச் சந்திக்க ஆவலுடன் இருப்பேன்.

அந்த இளைஞன், மஹாதேவன் குறித்த நேரத்திற்கு வந்தான். கதவைத் திறந்ததும் ஒரு பிரும்மாண்ட மயிலிறகு விசிறியை என்னிடம் நீட்டினான். தில்லி

செங்கோட்டையில் வாங்கியிருப்பான் என்று புரிந்தது. "நான் உங்களுக்கு என்ன கொடுத்தால் பொருத்தமாக இருக்கும் என்று தெரியவில்லை மேடம்!" என்று தயக்கத்துடன் சொன்னான். எனக்குச் சிரிப்பு வந்தது. அவனது அன்பு நெகிழ்ச்சியை அளித்தது. என் மகன் ரவியைவிட இரண்டு மூன்று வயதே மூத்தவனாக இருப்பான் என்று பட்டது.

அவன் சற்று நேரம் எனது எழுத்தில் அவனுக்கு இருந்த ஈடுபாட்டைப் பற்றிச் சொல்லிக்கொண்டு போனான். எந்த ஊரில் இருந்தாலும் நீங்கள் எந்த பத்திரிகையில் எழுதினாலும் படிக்கத் தவறமாட்டேன் என்றான். முகஸ்துதிக்குப் பழக்க மில்லாத எனக்குச் சற்று கூச்சமாகக்கூட இருந்தது. அவன் நிறைய வாசிப்பனுபவம் கொண்டவனாக இருந்தான். மற்ற எழுத்தாளர்களின் எழுத்தைப்பற்றி விலாவாரியாக அலசினான்.

"உங்கள் எழுத்தில் சத்தியம் இருக்கிறது" என்றான் திடீரென்று அழுத்தமாக. நான் சிரித்தேன். விடலைச் சிறுவன் போல் அவன் பேசுவதாகத் தோன்றிற்று. யௌவன பருவத்தில் எனது ஆதர்ச எழுத்தாளர்கள்மீது நான் கொண்டிருந்த காதல் நினைவுக்கு வந்தது.

"உங்களை வீணாகப் புகழ்வதாக நீங்க நினைக்கக் கூடாது" என்றான் மஹாதேவன். "உங்கள் எழுத்தில் ஒரு தீர்க்கப் பார்வை இருக்கிறது. பாமரனுக்குப் புலப்படாதது உங்களுக்குப் புலப்படும்னு நா நினைக்கிறேன். அதனாலேதான் உங்களை அவசியமா பார்த்து என் கதையைச் சொல்லணும்னு வந்தேன்."

நான் நிமிர்ந்து உட்கார்ந்தேன். கதை என்றதும் தேநீர் சிற்றுண்டி கொடுத்து உபசரித்தேன்.

"என் கதை விசித்திரமானது. நிறைய கேள்விகளும் முடிச்சுகளும் கொண்டது. ஏன் அப்படியெல்லாம் நடந்ததுன்னு எனக்குப் புரியல்லே. உங்களுக்குப் புலப்படும்னு நா நிச்சயமா நம்பறேன்" என்றான் அந்த இளைஞன் தீவிரத்துடன் . . .

அவனது நம்பிக்கை அசட்டுத்தனமானதாக இருந்தாலும் நான் கதை கேட்கச் சித்தமானேன்.

அவன் சொல்ல ஆரம்பித்த உடனேயே அவனது சொற் களில் அவன் என்னைக் கட்டிப்போட்டுவிட்டதாக உணர்ந் தேன். அவனுடன் அவன் கிராமத்துக்குப் பயணமானேன்.

அவன் ஒரு ஆசாரமான அந்தணர் குடும்பத்தில் பிறந்தவன். தந்தை புரோகிதர். வேதபாடசாலை நடத்துபவர். அவனுக்கு ஒரு அண்ணன், ஒரு தங்கை. தாய் அசாதாரண அழகு.

(அதைத் திரும்பத் திரும்பச் சொன்னான்) கதை நடந்தபோது அவனுக்கு 8 வயது. தங்கைக்கு 6. அண்ணனுக்கு 14. அண்ணன் ஒரு அரைகுறை. நீனிச் சபலம். படிப்பு வரவில்லை. எப்பவும் அம்மாவின் தலைப்பைப் பிடித்தபடி அலைவான். அம்மாவுக்கு உதவியாகச் சமையல் அறையில் வேலை செய்வான். அம்மாவை அவன் ஏதாவது சதா வம்புக்கு இழுப்பதுபோல் மகாதேவனுக்கு அப்போது தோன்றும். எரிச்சல் வரும். ஒரு பிள்ளையார் சதுர்த்தி பண்டிகையின்போது, அண்ணன் அம்மாவுடன் உட்கார்ந்து நிறைய கொழுக்கட்டைகள் செய்தான். பிறகு தின்னவும் செய்தான். ஆனால் அன்று மதியத்திலிருந்து பயங்கர வாந்தி பேதி வந்து இரவு இறந்துபோனான். காலரா நோயாக இருக்கும் என்று எல்லாரும் சொன்னார்கள். அரைகுறை அண்ணன் இறந்தது யாருக்கும் பெரிய துக்கமாகத் தெரிய வில்லை. வாழ்க்கை சகஜ நிலைக்கு விரைவில் வந்தது. மஹாதேவனும் தங்கையும் பள்ளிக்குச் சென்றார்கள். அண்ணன் செத்து 15 நாள்தான் இருக்கும். அவர்கள் பள்ளியிலிருந்து மதியம் திரும்பி அம்மாவை அழைத்தபடி வீட்டுக்குள் நுழைந்த போது அம்மா கூரையில் தூக்குப்போட்டுத் தொங்கிக்கொண் டிருந்தாள். அழகிய முகம் விகாரமாய் நாக்கு நீண்டு தொங்கியது.

அந்தத் தருணம் அவன் வாழ்விலும் அவனது தங்கையின் வாழ்விலும் உறைந்து போனது. அந்த அதிர்ச்சியிலிருந்து அவர்களால் மீண்டு வரமுடியவில்லை. அம்மாவின் தற் கொலைக்கு, மூத்த பிள்ளை இறந்த துக்கத்தைப் பெற்றவளால் தாங்கமுடியவில்லை என்ற கிராமத்தாரின் விளக்கத்தை அவர்களால் ஏற்கமுடியவில்லை. தங்களைக் கவனிக்க வேண்டிய பொறுப்பு இருக்கும்போது அம்மா எப்படி, ஏன் சாகத் துணிந்தாள் என்கிற அவர்களது கேள்விக்கு பதில் சொல்ல யாருக்கும் தெரியவில்லை. இது உடல் ரீதியாகவும் அவர்களைப் பாதித்தது. அவனுடைய தங்கைக்கு 25 வயதாகியும் பூப்பெய்தவில்லை. பல மருத்துவர்களைப் பார்த்தாகிவிட்டது. கோளாறு ஏதுமில்லை என்கிறார்கள். அவனுக்குத் திருமணம் செய்துகொள்வதற்குப் பயமாக இருக்கிறது. தன்னால் தாம்பத்திய வாழ்வு வாழமுடியுமா என்கிற கவலை வாட்டுகிறது.

கதையை முடித்துவிட்டு மஹாதேவன் என்னைக் கேட் டான். “என்னுடைய அம்மா ஏன் தூக்குப்போட்டுண்டாள்னு நீங்க சொல்லமுடியுமா?”

எனக்குத் தூக்கிவாரிப் போட்டது. அவனது கதையும் அதை அவன் சொன்ன விதமும் என்னை மிக ஆழமாகப்

பாதித்தது. ஆனால் அவனுடைய கேள்வி அபத்தமாகப் பட்டது.

"நான் எப்படிச் சொல்லமுடியும்?" என்றேன். "உன்னையே இப்பத்தான் ஒரு மணிநேரமா பழக்கம். எனக்குத் தெரியாத, நான் பார்த்துப் பழகாத உன் அம்மா இருபது வருஷத்துக்கு முன் தற்கொலை செய்துண்டது ஏன்னு எப்படிச் சொல்லுவேன்?"

"உங்க புத்திக்குப் புலப்படும்னு நா நம்பறேன் மேடம்" என்றான் அவன்.

அவன் ஒரு கிறுக்கன் என்று எனக்கு ஆயாசம் ஏற்பட்டது.

"இதப்பார் எனக்கு ஜோஸ்யம் தெரியாது. அதில நம்பிக்கைகூட எனக்கு இல்லே. மனோதத்துவமும் எனக்கு வராது. நீ அநாவசியமான கற்பனையில இருக்கக் கூடாது" என்றேன்.

"உங்களுக்கு எப்பவாவது கடிதம் போடுகிறேன் மேடம்" என்றுவிட்டு அவன் கிளம்பிச் சென்றான். ஆனால் அதற்குப் பிறகு அவனிடமிருந்து ஒரு தகவலும் இல்லை. அவன் என் வாழ்விலிருந்து மறைந்து போனான். அவனது கதை மட்டும் என்னுள் ஆழப்புதைந்து போயிற்று. அடுத்த பத்து ஆண்டுகளில் பல முறை அதைக் கருவாக வைத்து ஒரு நாவல் எழுத வேண்டும் என்ற அரிப்பைக் கட்டுப்படுத்திக் கொண்டேன் அவனிடமிருந்து அனுமதிவாங்க முடியாமையால். நான் 'இந்தியா டுடே' தமிழ்ப் பதிப்பிற்கு ஆசிரியையாகப் பணியாற்ற சென்னை வந்த பிறகு, தில்லி தலைமை ஆசிரியர் என்னை ஒரு தொடர் நாவல் எழுதும்படி சொன்னார். என் மனத்தில் மஹாதேவனின் கதை மட்டுமே பிடிவாதமாக அமர்ந்திருந்தது. அவன் எங்கே இருக்கிறான் என்று தெரியவில்லை என்றாலும் நான் அதை எழுத வேண்டும் என்ற எண்ணத்தில்தான் அந்தக் கதையை அவன் சொல்லியிருக்கவேண்டும் என்ற சமாதானத்துடன் அதற்கு இரண்டு ட்ராஃப்ட் எழுதித் திருத்தியபிறகு 'குற்றவாளி' என்று தலைப்பிட்ட நாவல் வாரா வாரம் வர ஆரம்பித்தது. அதில் மஹாதேவன், மாதவன் – மாது என்ற முக்கிய பாத்திரமானான். அவன் அஸ்ஸாமில் கௌஹாத்தியில் இருப்பதாக நான் எழுதியது எந்த பிரத்யேக காரணத்திற்கும் அல்ல. நான் அந்தப் பகுதிகளில் வசித்திருந்ததால், பிரம்மபுத்ரா நதியைப் பற்றியும் அஸ்ஸாம் பின்புலத்தையும் சேர்ப்பது

வசீகரமாக இருக்கும் என்று நினைத்தேன். அவன் மூன்றாவது அத்தியாயத்தில் வருவான். ஐந்தாம் அத்தியாயம் வெளி ஆகியிருந்தது. அலுவலக விலாசத்துக்கு எனக்கு ஒரு இன் லாண்டு கடிதம் வந்தது. பின்னால் மஹாதேவன், அஸ்ஸாம் என்று விலாசம் இருந்தது. வியப்புடன் பிரித்தபோது, 'உங்கள் மாது எழுதுகிறேன்,' என்று கடிதம் ஆரம்பித்தது. 'உங்கள் எழுத்தில் சத்தியம் இருப்பதாக நான் சொன்னது சரியாகிவிட்டது. நான் அஸ்ஸாமில் இருப்பது உங்களுக்கு எப்படித் தெரிந்தது? இரண்டு வருஷங்களாக இங்கிருக்கிறேன். ஆனால் உங்களுக்குத் தெரிவிக்கவில்லை."

சற்று நேரத்துக்கு அவன் வாதத்தில் எனக்கு நம்பிக்கை ஏற்பட்டுவிடும்போல் மயக்கமேற்பட்டது. அவன் அஸ்ஸாமில் தின்சுக்கியா என்ற இடத்தில் இருந்தான். சுய பிரக்ஞை வந்ததும் கவலை கொண்டேன். அந்த நாவலின் முடிவு அதிர்ச்சி தரக் கூடியது. நான் எழுதுவதெல்லாம் சத்தியம் என்று அவன் நம்பினால் அவனுக்கு மிகப் பெரிய பாதிப்பு ஏற்படும். அவனுக்கு உடனடியாக பதில் எழுதினேன்.

'நான் எழுதியிருப்பதுபோல் நீ அஸ்ஸாமில் இருப்பது யதேச்சையானது. நான் எழுதுவது ஒரு கற்பனைக் கதை. உண்மை என்ற பிரமை உனக்கு ஏற்படக்கூடாது. இல்லா விட்டால் முடிவு உனக்குப் பெரும் அதிர்ச்சியை ஏற்படுத்தும். என் கற்பனை போன போக்கில் கதைக்கு ஏற்றபடி வந்த முடிவு அது. அதை நிஜமென்று நம்பிவிடாதே'.

கதை முடிந்தபிறகு அவனிடமிருந்து கடிதம் வந்தது.

"நீங்கள் கொடுத்திருக்கும் காரணமே உண்மையாக இருக்கலாம்" என்ற அவனது வாக்கியத்தில் சோர்வோ துக்கமோ இருந்தது. எனக்கு அவனை நினைத்து வெகு நாட்களுக்கு வருத்தமாக இருந்தது.

கதை அத்துடன் முடியவில்லை. நான்கு மாதங்கள் கழித்து அவனிடம் இருந்து கடிதம் வந்தது. "உங்களுக்கு நான் சொல்வது மகிழ்ச்சி அளிக்கும். எனக்குத் திருமணம் ஆகிவிட்டது. என் தங்கையின் பிரச்சினை தீர்ந்துவிட்டது. உங்கள் கதையின் விளைவு இது என்று நான் நம்புகிறேன்." (கதையின் முடிவில் அதிர்ச்சியின் உச்சகட்டமாக அவனுடைய தங்கை உதிரப் போக்கில் நிற்பாள்.)

மஹாதேவன் விஷயத்தில் நடந்தவை எல்லாம் யதேச்சையானவை என்று நான் நம்பப் பழகிக்கொண்டேன்.

அடுத்த நாவல் எழுதும்போதும் இதே போன்ற குழப்பும் தருணம் ஒன்றைச் சந்திக்க நேர்ந்தது. சேலத்தில் பெண் கருக்கலைப்பு அதிகமாகிப் போன விவரம் சேகரிக்க ராசிபுரம் போன போது மனோன்மணி என்ற ஒரு லேடி டாக்டரைச் சந்திக்க நேர்ந்தது. பெண் கருக்கலைப்பைக் கண்சொடுக்காமல் செய்து வந்த அவர், பெற்றோர்களுக்குக் கொள்ளிவைக்கும் உரிமை மக்களுக்கு வேண்டும் என்று விசித்திரமான போராட்டம் நடத்தி வந்தார்.

அவருடைய பெற்றோருக்கு அவர் ஒரே மகள். மரபுகளில் நம்பிக்கை உள்ள தந்தை கொள்ளிவைப்பதற்காக ஓர் ஆணைத் தத்து எடுப்பார் என்கிற கவலை அவரை அலைக்கழிப்பதை என்னால் புரிந்துகொள்ள முடிந்தது. பெண் கருக்கலைப்பைக் கருவாக வைத்து நான் எழுத ஆரம்பித்த 'கடைசி வரை' என்ற நாவலின் கதாநாயகி (அவரது அனுமதியுடன்) ஆனார் அந்த டாக்டர். அந்தக் கதை அவரைப் பற்றியது என்ற செய்தி ராசிபுரம் சேலம் ஆகிய இடங்களில் பரவலாகத் தெரிந்திருந்தது. ராசிபுரம் மக்கள் ஆவலுடன் படித்தார்கள். என்னுடைய கதையின்படி கதாநாயகியின் தந்தை கடைசி அத்தியாயங்களில் இறக்க வேண்டும். அதை எப்படி எழுதுவது என்று எனக்கு யோசனையாக இருந்தது. நிஜ மனிதரை நான் ராசிபுரத்தில் சந்தித்திருக்கிறேன். ஆஜானுபாகுவாக மிக ஆரோக்கியமான மனிதர். அந்த அத்தியாயத்தை எழுதி முடிக்கவேண்டிய காலக்கெடு நெருங்கிவிட்டது. விடுப்பு எடுத்து எழுத உட்கார்ந்தேன். தொலைபேசி ஒலித்தது. சேலத்திலிருந்து ஒரு நண்பர் சொன்னார், "ஒரு துயரச் செய்தி, வாஸந்தி மனோன்மணியுடைய, தந்தை இன்று காலை இறந்து விட்டார்."

நான் அப்போது உண்மையில் வெலவெலத்துப் போனேன். என்னுடைய எண்ணங்களின் தீவிரமே அவரைக் கொன்ற தாகத் தோன்றிற்று.

கதையை முழுவதும் படித்த அந்த டாக்டர் சினேகிதி என் கற்பனையில் உருவான இரண்டொரு கதைச் சம்பவங் கள் உண்மையில் நடந்தவையென்று சொன்னார்.

லத்தீன் அமெரிக்க எழுத்தாளர் *(Isabel Allende)* இசபெல் ஐயெண்டேயின் *Paula* மற்றும் *The House of Spirits* படித்ததும் அவருக்கும் நான் அனுபவித்தைப் போன்ற அனுபவங்கள் இருந்ததை அறிந்து சற்று சமாதானம் ஏற்பட்டது. ஆனால் அறிவியல் ரீதியான விளக்கம் கிடைக்கவில்லை.

கடைசியாக ஏற்பட்ட அனுபவம் என் ஆயுசுக்கு மறக்க முடியாதது. அதைப் பற்றி நினைக்கும் போதெல்லாம் என்னை நிலைகுலைய வைப்பது. என் சொந்த வாழ்வுடன் அதற்கு இருந்த நெருக்கத்தின் காரணமாக இருக்கலாம். ஏழு, எட்டு வருஷங்களுக்கு முன் சென்னையில் நான் பணி புரிந்து கொண்டிருந்த நாட்களில் ஒரு ஞாயிறன்று மாலை வீட்டில் அமர்ந்து நான் *BBC* தொலைக்காட்சி நிகழ்ச்சி ஒன்றைப் பார்த்தேன். ஒரு விபத்தில் மூளை பழுதாகிப்போன நிலையில் உலகத்துடன் தொடர்பு கொள்ளமுடியாத நிலையில் *'terminal patients'* சிகிட்சை பெறும் ஆஸ்பத்திரியில் இருக்கும் ஒரு பெண்ணைப் பற்றின குறும்படம் அது. ஆறு மாதங்கள் முன் வரை மிகக் கெட்டிக்காரியாக, ஒரு நிறுவனத்தைத் திறமை யுடன் நடத்தி வந்த 35 வயது பெண்மணி. விபத்துக்கு ஓர் ஆண்டுக்கு முன் அவராக ஒரு *'Advance Directive'* என்ற ஒரு சட்டரீதியான வேண்டுகோளைத் தயார் செய்து வைத்திருந்தார். எந்தக் காரணத்திலாவது தனக்கு மூளைச் சேதம் ஏற்பட்ட தென்றால், தனக்கு சிகிட்சை அளிக்கப்படாமல் கௌரவமாகச் சாக விடவேண்டும் என்று. விபரீதமாக விபத்தில் அவரது மூளை சேதப்பட்டு, சதைப்பிண்டமாக வாழ நேர்ந்தபோது, மருத்துவர்கள் அவரது வேண்டுகோளை ஏற்க மறுத்தார்கள். அது மருத்துவ தர்மத்துக்கு விரோதம் என்றார்கள். அவருடைய சினேகிதிகள் அவள் விருப்பப்படி கௌரவமாக சாக விட வேண்டும் என்று வாதிட்டார்கள். அவளை நான் எப்படிச் சாகவிடுவேன் என்று கணவர் அழுதார்.

இந்த நிகழ்ச்சி என்னை விநோதமாகப் பாதித்தது. அப்போது என் தாய் மும்பையில் ஆரோக்கியமாக இருந்தார். ஏதோ ஓர் உந்துதலில் சிக்கியவளைப் போல் என் தாயை அப்படிப்பட்ட மூளை செயலிழந்த ஒரு நோயாளியாகச் சித்தரித்து ஒரு சிறுகதை 'இது ஒரு ஆணை' என்று தலைப் பிட்டு 'இந்தியா டுடே'வுக்கு எழுதினேன். எழுதியபோது எனக்கு அல்ஜைமர் என்ற வியாதியைப் பற்றித் தெரியாது. அதனால் பாதிக்கப்பட்டவர்கள் எப்படி நடந்து கொள்வார் கள் என்றும் தெரியாது. இரண்டு ஆண்டுகள் கழித்து என் தாய் என்னுடன் வசிக்க சென்னைக்கு வந்தார். அம்மா சற்று உடல் நலிந்து காணப்பட்டார். நான் அலுவலகத்துக்குச் செல்லும்போது அவர் வீட்டில் தனியாக இருப்பாரே என்று வீட்டோடு ஒரு பணிப்பெண்ணை அவரைப் பார்த்துக் கொள்வதற்காகவே அமர்த்தினேன். படிப்படியாக என் தாயின் உடல் நிலையில் மாற்றம் ஏற்பட்டது. டாக்டர் அல்ஜைமர் வியாதி என்றார். எனக்கு அதிர்ச்சி அளித்தது

அதுவல்ல. நான் என் கதையில் வர்ணித்திருந்தபடியே என் தாய் மாறிப் போனார். என்னை அடையாளம் தெரிய வில்லை. பேச்சே நின்று போயிற்று. கதையில் வந்த சில சம்பவங்கள் காட்சி மாறாமல் நடந்தன. பணிப்பெண்கூட கதையில் வரும் பெண் பேசியதுபோலப் பேசினாள். உயிர் உள்ளவர்களைக் கதாப்பாத்திரமாக வைத்து இனிக் கதை எழுதுவதில்லை என்று உறுதி பூண்டேன். என் தாய் இறந்த பிறகும் என் கதை என்னைத் துன்புறுத்துகிறது. பீதி அளிக்கிறது. ஏனென்றால் கதையின் முடிவில் எனக்கும் என் தாயின் நிலை ஏற்படுவதாக எழுதியிருக்கிறேன்!

'தீராநதி', ஜூலை 2005

பலிகடாப் பெண்களின் யதார்த்த உலகம்

இருபது வருஷங்களுக்கு முன் தில்லியிலிருந்து சென்னைக்கு ரயிலில் பயணிப்பதும் திரும்புவதும் இன்றுபோல ஏ.ஸி சௌகரியங்கள் கொண்டதல்ல. துரித பயணமும் அல்ல. மத்திய வர்க்கத்தினர் எல்லோரும் ரிசர்வ் செய்யப்பட்ட இரண்டாம் வகுப்புப் பெட்டியில்தான் பயணம் செய்வார்கள். இரண்டு இரவுகள் மூன்று பகல்கள் கொண்ட நீண்ட பயணம். அத்தகைய பயணங்களில் நிறைய காதல்கள் மலர்ந்திருக் கின்றன. புதிய ஆயுள் சிநேகிதங்கள் ஏற்பட்டிருக் கின்றன. தில்லிக்குச் சென்ற காலத்தில் எனக்கு மண மாகிவிட்டதால் ரயிலில் காதல் மலர எனக்கு வாய்ப்பு இல்லாமற்போனது. ஆனால் நல்ல சிநேகிதங்கள் ஏற்பட்டிருக்கின்றன. புதிய தரிசனங்கள் கிடைத்த அனுபவங்கள் ஏற்பட்டிருக்கின்றன.

ஒருமுறை நான் சென்னைக்குச் சென்றுகொண் டிருந்தேன். பெட்டியில் பக்கவாட்டு ஜன்னல் சீட்டில் இருந்த ஒரு ஜோடி என் கவனத்தை ஈர்த்தது. 45 வயது மதிக்ககூடிய ஒரு பெண் அவருடைய 50 வயது இருக்கக் கூடிய கணவனுடன் காதல் வயப்பட்ட யுவதிபோலப் பேசியபடி இருந்தார். கொஞ்சமும் பொருத்தம் இல்லாத தம்பதியாகத் தோன்றிற்று. ஒரு சிறு அணிகலன்கூட அணியாமல் நூல் சேலையும் ரவிக்கையுமாக அந்தப் பெண் மிக எளிமையான தோற்றம் கொண்டிருந்தார். (பெந்திகோஸ்ட் பிரிவைச் சேர்ந்த கிறித்துவர் என்று பின்னால் அறிந்தேன்.) நல்ல கருப்பு. சிரித்தால் முகம் வசீகரமாக இருந்தது. அவருடைய கணவர், நிறத்திலும் ஆக்கிருதியிலும் வித்தியாசமாகத் தெரிந்தார். இரு

வேறு துருவங்கள்போல் இருக்கும் இவர்களிடையே தென் படும் நெருக்கம் அசாதாரணமாகத் தோன்றிற்று.

அன்றைய பொழுது சாய்வதற்குள் நானும் அந்தப் பெண்மணியும் பரிச்சயமானது வியப்பில்லை. ஆனால் இரவுப் படுக்கச்செல்வதற்குள் நெடுநாள் பழகிய சிநேகிதிகள் போல் பேச ஆரம்பித்ததற்கும் ஆகாசத்தின் கீழ் இருந்த எல்லா விஷயங்களையும் அலச ஆரம்பித்ததற்கும் டாரத்தி என்ற அந்தப் பெண்மணியின் சிநேகிதமான இயல்பும், சுபாவமான மானுடக் கரிசனமுமே காரணமாக இருக்க வேண்டும் என்று இப்போது தோன்றுகிறது. பேச்சு வாக்கில் கணவர் வட இந்தியர் (பிராமணர்) என்றும் தான் வேலூரைச் சேர்ந்த தமிழ் கிறித்துவர் என்றும் டாரத்தி சொன்னார். இருவரும் வேலூர் ஸி.எம்.ஸி மருத்துவமனையில் வேலை பார்த்தார்கள். கௌஷிக் டாக்டர், டாரத்தி நர்ஸிங் காலேஜில் அசோசியேட் ப்ரொஃபஸர். காதல் ஆஸ்பத்திரி வார்டு களிலோ வளாகத்திலோ மலர்ந்திருக்கவேண்டும்.

டாரத்தி நிறைய பேசினார். ஆங்கிலத்திலும் தமிழிலும் மிக நேர்த்தியாக எண்ணங்களை வெளிப்படுத்தும் அவரது ஆற்றல் என்னைக் கவர்ந்தது. உத்வேகத்துடன் அவர் வட ஆற்காடு மாவட்டத்தைப் பற்றியும் அங்கு வசதியற்ற மக்கள் சந்திக்கும் அன்றாட பிரச்சினைகள் பற்றியும் சொல்லச் சொல்ல அவருள் இருந்த மனித நேயம் அசாதாரண சௌந்தர்ய உருவம் கொண்டதாக வெளிப்பட்டது. அடிமட்ட மக்களின் அடிப்படைப் பிரச்சினைகளைப் பற்றின பிரக்ஞை இல்லாத, ஆட்சியில் அமர்ந்திருந்த சினிமாக்காரர்களின் அரசியலைப் பல அனுபவ மேற்கோளுடன் அவர் சுவாரஸ்ய மாகக் கிண்டலடித்தார். ஆனால் உண்மையான கரிசனம் நிறைந்த கிண்டலாக இருந்தது.

அரசு ஆரம்பப் பள்ளிகளில் எம். ஜி.ஆரின் மதிய உணவுத் திட்டம் மிகப் பெரிய மீடியா கவனத்துடன் அமலுக்கு வந்திருந்த நேரம் அது. பள்ளிக்குழந்தைகளின் கண் பார்வையை அவ்வப்போது சென்று பரிசோதிக்கும் திட்டம் ஒன்றை ஸி.எம்.ஸி மேற்கொண்டிருந்தது. முன் கூட்டித் தெரிவித்துவிட்டு டாரத்தி ஒரு ஆரம்பப் பள்ளிக்குச் சென்ற போது, சிறார் வகுப்பு ஆசிரியை மட்டும் நான்காம் வகுப்பு வரை சமாளித்துக்கொண்டிருந்தது அவருக்கு வியப்பாக இருந்திருக்கிறது. பிற வகுப்பு ஆசிரியைகள் ஒரு வேலையாக வெளியில் சென்றிருப்பதாகச் சொல்லியிருக்கிறார்கள். நீங்கள் பாட்டிற்கு பரிசோதியுங்கள் என்றிருக்கிறார்கள். கரும் பலகையில் சில எளிய வார்த்தைகளை டாரத்தி எழுதி

நான்காம் வகுப்பு மாணவர்களைக் கூப்பிட்டுப் படிக்கச் சொன்னார். ஒவ்வொருவராக வந்து தெரியல்லீங்க என்று சொன்னபோது, எல்லோருக்குமா பார்வைக் கோளாறு என்று டாரத்தி திகைத்தார். மூன்றாம் இரண்டாம் வகுப்புக் குழந்தைகளும் உதட்டைப் பிதுக்கின. அவர்களது பாட புத்தகங்களை, படங்கள் அற்ற அழுதுவடியும் வரிகளைப் படிக்கச்சொன்னபோது, குழந்தைகள் பார்வை அற்றவர் களைப்போல் பக்கங்களைத் தடவியபடி அமர்ந்திருந்தன. டாரத்திக்குப் பொறிதட்ட, ஒன்றாம் வகுப்புக்குக் காண்பிக்க வைத்திருந்த படங்கள் கொண்ட பெரிய சார்டைக் காண்பித்தபோது எல்லாரும் உற்சாகமாக இனம் கண்டு சொன்னார்கள். ஆசிரியைகள் திரும்பும் வரை காத்திருந்து, எழுதப் படிக்கத் தெரிய வேண்டிய பெரிய வகுப்புக் குழந்தைகளுக்குத் தெரியாமல் போன அநியாயத்தைப் பற்றி அவர்களிடம் ஆத்திரத்துடன் விசாரித்தபோது, மதிய உணவு ஏற்பாடுகளைக் கவனிப்பதே தங்களுக்குப் பெரிய ட்யூட்டியாகி விட்டபோது, பாடம் எப்படிச் சொல்ல முடியும் என்று அவர்கள் புலம்பினார்கள். இப்பவும் மளிகை சாமான் வாங்கத்தான் போனோம் என்றார்கள். டாரத்தி இதைச் சொல்லும்போது சிரிப்பும் வேதனையுமாக இருந்தது.

அதேபோல் குடிநீருக்கு வழியில்லாத சேரிகளுக்குச் சென்று சுகாதாரத்துறை சோப்பு வினியோகித்ததையும் தினமும் குளித்து சுத்தமாக இருக்கவேண்டும் என்று உபதேசித் ததையும் சொன்னார். இவை இரண்டும் நான் தில்லி திரும்பியபிறகு சிறுகதைகளாக வடிவம் பெற்றன.

நீங்கள் தில்லிவாழ் மக்களைப் பற்றி எழுதி என்ன பிரயோஜனம் என்று என்னிடம் கேட்டார் டாரத்தி. ‘வட ஆற்காடு மாவட்டத்தில் பீடித் தொழிலில் ஈடுபடும் பெண்கள் படும் கஷ்டத்தை நேரில் வந்து பாருங்கள். அப்படிப்பட்ட கஷ்டங்களை உங்களால் கற்பனைகூட செய்ய முடியாது. நீங்கள் வந்து ஏன் ஒரு ஆய்வு செய்யக்கூடாது?’ என்று டாரத்தி கேட்டபோது அது ஒரு சவால்போல் இருந்தது. ஆனால் சென்னையிலிருந்து தில்லி திரும்பிய பிறகு அதைப் பற்றி மிகத் தீவிரமாகச் சிந்திக்க ஆரம்பித்தேன்.

அகில இந்திய மாதர் சங்கம் மூலமாக அதற்கான திட்டக் கோரிக்கையை மத்திய அரசின் மனித வள மேம்பாட்டுத் துறைக்குச் சமர்ப்பித்தேன். மத்திய அரசின் நிதி உதவியுடன் ஆய்வை மேற்கொள்வதற்குள் ஐந்து ஆண்டுகள் கடந்துவிட்டன. ராணிப் பேட்டையில் வசித்த டாரத்தியை நான் தொடர்புகொண்டு நான் மேற்கொள்ள

இருந்த ஆய்வுத் திட்டத்தைப் பற்றிச் சொன்னேன். மிகவும் மகிழ்ச்சியடைந்தார். ஆனால் அந்த ஐந்தாண்டு கால இடை வெளியில் அவரது கணவர் கௌஷிக் இறந்துவிட்டிருந் தார் என்ற செய்தி எனக்குப் பெரும் அதிர்ச்சியை அளித்தது. அவர்கள் ரயில் பெட்டியில் மிக நேசத்துடன் அமர்ந்திருந்த காட்சியே மனசில் நின்றிருந்தது.

ராணிப் பேட்டையில் நான் டாரத்தியைச் சந்தித்தபோது அவர் பழையபடியே உற்சாகத்துடன் இருந்தார். நான் போய் பார்க்கவேண்டிய ஏரியாக்களையெல்லாம் குறித்துக் கொடுத்தார். ஒவ்வொரு முறையும் வெளியில் சென்று வந்த பிறகு நான்தான் மனசு சோர்ந்து போனேன். பார்த்த காட்சிகள் தெரிந்து கொண்ட விவரங்கள் மனத்தை உலுக்குவதாக இருந்தன.

பீடி சுற்றும் தொழில் குடிசைத்தொழில் என்பதால் மூன்று வயதுக் குழந்தையிலிருந்து குடும்பம் மொத்தமும் காலையிலிருந்து பொழுது சாயும் நேரம்வரை அதில் ஆழ்ந்திருக்கும். லேபில் ஒட்டும் பெண்கள் இரவு 11 மணிவரை வேலை செய்வார்கள். பெண்களின் துயரங்கள் சொல்லி மாளாதவை ... வீட்டு வேலைகளைக் கவனித்துக்கொண்டு குழந்தைகளைப் பெற்றுக்கொண்டு, (அநேகமாக) குடிகாரக் கணவனைச் சமாளித்துக்கொண்டு, ஏமாற்றும் கன்டிராக்டரி டம் கேள்வி கேட்கப் பயந்துகொண்டு, நூற்றுக்கு நூறு வட்டி வாங்கும் கந்து வட்டிக்காரர்களிடம் போகப் பயந்து அல்லது ஏற்கனவே போய் முதுகொடிந்து, அற்ப 200 ரூபாய்க் கடனுக்கு அல்லது மருத்துவச்செலவுக்காக ஆறு ஏழு வயது மகனை, மகளை அடமானம் வைத்து ... ஆயுளுக்கு அது கொத்தடிமை யாக இருக்கும் என்பதைப் பற்றிக் கவலைப்படக்கூட வக்கில்லாமல் ... கஷ்டங்களுக்கு விடிவு ஏற்படும் என்கிற நம்பிக்கை இல்லாத வாழ்வைத் தள்ளிக்கொண்டு ...

நான் ஆய்வு செய்த காலத்தில்(1988) ஆயிரம் பீடி சுற்றினால் 12 ரூபாய் கிடைக்கும். சில ஏரியாக்களில் 1500 பீடி சுற்றினால்தான் அந்தத் தொகை கிடைக்கும். 12 ரூபாயாவது கிடைத்தால்தான் 5,6, பேர் கொண்ட குடும்பம் ஒரு வேளையாவது சாப்பிடமுடியும். புருஷன் நேரில்லை யென்றால் அது அநேகமாக சாத்தியப்படாது. 7,8, ரூபாய் கிடைத்தாலே அதிகம். முதல் நாள் மாலை மனைவி/தாய் கன்டிராக்டரிடமிருந்து (டெண்டு) இலைகளை நிறுத்து (நிறுவையில் ஏமாற்றப்படுவார்கள். ஆனால் கேள்வி கேட்டால் தொழிலுக்கே மோசமாகும் அபாயம் உண்டு. சுற்றிய பிடிகளைக் கொடுக்க வரும்போது, இலையின் எடைக்குத்

தகுந்த எண்ணிகை இல்லை என்று கூலியில் வெட்டுவார்கள்) எடுத்து வந்து இரவு ஊற வைப்பார்கள். காலையில் விடிந்ததுமே வேலை துவங்கும். நான் பல வீடுகளில் பார்த்திருக்கிறேன். மூன்று வயதுக் குழந்தை இலையின் காம்பைக் கிள்ளி வைக்கும். தாய் இலைகளை அளவாகக் கத்தரித்து வைப்பாள். 7,8 வயதுப் பிள்ளைகள் பெண்கள் பெரிய முறங்களை மடியில் வைத்துக்கொண்டு இலைகளில் புர்ணி வைத்து மூடுவார்கள். சற்று மூத்தவர்கள் அதைச் சுற்றிகட்டி வட்டச் சுளகுகளில் தேய்த்து அடுக்குவார்கள். இயந்திரம்போல் வேலை நடக்கும். முறத்தை மடியில் வைத்து குழந்தைகள் உடம்பை முன்னுக்கும் பின்னுக்கும் ஆட்டியபடி, பேச்சில்லாமல் சிரிப்பில்லாமல் ஆழ்ந்திருப்பதும் தாய் பம்பரமாய் உள்ளேயும் வெளியேயுமாகச் சுழன்று குழந்தைகளை விரட்டியபடி வேலை வாங்குவதும், குறுக்கே சென்று பார்க்கும் நம்மைக் குற்றம் சாட்டுவதுபோல் இருக்கும். என்னுடைய கேள்விகளுக்குப் பதில் சொல்ல அவர்களுக்கு நேரமில்லை. என்னிடம் முறையிடுவதால் அவர்களுக்கு லாபமில்லை. மாறாக அவர்களது நேரம் விரயமாகும். சாப்பாட்டில் மண் விழும். என்னுடன் பேசியப் பெண்களுக் கெல்லாம் குழந்தைகள் படிக்கவேண்டும் வேறு உத்தியோகம் பார்க்கவேண்டும் என்று கனவுகள் இருந்தன. ஆனால் அந்தப் `பன்னிரண்டு ரூபாயைப் பார்க்கவேண்டிய அவசியத்தால், குழந்தைகளைப் பள்ளிக்கு அனுப்பாமல் முறத்தைக் கொடுத்து உட்காரவைத்தார்கள்.

பெற்றோர்கள் பட்ட நூறு, இருநூறு ரூபாய்க் கடனுக் காகக் கொத்தடிமைகள் ஆக்கப்பட்டது தெரியாமல் ஆறிலிருந்து பத்துவயது வரை கொண்ட சிறுவர் சிறுமியர் காற்றோட்டமே இல்லாத சிறிய அறைகளில் ஒரு மேஸ்திரியின் மேற்பார்வையில் (சதா அவர்களை விரட்டுபவன்) அமர்ந்து பீடி சுற்றும் பல இடங்களைப் பார்த்தேன். காலையிலிருந்து மாலைவரை வேலை பார்க்கும் அவர்களுக்கு ஒரே ஒரு டீ மட்டும்தான் கிடைக்கும். கூலிகூடக் கிடைக்காது. அது அவர்கள் பெற்றோர் பட்ட கடனுக்கான வட்டிக்குப் போகும். நான் காமராவை எடுத்து புகைப்படம் பிடிக்கப் போனபோது அவர்கள் நிமிர்ந்துகூடப் பார்க்கவில்லை. கொஞ்சமும் யோசனை இல்லாமல் நான் 'நிமிர்ந்து சிரியுங்கள்!' என்றேன். ஒரு சிறுவன் சிரித்தான். மேல் வரிசையில் ஒரு பல் விழுந்திருந்தது. என் மகன் ஹரி ஆறு வயதில் சிரித்த முகம் நினைவுக்கு வந்தது. சிரிச்சது போதும், வேலையைக் கவனி என்று அதட்டினான் ஒரு சிறுவன். இன்றளவும் என்னால் அந்தக் காட்சியை மறக்க முடியவில்லை. மனிதரை நிலை குலைய வைக்கும் முற்றிலும்

பலவீனமாக்கும் அப்பட்ட வறுமையின் கொடூரத்தைப் பார்க்கும் போது சுதந்திரம் வந்து (அப்போது) நாற்பது ஆண்டுகளில் அந்த ஏழைகளின் வாழ்வில் எந்த மாற்றமும் ஏற்படவில்லை என்பது மன்னிக்கமுடியாததாகத் தோன்றிற்று.

பல பெண்கள் நான் தில்லியிலிருந்து வந்திருக்கிறேன் என்றதும், எனது வருகை அவர்களது வாழ்வில் புதிய திருப்பத்தை ஏற்படுத்தும் என்று நினைத்துப் பேசியதும் நம்பிக்கைத் தெரிவித்ததும் என்னுள் மிகுந்த கூச்சத்தையும் குற்ற உணர்வையும் ஏற்படுத்தின. முன்னேற்றங்கள் முன்னேற்றத் திட்டங்கள் எல்லாம் சமூகத்தின் அடிமட்ட மக்களுக்குப் போய்ச் சேருவதே இல்லை என்பதை நேரிடையாகக் காண நேர்ந்தபோது, கள ஆய்வுப் பணிக்காக நான் தில்லியிலிருந்து சென்னைக்கு விமானத்தில் பயணித்து வருவதும், வறுமையை அறிவார்த்த அலசலுக்குப் பயன்படுத்துவதும் போலித்தனமானது என்ற சுய விமரிசனத்தில் மாய்ந்து போவேன். இவர்களுக்கு எந்த வகையிலும் நம்பிக்கை அளிக்க முடியாத எனது இயலாமையை நினைத்து வெட்கமேற்படும். எல்லாப் பெண்களும் “வீட்டுக்கு வாங்கக்கா வாங்கக்கா” என்று வருந்தி வருந்தி பிரியத்துடன் அழைப்பார்கள். அன்றாடக்காய்ச்சிகள். அதுவும் நிச்சயமில்லை. ஆனால், தவறாமல் உபசரிப்பார்கள் “டீ சாப்பிடுங்கக்கா!”

சலீமா என்று ஓர் இளம் பெண். அழகிய முகம். பேசும் போது உதடுகள் புன்னகையில் விரித்தபடி இருக்கும். ‘வாங்கக்கா’ என்று வீட்டிற்குள் அழைத்தாள். சுன்னம் காணாத வீடு காலியாக இருந்தது. பாத்திரம் பண்டம் என்று ஒரு சாமான் இல்லை. வெறுமையாக இருந்த அந்த ஓர் அறை வீட்டில் இரண்டு பெண்கள் மண் தரையில் அமர்ந்து இருப்பது ஒரு ஸர்ரியலிஸ சித்திரம்போல் இருந்தது. சுவர் ஓரமாக அவளுடைய தாய் மடியில் முறத்தில் இருந்த பீடிகளை நிதானமாகச் சுற்றிக்கொண்டிருந்தாள். நான் பிரமிப்புடன் அந்தச் சூழலை உள்வாங்கிக் கொள்கையில் சலீமாவின் கண்களில் நீர் நிறைந் திருந்தது. ஆனால் விசித்திரமாக உதடுகள் புன்னகைத்துக் கொண்டிருந்தன.

சலீமா கண்களில் தேங்கிய நீருடனேயே சிரித்துக்கொண்டு தன் கதையைச் சொன்னாள். அவளுக்குப் பன்னிரண்டு வயதாகும்போது தந்தை இறந்துவிட்டர். அவளுக்குப் படிக்க ஆசை. ஆனால் 5ஆம் வகுப்புடன் படிப்பு நின்றது, தந்தை இறந்ததால். அவளும் அவளது தாயும் பீடித் தொழில் செய்து பிழைக்க வேண்டியதாயிற்று. மழைக்காலங்களில் தொழில் இருக்காது. அப்போதெல்லாம் அநேகமாகப் பட்டினி

கிடப்பார்கள். அல்லது கடன் வாங்கி சமாளிப்பார்கள். இருவருக்கும் உடம்பு நன்றாக இருக்கும் நாட்களில் தினத்துக்கு 10 ரூபாய் சம்பாதிக்கலாம். அம்மாவுக்கு வரவர முடியாததால் அநேக நாட்கள் ஒரு வேளைச் சோற்றுக்கே இப்போது திண்டாட்டம்.

"அம்மாவுக்கு என்ன உடம்பு?" என்றேன்.

"புற்று நோய்க்கா" என்றாள்.

"ஏம்மா ஆஸ்பத்திரிக்குப் போகல்லியா?"

"அதுக்கெல்லாம் சௌகரியப்படாதுக்கா!" என்றாள்.

"என்னம்மா இது, பின்ன நோய் எப்படி குணமாகும்?"

"ஆஸ்பத்திரி பக்கத்திலே இல்லேக்கா. பஸ்ஸு சார்ஜ் நாலு ரூபா ஆகும்." சலீமா கண்களில் நீருடன் உதட்டில் புன்னகையுடன் சொன்னாள் "உன் மர மண்டைக்கு என்னுடைய யதார்த்த கஷ்டங்கள் புரியுமா" என்பதுபோல. என் மர மண்டைக்குப் புரியவில்லை.

"பஸ் சார்ஜ் செலவைப் பார்த்தா முடியுமா? பெரிய வியாதின்னா மருந்து சாப்பிட்டாத்தானே குணமாகும்? கவர்மென்டு ஆஸ்பத்திரிலே இலவசமா பார்க்க மாட்டாங்களா?"

"எதுவும் இலவசம் இல்லேக்கா. ஒவ்வொருத்தன் கையிலேயும் காசு வைக்கணும். சீட்டு எழுதரவனுக்கு. நம்பர் கொடுக்கறவனுக்கு. எக்ஸ்ரேக்கு அழைச்சிட்டுப் போற வனுக்கு. கடைசியிலே டாக்டர் நாளைக்கு வாம்பாங்க. ஆஸ்பத்திரின்னா ஒரு நாளோடு முடியற விஷயமாக்கா? அம்மாவை நாதான் அழைச்சிட்டுப் போணும். இங்கே பீடி சுத்தினாதான் காசு. எத்தனை நாள் வேலை செய்யாம அலையறது? யாரு எங்களை நம்பிக் கடன் கொடுப்பா?"

சிரிப்பும் கண்ணீருமாய்ப் பேசும் சலீமாவின் பேச்சைக் கேட்டு நெகிழ்ந்து போன நிலையில் நான் மெள்ளச் சொன்னேன். "வேற ஏதாவது வேலை கிடைக்காதா, உடம்பை வருத்தாத வேலை, கொஞ்சம் அதிக ஊதியம் கிடைக்கிற மாதிரி?"

இவ்வளவு நேரம் வாயே திறக்காமல் பீடி சுற்றிக்கொண்டிருந்த சலீமாவின் தாய் சரேலேன்று நிமிர்ந்து என்னைக் கேட்டாள்: "என்ன மாதிரி வேலை? யார் கொடுப்பாங்க அவளுக்கு? யாரைப்பத்தியும் யாருக்குக் கவலை?" அவளுடைய குரல் கோபத்தில் உயர்ந்தது. "காலையிலேர்ந்து ராத்திரி

வரைக்கும் உழைக்கிறோம். எங்க வேலைக்கு தகுந்த கூலி கிடைக்கிறதில்லே. கன்டிராக்டர் நினைச்சபடி குடுக்கறான். அவனை ஏதாச்சும் கேட்டா நாளைக்கு வேலை இல்லேம் பான். நீ இங்கே வந்து எதுக்குக் குந்தியிருக்கே? நீ வந்ததாலே எங்க வாழ்கைலே என்ன மாறுதல் வரப்போகுது?"

"அம்மா அம்மா" என்று சலீமா அவளை அடக்க முயல்கையில் நான் எழுந்தேன். சாட்டையடி பட்டதுபோல் இருந்தது. சலீமா புன்னகையுடன், "காபி குடிச்சிட்டுப் போங்கக்கா" என்றபோது உண்மையில் என் கண்களில் நீர் நிறைந்தது. அவளுடைய தாய் மீண்டும் பீடி சுருட்ட ஆரம்பித்திருந்தாள். கைகளின் வேகத்தில் ஆத்திரம் வெளிப் பட்டது. நான் சமாதானமாக சலீமாவின் தோளைத் தட்டிவிட்டு வெளியேறினேன்.

சலீமாவின் முகம் என்னுள் இன்னமும் துன்புறுத்தும் நினைவாக இருக்கிறது. அதேபோல் பெண் சிசுக்கொலையைப் பற்றி மேற்கொண்ட அடுத்த ஆய்வில் நான் உசிலம்பட்டியில் சந்தித்த பெண்கள் என்னை இன்னும் துன்புறுத்துகிறார்கள்.

'தீராநதி', ஆகஸ்ட் 2005

பெண் என்றால் மிகப் பீழை இருக்குதடி

தமிழ் நாட்டின் தென்கோடியில் வறட்சி மிகுந்த உசிலம்பட்டி பகுதியில் வெளி உலகம் அறியாமல் நடந்து வந்த பெண் சிசுக்கொலை பற்றின செய்தி 'இந்தியா டுடே' ஆங்கிலப் பத்திரிகையில் நெஞ்சை உலுக்கும் கருப்பு வெள்ளைப் புகைப்படங்களுடன் விரிவாக வந்தபிறகுதான் உலகெங்கும் உசிலம்பட்டி பிரசித்த மாயிற்று.

அகில இந்தியாவை உலுக்கிய கட்டுரை அது. 'இந்தியா டுடே'யின் தமிழ்ப் பதிப்பு 90 இல் ஆரம்பிக்கப் பட்டபோது அதன் தில்லி அலுவலகத்திலிருந்து ப்ரபு சாவ்லா, நான் தில்லியில் வசிப்பதை அறிந்து, என்னைத் தொடர்புகொண்டு, தமிழ்ப் பதிப்பிற்கு ஆலோசகராக இருக்க முடியுமா என்று கேட்டுக்கொண்டார். அவர் களுக்கு ஆங்கிலமும் தமிழும் சரளமாகத் தெரிந்த நபர் தில்லியில் தேவைப்பட்டது. தமிழ்ப் பதிப்புக்காக சில கட்டுரைகளும் எழுதச் சொன்னார்கள். அதற்காக என்னைத் தமிழகத்துக்கு அவ்வப்போது அனுப்புவார்கள். அப்படித்தான் நான் 91ஆம் ஆண்டு பெண் சிசுக் கொலையைப் பற்றி நேரில் அறிந்து தமிழ்ப் பதிப்பிற்கு ஒரு கட்டுரை எழுத உசிலம்பட்டிக்குச் சென்றேன். அங்கு பெண்கள் இதைப்பற்றிப் பேசத் தயங்குவார்களோ என்கிற யோசனையுடன் அந்தப் பகுதியின் ஆரம்ப சுகாதார மையத்தில் பணிபுரியும், அவர்களுக்குப் பழக்கப்பட்ட சுகாதாரப் பணியாளருடன் சென்றேன். அங்கு சகஜமாக ஏற்றுக் கொள்ளப்பட்ட பழக்கம் வெளி உலகத்தை உலுக்கக்கூடிய விஷயம் என்று அவர்கள் அறிந்திருக்கவில்லை. அது சட்டப்படி தண்டிக்கப்படவேண்டிய குற்றம் என்பதுகூட அவர்கள்

உணராதது எனக்கு முதலில் ஆச்சரியமாக இருந்தது. அவர்கள் உணராததற்கு மொத்த சமூகத்தால் அங்கீகரிக்கப் பட்ட செயல் அது என்பதே காரணம் என்று பிறகு புரிந்தது. "நா நாலு பெண் குழந்தைங்களைக் கொன்னேன்" என்று கள்ளமில்லாமல் சொன்ன பெண்கள் தயக்கமில்லாமல் புகைப்படங்களுக்கு நின்றார்கள். நான் சந்தித்த பெண்கள் வறுமைக் கோட்டின் விளிம்பில் இருந்தவர்கள். அவர் களிடையே இருந்த இயல்பான உற்சாகம் எனக்கு மலைப்பாக இருந்தது. சுலபமாகச் சிரித்தார்கள். சுலபமாக வெடித்தார்கள். சிசுக் கொலை எப்படிச் செய்வது என்று விவரித்தார்கள். 'பிறந்தது பெண் குழந்தைன்னு தெரிஞ்சதும் எருக்கம்பால் போட்டுருவோம்'. ' சூடா ரசம்/கோழி சூப் போட்டறது உண்டு.' 'உயிரோடு புதைப்பதும் உண்டு'.

என்னிடம் நகர்புறத்து பெண்ணின் கேள்விகளும் சம்சயங் களும் நிறைய இருந்தன. ஒன்பது மாதம் சுமந்த சிசுவை எப்படிக் கொல்ல மனசு வரும்? கொல்லாமெ விட்டா என்ன ஆகும்? பெண்களைப் படிக்க வைக்கலாமே? சம்பாதிக்க விடலாமே? பெண் விகிதம் குறைந்துகொண்டே போனால் வெறும் ஆண்களினால் என்ன செய்யமுடியும்?

அவர்களது யதார்த்த உலகத்துக்கும் என்னுடைய உலகத்துக்கும் சம்பந்தமேயில்லை என்பதை அவர்களது சிரிப்பும் மொழியுமே உணர்த்திற்று.

"முடியாமெத்தான் கொல்றோம். பத்து மாசம் சுமந்து கொல்லணும்னா சந்தோசமாவா இருக்கும்?"

"கொல்றது யாரு?"

"பொறந்த வூட்டிலே ப்ரசவம்னா ஆயாக்காரி செஞ்சுடுவா. புருசன் வூட்டிலேன்னா புருசனோ மாமியோ செஞ்சுடுவாங்க. இந்தா புள்ளே ஒம் மொகத்தெ அங்கிட்டு திருப்பிக்கன்னு எம் புருசன் சொல்லும். அதுக்குத் தெரியும் எனக்குத் தாங்காதுனு!"

பெருமை கலந்த சிரிப்புடன் இதை அவள் சொன்னாள்.

கொல்லாமெ விட்டா?

அதை ஆளாக்கி கண்ணாலம் செய்யற செலவுக்கு எங்க போறது? என்று திருப்பிக் கேட்டார்கள். ஆம்பிளைப் பையனைக் கோவணத்தோடு விரட்டலாம். பொண்ணுக்கு அஞ்சு உடுப்பு எடுக்கணும் மானத்தோடு வளக்க. வயசு வந்ததும் வவுத்திலே நெருப்பைக் கட்டிக்கிட்டு இருக்கணும்.

கண்ணாலத்துக்கு, குடிக்கக் கூழுக்கு வக்கு இருக்கோ இல்லையோ மாப்பிள்ளை வீட்டுக்காரங்க பத்து ஆயிரம் குடு பத்து சவரன் நகை போடும்பாங்க. எங்க போவம்? அவ அவ பிள்ளையைப் பெத்தவ வரப்போற வரதட்சணையை நினைச்சுக்கிட்டே பிள்ளையை வளக்கறா."

"வரதட்சணை கொடுக்கமாட்டோம்னு எல்லாருமா முடிவு எடுங்களேன்" என்கிறேன் மேதாவித்தனமாக.

"அப்ப ஒருத்திக்கும் கண்ணாலம் ஆகாது. மானத்தோட வாழமுடியாது. அப்படி ஆகாம போயி பொண்ணெப்பெத்தவ ஒருத்தி, பொண்ணுக்கு வெசத்தெக்குடுத்து தானும் தூக்குப் போட்டுக்கிட்டா. ஆளாக்கி அப்படிச் செய்யறதுக்கு பதிலா பொறந்த உடனே அது கண்ணு முழிக்கறதுக்கு முந்தி கதையை முடிக்கிறது நல்லதுன்னு செய்யறோங்கா."

ஓர் இளம் பெண் உணர்ச்சிவசப்பட்டு நின்றிருந்தாள். கர்ப்பம் என்று தெரிந்தது. "நீங்க சுலபமா சொல்றீங்கக்கா. பொண்ணெப் பெத்துகிட்டு வந்தா என் வீட்டு வாசப்படி ஏற விடமாட்டேங்கறாருக்கா என் புருசன். நா என்ன செய்வேன்? படிப்பில்லே. சொந்த கால்ல நிக்க வக்கில்லே. எங்கெ போவேன்? எங்க அக்கா ஒருத்தி வாழா வெட்டியா அண்ணன் வூட்டிலே இருக்கா அண்ணியுடைய ஏச்சுப் பேச்சைக் கேட்டுக்கிட்டு."

அந்தப் பெண் விசும்புவதை மற்ற பெண்கள் கண்கலங்க பார்த்துக்கொண்டு நின்றது என்னை உலுக்கிற்று. சுலபமான தீர்வைத் தேடிக்கொள்வதைத் தவிர, தங்களையே அழித்துக் கொள்வதைத் தவிர வேறு வழியில்லை என்கிற தீர்மானமான முடிவில் அவர்கள் இருப்பது என்னுடைய பெண்ணியக் கொள்கைகளுக்குச் சவாலாக இருந்தது.

"பொண்ணைப் படிக்க வெக்கறது!" என்றேன் மெல்ல.

"இதப் பாருங்கக்கா, அதெல்லாம் வேலையத்த பேச்சு. படிக்கவும் செலவு செஞ்சு அதுக்கும் மேல வரதட்சணையும் கொடுத்தாகணும். படிச்ச பொண்ணுன்னா புள்ளைய பெத்தவ இன்னும் ஜாஸ்தியா பிகு செஞ்சுக்குவா, ஒத்துவருமான்னு."

பத்து பன்னிரண்டு பெண்கள் சுற்றிலும் நின்றார்கள் ஒத்த கருத்துடன். இது தகர்க்க முடியாத கோட்டையாக இருக்கிறது. எல்லாவற்றையும் வேடிக்கை பார்த்துக்கொண் டிருந்த ஓர் இளம் சிறுமி படபடக்கிறாள். "நா படிக்கப் போறேன்". நான் புன்னகையுடன் அவளைப் பார்க்கையில்

பெரியவர்கள் சொல்கிறார்கள். "ஆமாம் படிப்பே. எவனும் கண்ணாலம் கட்டிக்க வரமாட்டான்."

"எனக்குக் கண்ணாலமே வேணாம்!"

அது ஏதோ பெரிய தமாஷ்போல மற்றவர்கள் சிரிக்கிறார்கள். நான் அந்தச் சிறுமியை அணைத்துக் கொள்கிறேன், நம்பிக்கைதுளிர் விட்டதுபோல.

அவர்களது பிரச்சினை இன்னும் தீர்க்கமாக ஆராயப் படவேண்டிய ஒன்றாக எனக்குப் படுகிறது. 'இந்தியா டுடே' வுக்கு ஒரு கட்டுரை எழுதிய பிறகு பெண்சிசுக் கொலை வழக்கத்தைப் பற்றி *CARITAS* என்ற ஒரு கிருத்துவ அமைப்பின் நிதி உதவியுடன் ஓராண்டு ஆய்வு மேற்கொண்டேன். நான்கு மாதங்களுக்கு ஒரு முறை மேற்கொண்ட பயணத்தில் உசிலம்பட்டியைச் சுற்றியிருந்த பல கிராமங்களுக்குச் சென்றேன். ஆரம்ப சுகாதாரப் பணியாளர்களின் உதவி யில்லாமல் என்னால் அந்த ஆய்வைச் செய்திருக்க முடியாது. பணியாளர்களின் வேலை முனைப்பும் பெண் சிசுக் கொலையைத் தங்களால் வெற்றிகரமாகத் தடுக்க முடியாத பரிதவிப்பும் நெகிழ்ச்சியளித்தது. "இவங்களுடைய மனோ பாவத்தை மாத்த முடியல்லேக்கா" என்று அங்கலாய்த்தார்கள். கர்ப்பிணிப் பெண்களைப் பற்றின தகவல் கிடைத்ததுமே வாராவாரம் அந்தக் கிராமத்துக்குச் சென்று அவர்களுக்குப் பல வகைகளில் தைரியம் சொல்லியும், சிசுக் கொலை செய்வது சட்டப்படி குற்றம் என்பதையும் சொல்லிக் கண்குத்திப் பாம்பாகக் கண்காணித்து வந்தாலும், அவர்கள் போய்ச் சேர்வதற்குள் பிறந்த குழந்தை பெண்ணாக இருந்தால் கொன்றுவிட்டு, பிறக்கும் போது செத்துப் பிறந்தது என்பார்கள் என்று சொன்னார்கள். எத்தனை சொன்னாலும் ஆஸ்பத்திரிக்குப் ப்ரசவத்துக்குப் போக மாட்டார்கள். ஆஸ்பத்திரியில் பெற்றாலும் வீட்டிற்குச் சென்றதும் 'குழந்தை காச்சல் கண்டு இறந்துவிடும்'. பல மருத்துவமனைகளில் பெண் குழந்தை இறப்பு சமூகக் காரணங்களால் என்று எழுதப்பட்டிருந்ததைக் கண்டேன். ஆஸ்பத்திரி பணியாளர்களுக்கே தெரியாமல் குழந்தைகள் கொல்லப்படுவதாகச் சொன்னதை என்னால் நம்பமுடியவில்லை. மொத்த சமூகமே, சுகாதாரப் பணியாளர்களைத்தவிர, பெண் சிசுக்கொலைக்கு உடந்தையாக இருப்பதாகத் தோன்றிற்று. பல தன்னார்வத் தொண்டு நிறுவனங்கள் இப்பகுதிகளில் பெண்கள் முன்னேற்றத்துக்காக நல்ல பணிகள் செய்துவருகின்றன. இருந்தும் இந்தப் படிந்து போன மனோபாவத்தை, பெண் ஒரு சுமை என்கிற மனப்பதிவை மாற்ற இயலவில்லை

என்று எல்லோரிடமும் பேசப் பேச உறுதியாயிற்று. தங்கள் செயலுக்கு அவர்கள் வக்கணையாக நியாயம் சொன்னார்கள். "கர்ப்பத்தைக் கலைக்கிறது சட்டப்படி குத்தமில்லேங்கறாங்க. பிறந்து அது கண்ணைத் திறக்கறதுக்கு முந்தி கொல்றதுலே என்ன தப்பு?" என்றார்கள். அதில் ஒரு சௌகர்யம் இருந்தது. பிறந்தது ஆண் குழந்தை என்றால் தக்க வைத்துக்கொள்ளலாம். கர்ப்பக்கலைப்பு ஆரோக்கியத்தைக் கெடுக்கும். களத்துமேட்டுல வேலை செய்யற பொம்பளைக்கு ஆரோக்கியம் கெட்டுப் போனா கஷ்டம்.

சில வயதான பெண்களே பெண் சிசுக்கொலை செய்வது தவறே இல்லை என்று அடித்துச் சொன்னார்கள். அவர்கள் சாமி, திருவிழா என்றும் பேசினார்கள். நான் ஒரு மூதாட்டியைக் கேட்டேன். "குழந்தையைக் கொல்றது சாமிக் குத்தம்னு உங்களுக்குப் படல்லியா?" அவர் என்னைக் தீர்க்கமாகப் பார்த்தார். "சாமியை யாரு பார்த்தா?" என்றார். எனக்குத் தூக்கிவாரிப் போட்டது. அவர் சொன்ன விதமும் அதில் இருந்த யதார்த்தமும் வேடிக்கையாகவும் சிந்திக்கவைப்ப தாகவும் இருந்தது.

பெண் சிசுக்கொலை செய்வது அந்தப் பகுதியில் கள்ளர் இனத்தில் மரபு ரீதியாக வந்த ஒன்றாகச் சில ஆய்வாளர்கள் என்னிடம் சொல்லியிருந்தார்கள். ஆய்வுக் கட்டுரைகளும் புத்தகங்கள் சிலவும் அந்தக் கருத்தைத் தெரிவித்தன. பஞ்சாபில் சில எல்லையோரப் பகுதிகளில் பெண் சிசுக்கொலைசெய்யும் போக்கு இருப்பதற்கு ஒரு காரணம் சொல்லப்படும். அன்னியர் களின் தாக்குதலுக்கு ஆளாகும் அந்த இடங்களில் பெண்குழந்தை களுக்குப் பாதுகாப்பு இருக்காது, இருந்தால் மானபங்கப் படுத்தப்படும் அபாயம் உண்டு என்பதற்காகப் பெண் குழந்தை களைக் கொன்றுவிடும் பழக்கம் வந்ததாகச் சொல்லப்படுகிறது. அதே காரணம் இங்கும் பொருந்தும் என்றார் போலீஸ் நண்பர் ஒருவர். கள்ளர் சமூகத்தில் இடம் பெயர்ந்து செல்ல வேண்டிய நிர்பந்தங்கள் அடிக்கடி நேர்ந்ததால் ஆண்களின் உயிருக்கு ஆபத்து நேரிட்டபடியால் பெண்களைப் பாதுகாக்க முடியாமல் போகும் என்றே கொல்ல ஆரம்பித்தார்கள் என்றார். இடதுசாரி கருத்து ஒன்று மிகத் தீவிரமாக அப்பொழுது சொல்லப்பட்டது. வைகை அணைக் கட்டப்பட்டபின், அதனால் வளமடைந்த பகுதியில் நுகர் வோர் கலாச்சாரம் அதிகமாகிவிட, வரதட்சணை வாங்கும் பழக்கம் வந்ததாகவும், அணைக்கு மறுபக்கம் இன்னும் வறட்சியாகவே இருந்த பகுதியில் வளமடைந்த பகுதினருடன் போட்டி போட முடியாமல் பெண் சிசுக்களைக் கொல்லும் வழக்கம் வந்ததென்றும் சொல்லப்பட்டது.

என்னுடைய ஆய்வில் ஒரு விசயம் எனக்குத் தெளிவாகத் தெரிந்தது. பெண் சிசுக்கொலை என்பது அங்கு மரபு ரீதியானது அல்ல. "சாமியை யாரு பாத்தா?" என்று கேட்ட மூதாட்டியே முன்பு கொல்லும் வழக்கமில்லை என்றார். தனக்குக் கூடப்பிறந்த தங்கைகள் ஐந்து பேர் என்று அவர்களை எனக்கு அறிமுகப்படுத்தினார். இன்னும் பல குடும்பங்களில் மூத்த தலைமுறையினரில் அக்கா தங்கை களுடன் இருந்தார்கள். முக்குலத்தோர் இனத்தில் பொது வாகச் 'செய்முறை' என்கிற சம்பிரதாயச் செலவினச் சடங்குகள் ஒரு பெண் பிறந்ததிலிருந்து சாகும்வரை இருப்பதைச் சில கல்லூரிப் பேராசிரியர்கள் சொன்னார்கள். ஒரு குடும்பத்தில் பெண் பிறந்தால், எல்லா உறவினர்களுக்கும் செலவு. தொட்டிலிடும்போது, காது குத்தும்போது, பூப் பெய்தும்போது, திருமணத்தின்போது, அவள் கர்ப்பமானால். குழந்தை பெற்றால், கணவனை இழந்தால், செத்துப் போனால் . . . மிக அழகான கூட்டு முயற்சியாக இருந்திருக்கக் கூடிய ஒரு சமூக அமைப்பு காலப் போக்கில் பொருளாதார சமன்பாடுகளின் சீர்குலைவால், புதிய நுகர்வோர் கலாச்சார அழுத்தங்களினால், சீர்திருத்தத்திற்கு வழி காணாமல், பெண்ணைக் குறி வைக்க ஆரம்பித்துவிட்டது. செய்முறைப் பழக்கங்கள் தொடர்கையில் புதிய வரதட்சணைப் பழக்கமும் சேர்ந்து மானப் பிரச்சினையாக உருவெடுத்ததும் இந்தப் பிரச்சினைக்கு ஒரே தீர்வு பெண்ணின் உயிரைப் பொசுக்கு வது என்ற முடிவை மொத்த சமூகமே எடுத்தது. நான் அறிந்த மட்டில் உசிலம்பட்டிப் பகுதியில் பெண் சிசுக் கொலை பழக்கம் கர்ப்பக்கலைப்புக்குச் சட்ட அங்கீகாரம் கிடைத்த சமயத்துடன் (1971) ஒத்துப் போகிறது.

அந்தப் பெண் கேட்டதுபோல் கர்ப்பத்தில் இருக்கும் சிசுவைக் கொல்வது குற்றமில்லையென்றால், பிறந்தவுடன் கொல்வது என்ன தவறு என்கிற முடிவுக்கு அவர்கள் வந்திருக்கவேண்டும். கல்வியறிவும் வேலை வாய்ப்பும் அதிகரித்தாலே இந்தக் கொடுமைக்குத் தீர்வு என்று அப்பொழுது உறுதியாக நம்பினேன்.

ஆனால் பெண் என்பவள் ஒரு சுமை என்கிற மனப்பதிவு என் ஜன்மத்துக்குள் அகலாது என்கிற மனச் சோர்வு அடுத்த நான்காண்டுகளில் எனக்கு ஏற்பட்டது. 'இந்தியா டுடே' தமிழ்ப் பதிப்பின் ஆசிரியையாகப் பணி ஏற்று சென்னைக்கு வந்திருந்த சமயம். முதல்வர் ஜெயலலிதாவின் 'தொட்டில் குழந்தை' திட்டம் பெரிய ஆரவாரத்துடன் விளம்பரப்படுத்தப்பட்டது. "உங்களுக்கு வேண்டாத

குழந்தையை எங்களிடம் கொடுங்கள், நாங்கள் வளர்க்கிறோம்" என்ற அறிவிப்புடன், ஜெயலலிதாவின் கருணை சுரக்கும் முகத்துடன் ஊரெங்கும் போஸ்டர்கள், பலகைகள் காட்சியளித்தன. அந்த வாக்கியத்தையே நான் எனது பத்தியில் விமர்சித்தேன். "உங்களுக்கு வேண்டாத குழந்தை எங்களுக்கு வேண்டும்" என்பதால் பெண் குழந்தை நிராகரிப்பை அரசு அங்கீகரிப்பதாக அர்த்தம் என்று எழுதினேன். ஒரு மாதத்தில் 13 குழந்தைகள் அரசு தொட்டிலில் கிடைத்தன அவை SOS (தாம்பரத்தில் இருக்கும் குழந்தைகள் இல்லம்) காப்பகத்தில் வளரும் என்பது போன்ற அறிக்கைகளை அரசு அவ்வப்போது வெளியிட்டது. நான்கே மாதத்தில் அரசு பெருமையுடன் சொன்னது. "இப்போது தொட்டிலில் குழந்தை விழுவது நின்றுவிட்டது. போலீஸ் மிகத் தீவிரமாகப் பெண் சிசுக் கொலையைக் கண்காணிப்பதால் அது நின்றுவிட்டது என்றுதான் அதற்கு அர்த்தம்". எனக்கு அது மிகப் பெரிய ஆச்சரியமாக இருந்தது. சமூகக் கொடுமை ஒன்றை இத்தனை சுலபமாகத் தீர்த்துவிடமுடியுமா என்று மாய்ந்து போனேன்.

ஒரு நாள் காலை கில்ட் ஆஃப் சர்விஸ் காலேஜ் ஆஃப் சோஷியல் சர்விஸ் பேராசிரியர் ஜார்ஜ் என்னை நேரில் வரும்படி சொன்னார். தங்கள் மாணவர்கள் சேலம் மாவட்டத்தில் செய்த கள ஆய்வில் ஆச்சரியமான விவரம் கிடைத்திருப்பதாகச் சொன்னார். நான் அவரைச் சந்தித்த போது ஆய்வு அறிக்கைகளைக் கொடுத்தார். அதன்படி மாவட்டத்தின் பல பகுதிகளில் பெண் பிறப்பு விகிதம் மிக மிகக் குறைந்து வருவது தெரிந்தது. சிசுக்கொலை இல்லை. குழந்தைகள் பிறக்கவே இல்லை! இது உடனடியாகக் கவனிக்கப் படவேண்டிய விஷயம் என்று நான் சேலத்துக்குப் பயண மானேன். மருத்துவமனை பதிவுகளில் பெண் பிறப்பு விகிதம் குறைந்திருப்பதை மருத்துவர்கள் ஒப்புக்கொண்டார்கள்.

கருக்கலைப்பு அதிகரித்திருக்கிறதா என்றால் அரசு மருத்துவமனைகளில் அதிக வித்தியாசம் தெரியவில்லை. துருவிப் பார்த்ததில், மூலைக்கு மூலை சிறு டவுன்களிலும் ஸ்கானிங் மையங்கள் இருப்பதும், கர்ப்பத்தில் சிசு ஆணா பெண்ணா என்று பார்க்க முடிவதும், பெண் கருவைக் கலைக்கும் பழக்கம் பரவலாவதும் தெரிந்தது. இங்கு மரபும் இல்லை மண்ணாங்கட்டியும் இல்லை. கருவைத் தேர்ந் தெடுப்பது விஞ்ஞான வளர்ச்சியால் சாத்தியமாகிப் போனதில் வேண்டாத சுமையைக் கண்சொடுக்காமல் இறக்குவது சுலபமாயிற்று. இதை வசதி உள்ளவர்கள், நடு வர்க்கத்தினர், ஏழைகள் எல்லாரும் செய்தார்கள். 'தொட்டில்

குழந்தை' திட்டமும், போலீஸ் கெடுபிடியும் பெண்களை அதிக சாமர்த்தியசாலிகளாக்கிவிட்டன. தொட்டிலில் குழந்தையை விடுவது அவர்களது தன்மானத்துக்கு ஒப்பவில்லை. "குழந்தை எங்கே வளர்ந்து என்ன மாதிரி சீரழியுமோ". நான் அதைப் பற்றி விரிவாக ஒரு கட்டுரை எழுதினேன். ஆனால் எந்த எழுத்துக்கும் தமிழகத்தில் தாக்க மில்லாததால் அதை யாரும் கண்டுகொள்ளவில்லை.

'தீராநதி', செப்டம்பர் 2005

புதிய களம், எதிர்பாராத சவால்கள்

எனது இளைய மகன் ஹரிக்குப் பத்தாம் வகுப்பில் படிக்கும் போதே *IIT* யில் படிக்க வேண்டும் என்ற மாபெரும் கனவு இருந்தது. அதன் நுழைவுப் பரிட்சை யில் தேருவதே மிகப் பெரிய சோதனை மாணவர் களுக்கு. ஆனால் என் மகனுக்குத் தனது புத்திகூர்மை யில் அசாத்திய நம்பிக்கை. ப்ளஸ் டூ தேர்வு எழுதிய பிறகு முனைப்பாக *IIT* நுழைவுத்தேர்வுக்கு அமர்ந்து எழுதியபிறகு தன்னம்பிக்கை அதிகரித்தது. எந்த வேறு கல்லூரிக்கும் அநாவசியமாகக் கட்டணம் செலுத்தி விரயமாக்கவேண்டியதில்லை என்று அவன் மறுத்த போது, இதென்ன அசட்டுத்தனம் என்று எனக்கு உதைத்தது. கரக்பூர் பொறியியல் தேர்வும் எழுதியிருந்த தில் அதில் நல்ல ரான்க் கிடைத்திருந்தது. இடமும் கிடைத்தது. ஆனால் அவனுக்குப் போக இஷ்டமில்லை. *IIT* தேர்வு முடிவு இன்னும் வந்திருக்கவில்லை. அதில் தேர்வு பெறுவாய் என்று என்ன நிச்சயம் என்று வற்புறுத்தி நாங்கள் அவனைக் கரக்பூருக்கு அனுப்பி னோம். ஏதோ விடுமுறை சாக்கிட்டு அவன் பத்து நாட்களில் திரும்பி வந்தான். அவன் முகமே மாறியிருந் தது. கண்களில் பீதியும் தவிப்பும் தெரிந்தன. என்ன விஷயம் என்று நான் கேட்டபோதெல்லாம் 'என்னை எதுவும் கேட்காதே!' என்றான். 'என்னைக் கரக்பூருக்குத் திரும்பிப் போகச் சொல்லாதே ப்ளீஸ்' என்றான் கண் களில் நீருடன்.

கரக்பூரில் ராகிங் அனுபவம் மிக மோசமாக இருந்திருக்கவேண்டும் என்று எனக்குப் புரிந்தது. ஆனால் அங்கு என்ன நடந்தது என்று சொல்ல அவன் மறுத்துவிட்டான். நான் பிறகு அதைப்பற்றிக் கேட்கா விட்டாலும் *IIT*யில் தனக்கு நிச்சயம் முதல் 100க்குள்

சீட் கிடைக்கும் என்ற அவனது நம்பிக்கை கவலை அளித்தது, ஏமாற்றம் ஏற்பட்டுவிடக்கூடாதே என்று. ரிசல்ட் வருவதாக இருந்த நாள் அன்று மாடியிலேயே அமர்ந்து நண்பர்களுடன் போனில் பேசியபடி இருந்தான். ஏதாவது தெரிஞ்சுதா என்று நான் கீழிருந்து சத்தம் போட்ட பிறகு மேலிருந்து 'ரொம்ப மோசமா செஞ்சிருக்கேன்' என்று சொன்னான். எனக்கு விசனமாகப் போயிற்று. ஆயிரம் ஆயிரத்தி ஐநூறு என்று ரான்க் வந்தால் தில்லியில் அவன் விரும்பிய பாடத்திற்கு இடம் கிடைக்காது. 'எத்தனாவது ரான்க் சொல்லு!' என்றேன் அவனை எப்படிப்பட்ட வார்த்தைகளில் சமாதானப்படுத்தலாம் என்று யோசித்தபடி. "Very bad. 136" என்றான். இதை நான் எதிர்பாராததால் ஒரு விநாடி திகைத்தேன். அந்த அசட்டுப்பிள்ளையை நினைத்துச் சிரிப்பு வந்தது. "கீழே வாடா மடையா!" என்று அதட்ட, அவன் முகத்தைத் தூக்கி வைத்துக்கொண்டு இறங்கினான். நான் அவனை அணைத்து IIT தேர்வில் 100க்கும் 136க்கும் அதிக வித்தியாசமில்லை என்று வெகு நேரம் சொன்னபிறகு சற்று சமாதானமானான்.

அவனுடைய நண்பர்கள் எல்லாரும் தேர்வுபெற்றிருந்தார்கள் அவனைவிட கீழ் ரான்கில். தில்லியில் சீட் கிடைக்கும் என்பது எங்களுக்குச் சமாதானமாக இருந்தது. ஹரி படிப்பில் சூரன், பொது அறிவில் புலி. ஆனால் பல விஷயங்களில் அவனுக்கு ஞானம் பூஜ்ஜியம். அதற்கு நானும் காரணம். நான் தேவையற்றவை என்று ஒதுக்கிய விவரங்களை என் பிள்ளைகளுக்குத் தெரிவித்ததில்லை. IIT யில் சேர்ந்ததும் அந்த அமைப்பின் விதிப்படி ஹரி ஹாஸ்டலில் இருக்கவேண்டி வந்தது. வார இறுதி விடுமுறைக்கு வீட்டிற்கு வந்தபோது தமிழ் நாட்டிலிருந்து நிறைய மாணவர்கள் வந்திருப்பதாகச் சொன்னான். என்னைப் பேச்சு வாக்கில் கேட்டான், "அம்மா – ஐயர், அய்யங்கார் என்கிறது என்ன?"

எனக்குச் சிரிப்பு வந்தது.

'எதுக்குக் கேக்கறே?'

"தமிழ் நாட்டுப் பசங்கள் என்னை நீ ஐயரா, அய்யங்காரான்னு கேட்கிறார்கள்."

IIT மாணவர்களுக்கும் இப்படிப்பட்ட விசாரங்கள் இருக்குமா என்று எனக்கு வியப்பேற்பட்டது.

ஒரு நாள் காலை சென்னையிலிருந்து எனக்கு ஃபோன் வந்தது. ப்ரபு சாவ்லாவின் குரல் கேட்டு ஆச்சர்யமாக இருந்தது. சாவ்லா, 'இந்தியா டுடேயிலிருந்து விலகி இந்தியன்

எக்ஸ்ப்ரெஸ்'ஸில் சேர்ந்திருந்தார். இந்தியன் எக்ஸ்ப்ரெஸ் குழுமத்தில் நடந்து கொண்டிருந்த குடும்பப் பூசல்கள் அப்போது மீடியாவில் கலகலத்துக்கொண்டிருந்தன. ப்ரபு சாவ்லா சென்னை அலுவலகத்து நிர்வாகத்திலும் நிறைய மாற்றங்கள் ஏற்படுத்தும் வேகத்தில் இருந்தார். ஃபோனில் என்னிடம் உடனடியாக சென்னைக்கு வரும்படி சொன்னார். "உன்னை தினமணியின் ஆசிரியை ஆக்கப் போகிறேன்" என்றார்.

எனக்குத் தூக்கி வாரிப் போட்டது. அப்போது கஸ்தூரி ரங்கன் ஆசிரியராக இருந்தார். "கஸ்தூரி ரங்கனுக்கு என்ன ஆயிற்று?" என்றேன் கவலையுடன். கஸ்தூரி ரங்கன் வெகு ஆண்டுகளாகத் தெரிந்த நல்ல நண்பர். "அவருக்கு வயதாகி விட்டது. கண் பார்வை ரொம்ப மோசமாக இருக்கிறது. மாற்று ஆள் தேடிக்கொண்டிருக்கிறோம். எனக்கு நீ வரவேண்டும் என்று இருக்கிறது. ஆங்கிலம் சரளமாகத் தெரிந்த, எனக்கு ஏற்கனவே பரிச்சயமான ஒருவர் வந்தால் எனக்கு சௌகர்யம்" என்றார் சாவ்லா.

"திடீரென்று கேட்கிறீர்கள், யோசிக்க அவகாசம் கொடுங்கள்" என்றேன்.

'எதற்கும் நீ அடுத்த ஃப்ளைட்டில் புறப்பட்டு வா. இங்கே வந்து பார்த்து முடிவு செய்துகொள்.' என்றார் சாவ்லா விடாப்பிடியுடன். அன்று மாலைக்குள் தில்லி எக்ஸ்ப்ரெஸ் அலுவலகத்திலிருந்து சென்னை செல்ல எனக்கு விமான டிக்கெட் வந்துவிட்டது. நான் சற்றும் எதிர்பாராத இந்த அழைப்பினால் குழப்பத்துடனேயே சென்றேன். சென்னையில் இரவு போய் இறங்கியதும் கனிமரா ஹோட்டலில் தங்க ஏற்பாடாகியிருந்தது. மறுநாள் காலை சாவ்லா ஃபோன் செய்தார். அலுவலகத்தில் கொஞ்சம் பிரச்சினை இருப்பதாகவும் போலீஸ் வந்திருப்பதாகவும் அன்று மாலை என்னைச் சந்திப்பதாகவும் சொன்னார். "உன் நண்பர்களை வேண்டுமானால் காலை நேரத்தில் சந்தித்துவிட்டு வா" என்றார். இதனிடையில் சுதாங்கனும் என்னைச் சந்திக்க ஹோட்டலுக்கு வந்தார். தினமணியில் சேரவிருப்பதாகச் சொன்னார். எனக்கு எதுவுமே சரியாக விளங்காத குழம்பிய நிலையில் சென்னைக்கு அப்போது குடி வந்திருந்த நண்பர் இந்திரா பார்த்தசாரதியைச் சந்திக்க அடையாறுக்குச் சென்றேன். நான் தினமணியின் ஆசிரியர் ஸ்தானத்துக்கு வரப்போகும் செய்தி அதற்குள் காட்டுத் தீயாகப் பரவி விட்டதை நான் அறிந்திருக்கவில்லை. கதவைத் திறந்தவுடனேயே பார்த்தசாரதி, "நீங்கள் இப்படிச் செய்வீர்கள்

என்று நான் கொஞ்சங்கூட எதிர்பார்க்கல்லே வாஸந்தி!" என்றார் கோபமாக. ஒன்றும் புரியாமல் நான் திடுக்கிட்டேன்.

"என்ன சொல்கிறீர்கள் நீங்கள்?" என்றேன்.

"கஸ்தூரிரங்கன் வேலையைவிட்டு ராஜினாமா செய்ய நிர்பந்தப்படுத்தப்படுகிறார். அவரை அப்புறப்படுத்த நிறைய தில்லுமுல்லு வேலைகள் நடக்கின்றன. அதற்கு நீங்களும் உடந்தையா?"

நான் அதிர்ந்து போனேன். அவரது குற்றச்சாட்டினால் அல்ல. பார்த்தசாரதி நெடு நாளைய நண்பர். அவருக்குக் கோபப்பட உரிமை இருந்தது. ஆனால் கஸ்தூரி ரங்கன் கட்டாயமாக நீக்கப்படும் முயற்சியில் நான் தெரியாத்தனமாக அகப்பட்டுக்கொண்டேன் என்பது மிகுந்த சங்கடத்தை ஏற்படுத்திற்று. நான் எனது நிலையை விளக்கியபிறகே பார்த்தசாரதி அமைதியானார். அங்கிருந்து கஸ்தூரிரங்கனைப் பார்க்கச் சென்றேன். அவர் எந்தப் பதட்டமும் படாமல் எப்போதும் போல் என்னிடம் அன்புடன் பேசியது மிகுந்த நெகிழ்ச்சியை அளித்தது. சில விரும்பத்தகாத விஷயங்கள் எக்ஸ்ப்ரெஸ் அலுவலகத்தில் நிகழ்ந்ததையும் அன்று காலை போலீஸ் வந்து விசாரணை நடப்பதையும் அறிந்து மிகுந்த வேதனையாக இருந்தது. ப்ரபு சாவ்லாவும் எனக்குத் தெரிந்தவர். என்னிடம் எப்பவும் (இப்பவும்) மரியாதையுடன் கண்ணியத்துடன் பழகுபவர்.

மாலை ஹோட்டலுக்குத் திரும்பியதும் சாவ்லா ஃபோன் செய்தார். "என்ன முடிவு செய்தாய்?"

"என்னால் இந்த வேலையை ஒப்புக்கொள்ளமுடியாது, ப்ரபு!" என்றேன்.

"ஏன், என்ன காரணம்?"

'கஸ்தூரி ரங்கன் என்னுடைய நண்பர். இந்த வேலையை ஒப்புக்கொண்டால் சில நண்பர்களை இழந்துவிடுவேன்.'

ப்ரபு சாவ்லா பல வகைகளில் சொல்லிப்பார்த்தார். நான் மறுத்துவிட்டேன். அன்று மாலை ஃப்ளைட்டில் இருவரும் சேர்ந்து தில்லி திரும்பும் போது நான் ஒரு பயந்தாங்கொள்ளியாக இருக்கவேண்டும் என்று மனோஜ் சொந்தாலியா (பப்ளிஷர்) சொன்னதாகப் ப்ரபு சாவ்லா சொன்னபோது நான் மௌனமானேன். இதற்கெல்லாம் தன்னிலை விளக்கம் அளிக்கவேண்டியது அவசியமில்லை என்று தோன்றிற்று.

தில்லி இந்தியா டுடே அலுவலகத்துடன் எனக்கு நெருங்கிய தொடர்பு இருந்தது, நான் தமிழ்ப் பதிப்பின் ஆலோசகர் என்ற நிலையில். முன்பு ப்ரபு சாவ்லா இருந்த பதவியில் அப்போது சேகர் குப்தா இருந்தார். தமிழ்ப் பதிப்பு கொண்டுவர இருந்த முதல் இலக்கியச் சிறப்பிதழுக்கு என்னைப் பொறுப்பாக்கியிருந்தார்கள். தில்லியில் இருந்தபடி நான் சிறுகதைகள், கட்டுரைகள் சேகரிக்கவேண்டியிருந்தது. கிட்டத்தட்ட தினமும் அலுவலகத்திற்குச் செல்வேன். இதழ் தயாரிப்பில் முதன் முறையாக நேரடி தொடர்பு ஏற்பட்டது. அந்தப் பணி எனக்கு மிகுந்த மன நிறைவைத் தந்தது. 'இந்தியா டுடே' தில்லி அலுவலகத்தில் வயது, மொழி, இனம்,பதவி என்ற பேதமில்லாமல் எல்லாரும் மிக சிநேகிதமாகப் பழகியதில், அந்தச் சூழலிலிருந்த இளமையும் உற்சாகமும் என்னையும் தொற்றிக்கொள்ளும். அதிகார பூர்வமாக எந்தப் பதவியும் நான் வகிக்காவிட்டாலும் அவர்களுள் ஒருத்தியாக எல்லாரும் என்னைச் சுவீகரித்துக் கொண்டார்கள். அந்த சமயத்தில் சேகர் குப்தா ஒரு நாள் என்னை அழைத்து, தமிழ் இதழின் ஆசிரியர் மாலன் தினமணியின் ஆசிரியர் வேலைக்குச் செல்வதாகவும் அவருடைய இடத்திற்கு நான் செல்ல இயலுமா என்றும் கேட்டார். என் கணவர் இன்னும் பணியில் இருந்ததால் சென்னைக்கு நான் தனியாகத்தான் செல்லவேண்டும் என்று அவருக்குத் தெரியும். எனக்குக் கிடைக்கக்கூடிய சம்பள விவரம், சலுகைகள், படிகள் என்ன என்று அவர் சொல்லிக் கொண்டு போன விவரங்கள் எனக்கு ஓரளவுக்கே புரிந்தாலும், நான் என் சம்மதத்தைத் தெரிவித்தேன்.

இப்போது நினைத்தால் வியப்பாக இருக்கிறது. அதுவரை நான் எந்த அலுவலகத்திலும் வேலை பார்த்ததில்லை. வயது ஐம்பதைக் கடந்திருந்தது. ஆனால் இரவு பகல் பாராமல் பணி செய்யவேண்டிய பத்திரிகை அலுவலகத்தில் பொறுப் பான பதவி எப்படி வகிப்பேன் என்ற சந்தேகம்கூட வர வில்லை. கொஞ்சம்கூடத் தயக்கமில்லாமல் அந்த வேலையை ஒப்புக்கொண்டதற்கு ஏற்கனவே எனக்கு அந்த அலுவலகத் துடன் பரிச்சயம் இருந்தது காரணமாக இருக்கலாம். அங்கிருந்த தொழில் கலாச்சாரம் என்னுடைய இயல்புக்கு இசைவானதாக இருந்ததும் காரணம். சுந்தரம் அலுவலகத்தி லிருந்து திரும்பிய பிறகு நான் வேலையை ஒப்புக்கொண்ட விவரத்தைச் சொன்னேன். அவருக்கு வியப்பு ஏற்பட்டதா என்று எனக்குத் தெரியாது. 'குட், எப்பக் கிளம்பணும்' என்றார். அமெரிக்காவில் இருந்த ரவியும், ஹாஸ்டலில்

இருந்த ஹரியும் என் முடிவைக்கேட்டு மிகவும் மகிழ்ச்சி அடைந்தார்கள்.

தனியாக நான் இருந்ததே இல்லை என்ற உணர்வு என்னைக் கலவரப்படுத்தவில்லை. கார் ஓட்டத் தெரியுமே தவிர அது பழுதடைந்து வழியில் நின்றால் விழி பிதுங்க நிற்பேன். வீட்டை அலங்கரிக்கத் தெரியும், ஆனால் பல்ப் ஒன்று ஃப்யூஸ் ஆகிப் போனால் வேறு மாட்டத் தெரியாது. சமையல் அபாரமாகச் செய்வேன். காஸ் தீர்ந்து போனால் வேறு மாட்டத் தெரியாது. இருபத்தி எட்டு ஆண்டுகள் குடும்பம் நடத்தியிருந்தாலும் காய்கறி, மளிகை சாமான் வாங்கக் கடைக்குப் போய்ப் பழக்கமில்லை. எலெக்ட்ரிக் பில் கட்டணம் போன்ற சமாச்சாரங்களுக்கு நான் சென்றதேயில்லை.

என் அம்மா அப்போது தில்லிக்கு வந்தார். அம்மாதான் என் முடிவைக் கேட்டுக் கலவரப்பட்டுப் போனார். “மாப்பிள்ளையைத் தனியாவா விட்டுட்டுப் போகப் போறே?” என்றபோது எனக்குச் சிரிப்பு வந்தது. சென்னையில் நான் தனியாக இருப்பதைப் பற்றி அம்மா கவலைப் பட்டதாகத் தெரியவில்லை. என்னைப் போகவிடாமல் தடுக்க அம்மா பல முயற்சிகள் செய்தார். “உன் நட்சத்திரப்படி உனக்கு இப்போ ஏழரை நாட்டுச் சனி. என்னவெல்லாம் சோதனைகள் வருமோ? விஷப் பரிட்சை செய்யப்போறியா?” என்றார்.

அம்மாவின் பயங்கள் எனக்கு எரிச்சலை ஏற்படுத்தின. பெண் விடுதலைப் பற்றின என் எழுத்து எதுவும் அம்மாவிடம் பாதிப்பை ஏற்படுத்தாதது ஏமாற்றமாக இருந்தது. எல்லா பெண்களும்,அவர்கள்அறிந்தோ அறியாமலோ அவர்களுக்கு என்று வெளி தேவைப்படுவதை ஒவ்வொரு காலகட்டத்தில் உணர்வதாக எனக்குப் படுகிறது. கணவன் குடும்பம் குழந்தைகள் என்ற வாழ்க்கை, மிகப் பழமைவாத சிந்தனைகள் கொண்ட பெண்களுக்கும் ஒரு காலகட்டத்தில் மூச்சை முட்டக்கூடிய உணர்வைத்தருவது. மரபு சார்ந்த வாழ்வில், ஒரு மனைவியாக, தாயாக வாழ்ந்ததில் கிடைத்ததைவிட இழந்தது அதிகம் என்ற ஆயாசம் ஏற்படும் தருணங்கள் அவை. இறக்கை முளைத்து பறக்க யத்தனிக்கும் ஆர்வம் இந்தியப் பெண்களுக்கு நடு வயதுக்குப் பின்தான் வரும் என்று எனக்குத் தோன்றும். அந்தக் காலகட்டத்தில் எனக்கு அத்தகைய வெளி தேவைப்பட்டது. மிகத் தீவிரமான வேட்கையாக அது உருவெடுத்த சமயத்தில்தான் சேகர் குப்தா என்னைக் கேட்டார் – சென்னைக்கு வேலைக்குப் போகிறாயா? போகிறேன் என்று ஒப்புக்கொண்ட கையுடன் சுந்தரம்

சாப்பாட்டுக்குக் கஷ்டப்படுவாரே என்ற யோசனை வந்தது. சமையலுக்கு வீட்டோடு ஒரு ஆளைத் தேட நான் எடுத்துக் கொண்ட சிரமத்தைப் பார்த்து ஒரு சென்னை நண்பர் 'ஒரு ஃபெமினிஸ்ட் பேசற பேச்சா இல்லையே இது?' என்றார். ஃபெமினிஸ்ட் என்றால் பொறுப்பற்றவர்கள், கரிசன மற்றவர்கள் என்று அவர் நினைத்தார் போலிருக்கிறது.

ஒரு வழியாக தில்லியில் சுந்தரத்திற்கு எல்லா வசதிகளும் செய்து வைத்து, புதிய சமையல்காரப் பெண்ணுக்கு எங்கள் வீட்டுச் சாப்பாட்டு முறையை விளக்கிச் சொல்லிக்கொடுத்து, முன்பின் வசித்துப் பழக்கமில்லாத சென்னைக்குச் சொற்ப சாமான்களுடன் பயணமானேன். வீடு கிடைக்கும் வரை தாஜ் ஹோட்டலில் தங்க அலுவலகம் ஏற்பாடு செய்திருந்தது. சென்னை அலுவலகத்துக்குள் நுழைந்த போது தில்லி அலுவலகத்தைப்போல கலகலப்பும் சிரிப்பும் அங்கு இல்லை என்பதைக் கவனித்தேன். ஏதோ ஒரு இறுக்கம் தெரிந்தது. தமிழ் பகுதியில் இருந்தவர்களும் அறை குறையாகத் தயக்கத் துடன் சிரித்தார்கள். தலைமைப் பதவிக்கு ஒரு பெண் வந்திருப்பது கலாச்சார சிக்கலை ஏற்படுத்துமோ என்று எனக்குத் தோன்றிற்று. நான் அதைக் கவனிக்காதவள் போல் ஒவ்வொருவரிடமும் சென்று பேசினேன். எனது காபினுக்குச் சென்று அமர்ந்த பிறகு என்னைப்பார்க்க இளம் பெண் ஒருத்தி வந்தாள். அலுவலகத்தில் தான் லைப்ரெரியன் என்றாள். லைப்ரெரி விஷயமாக ஏதோ பேசவந்திருக்கிறாள் என்று நினைத்தேன். எடுத்த எடுப்பில், "நீங்க ஐயரா அயங் காரா?" என்றாள்.

தமிழ் மண்ணில் நான் கால் வைப்பதற்குமுன் என் ஜாதகம் வந்து இறங்கிவிட்டதாகத் தோன்றிற்று. ஏழரை நாட்டுச் சனியின் ஒரு பரிமாணம் அந்தக் கேள்வியில் தொக்கி நின்றதை நான் கவனிக்கவில்லை. கலாச்சார அதிர்வு ஏற்படப்போவது எனக்குத்தான் என்றுமட்டும் உணர்ந்து கொள்ளமுடிந்தது.

'தீராநதி', அக்டோபர் 2005

தமிழ் மண் தந்த கலாச்சார அதிர்வுகள்

ஒரு செய்திப் பத்திரிகை ஆசிரியையாக நான் கால் வைத்தபோது அச்சுப் பிழை திருத்துபவருக்குத் தெரிந்த சில அடிப்படை விஷயங்கள்கூட எனக்குத் தெரிந்திருக்கவில்லை. எனது ஆங்கில அறிவில் அபார நம்பிக்கை இருந்த எனக்கு, *'galley'*, *'form - wise'* *'slug'* *'caption'* *'format'* என்ற வார்த்தைகள் புரியாமல் இரண்டு நாட்கள் தடுமாறினேன். காலை ஐந்து மணிக்கு எழுந்து இரவு ஒன்பதரை – பத்துக்குப் படுக்கப் போகும் வழக்கமுள்ள நான் இரவு ஒரு மணி இரண்டு மணிவரை அலுவலகத்தில் வாரத்தில் இரண்டு நாட்களாவது பணிபுரியவேண்டியிருந்தது. ஓரிருமுறை அலுவலகத்திலேயே தங்கி மறுநாள் ஒன்பது மணிவரை வேலை பார்க்க நேர்ந்தது. தினமுமே வீட்டிற்குத் திரும்ப இரவு எட்டு எட்டரை ஆகிவிடும்.

வீட்டிற்காக சென்னை முழுவதும் அலைந்து பெசன்ட் நகரில் அமைதியான கலாக்ஷேத்ரா காலனியில் ஏகாந்தமாக இருந்த இரண்டாவது மாடி வீட்டை வாடகைக்கு எடுத்திருந்தேன். என் ஒண்டி ஆளுக்கு எதற்கு அத்தனை பெரிய வீடு என்று வீட்டைப் பார்த்தவர்கள் ஆச்சரியப்பட்டார்கள். வீட்டை ஒட்டி முகப்பில் வீட்டை விடப் பெரிய டெரெஸ் இருந்தது. பக்கத்து வீட்டு மொட்டை மாடியிலிருந்து யார் வேண்டு மானாலும் குதித்து வரலாம் என்று எனது அலுவலக நண்பர் எச்சரித்தார். இந்த வீட்டில் தனியாக இருக்க பயமாக இல்லையா என்று நிறைய பேர் கேட்டார்கள். நிச்சயமாக இருக்கவில்லை. உண்மையில் அத்தனை ஆண்டு கணவன் குழந்தைகள் என்று மற்றவர்களுக்

காகவே வாழ்ந்து, அவர்களது தேவை பற்றின சிந்தனை களின் ஆக்கிரமிப்பில் வாழ்ந்தவளுக்குத் தனியாக வாழ்வது உற்சாகமாக இருந்தது. திடீரென்று தளைகளிலிருந்து விடுபட்டு அகண்ட பிரபஞ்சத்தை எனதாக்கிக் கொண்டது போல மனசு விரிந்தது. கணவரின் யோசனை இல்லாமல், பிள்ளைகளின் கவலையில்லாமல், எத்தகைய சுதந்திரம் அது! என் இஷ்டம்போல் வீட்டை வைத்துக் கொள்ள முடிந்தது. அத்தனை வேலைக்கு நடுவிலும் மொட்டை மாடியில் பிரும்மாண்டத் தோட்டம் போட முடிந்தது. புத்தகம் படிக்க முடிந்தது. எனக்கு மிகவும் பிடித்த வீடு அது. மூன்று படுக்கை அறைகள் கொண்ட நல்ல வெளிச்சமுள்ள விசாலமான வீடு. நடு நிசியில் வீடு திரும்பும் போது எனக்குத் தனிமை உணர்வைத் தரவில்லை. மனத்தளவில் எனக்குத் தேவைப்பட்ட வெளியின் அடையாளமாக அதன் விசாலம் என்னைக் கவர்ந்தது.

ஆனால் எனக்குத் தனிமை உணர்வை ஏற்படுத்திய விஷயங்கள் வேறு. சென்னைவாசிகள் அத்தனை சுலபமாகப் புதிதாக வருபவரிடம் சிநேகிதம் காட்டமாட்டார்கள் என்று எனக்குப் பட்டது. சென்னைக்கு வந்ததும் ஒரு மாருதி 800 வாங்கி நானே ஓட்டிக்கொண்டிருந்தேன். தனியாக வசிக்கும், நட்ட நடு நிசியில் காரை ஓட்டிக்கொண்டு வீடு திரும்பும் ஒரு பெண்மணியை, எங்கள் கட்டடத்தில் இருந்த குடித்தனக்காரர்கள் அதுவரைக் கண்டிருக்கவில்லை என்று நினைக்கிறேன். என்னைப் பற்றின என்ன கற்பனைகள் அவர்களுக்கு இருந்தன என்று எனக்குத் தெரியாது. எட்டரை மணி அளவில் இரவு வீடு திரும்பும் நாட்களில் அவர்கள் ஜன்னல் வழியாகப் பார்த்துப் பிறகு தங்களை மறைத்துக் கொள்வார்கள். நான் அவர்களிடம் என்னை அறிமுகப் படுத்திக் கொண்ட பிறகும் யாருமே தனியாக இருக்கிறீர்களே உங்களுக்கு ஏதேனும் உதவி தேவையா என்று கேட்கவில்லை. மாறாக என்னைச் சந்தேகக் கண்ணுடனேயே பார்த்ததாகத் தோன்றிற்று. எலக்ட்ரிஷன் யாரையாவது தெரியுமா என்று கேட்டால்கூட 15 வருஷங்களாக அங்கிருந்தவர்கள் தெரியாது என்பார்கள். (இது தில்லி அனுபவத்துக்கு முற்றிலும் மாறாக இருந்ததால் அதிர்ச்சி அளித்தது) நான் என் கணவருடன் இருந்திருந்தால் கதை வேறாக இருந்திருக்கும். தனியாக ஒரு பெண் வாழ்வது அவர்களால் ஜீரணிக்கமுடியாத ஒன்று என்று எனக்குப் புரிந்தது. மூன்று ஆண்டுகள் கழித்து என்னுடைய தாய் என்னுடன் வசிக்க வந்த பிறகுதான் ஒரு சராசரி, பெண்ணாக என்னை அவர்கள் நினைக்க ஆரம்பித்தார்கள்.

தொழில் ரீதியில் நேரிடையான தாக்குதல்கள் வேலையில் சேர்ந்த உடனேயே ஏற்பட்டது. அந்தக் காலகட்டத்தில் தமிழ்ப் பதிப்பு அதிக பட்சம் ஆங்கில இதழிலிருந்து மொழிபெயர்க்கப்பட்டக் கட்டுரைகளைக் கொண்டதாக இருந்தது. அப்போதுதான் நான் கால் வைத்திருந்ததால் எனது அதிகார எல்லைகளைப் பற்றி எனக்குக் குழப்பமாக இருந்தது. தில்லி அலுவலகம் சொன்னபடி மற்ற மொழி ஆசிரியர்கள் நடந்து கொண்டார்கள். மாற்றுக் கருத்துச் சொல்லும் வழக்கம் இருக்கவில்லை. ஆங்கிலத்தில் வரும் கட்டுரைகளை மொழிபெயர்க்கும்போது (அவை ஆங்கிலப் பதிப்பில் வெளியாகிவிடுவதால்) நிச்சயமாக வரிகளை மாற்றவோ திருத்தவோ உரிமை கிடையாது. ஆங்கில இதழுக்கு அப்போது சென்னைக் கிளையில் ப்ரகாஷ் சுவாமி நிருபராக இருந்தார். நான் போய்ச் சேர்ந்த இரு வாரத்தில் அவர் தி.மு.க. தலைவரின் இரு மனைவிகளும் தனித்தனியாகக் கட்சி அரசியலில் தங்களின் அதிகாரத்தைச் செலுத்துவதாக ஒரு கட்டுரையை ஆங்கில இதழுக்கு எழுதியிருந்தார். அந்தக் கட்டுரைக்கும் எனக்கும் துளியும் சம்பந்தமில்லை. தமிழகத்து அரசியல் சம்பந்தப்பட்ட கட்டுரை என்பதால் அதைத் தமிழ் இதழில் போடவேண்டிய கட்டாயத்தில் இருந்தேன். அதைப் பக்கமாக்குவதற்குமுன் வந்திருந்த *galley*யில் படித்துப் பார்த்தபோது ஒரு வரியை நீக்கிவிடலாம் என்று முடிவு செய்தேன். கனிமொழியின் முதல் திருமணம் விவாகரத்தான சமயம் அது. ஆனால் செய்தி வெளியில் வந்திருக்கவில்லை. கட்டுரையில் 'விவாகரத்தான மகள் கனிமொழி' என்ற சொற்கள் சம்பந்தப்பட்டவரைப் புண்படுத்தலாம் என்று நினைத்து அவற்றை நீக்கி விட்டு 'பக்கம்' செய்ய அனுப்பிவிட்டேன். அன்று டெபுடி காப்பி எடிடர் நைட் ட்யூட்டியில் இருந்தார். இறுதியாகப் பக்கத்தைக் கவனித்து அச்சுக்கு அனுப்பும் வேலை அவருடையது. மறு நாள் அச்சாகிவிட்ட பக்கங்கள் எனது பார்வைக்கு வந்தபோது திடுக்கிட்டேன். நான் நீக்கி யிருந்த சொற்கள் அச்சாகியிருந்தன. அன்று மாலை டெபுடி காப்பி எடிட்டர் வந்தபோது நான் அடித்திருந்த சொற்கள் எப்படி வந்தன என்று கேட்டேன். 'பக்கம் ஆகி வந்த போது நான்கு சொற்கள் தேவைப்பட்டன, அதனால் அவற்றைச் சேர்த்துக் கொண்டேன்' என்றார். நான் ஏன் அவற்றை விலக்க நினைத்தேன் என்று அவரிடம் சொல்லவில்லை. எப்படியும் ஆங்கிலப் பதிப்பில் வந்த விவரம் தானே என்றிருப்பார்.

ஆனால் கட்டுரை தமிழ்ப் பதிப்பில் வெளியானதும் ஒரு பூகம்பம் வெடிக்கும் என்று நான் எதிர்பார்க்கவில்லை.

முரசொலி ஞாயிறு மலர் பல பக்கங்களை எனக்காக ஒதுக்கியது. நான் நினைக்கவே கூசும் அளவுக்கு என்னை 'பெண் ஆசிரியை அரசியலுக்கே வராத தலைவரின் வீட்டுப் பெண்களைப் பற்றி தரக்குறைவாக எழுதியதற்காக' வசை பாடி தூற்றிற்று. எனது ஒழுக்கத்தை நேர்மையைக் கேள்வி கேட்டது. எனது சாதியைக் குறிப்பிட்டது. வாஸந்தி என்ற பெயரை 'வாந்தி' என்று எழுதிற்று. குங்குமம் இதழில் வசை தொடர்ந்தது. கேள்வி பதில் பகுதியில் தானே ஒரு கேள்வியைப் போட்டு 'வாஸந்தியை 'வா' என்று சந்திக்கு இழுக்க எத்தனை நேரம் ஆகும்?' என்று பதிலையும் போட்டது. இதில் வேடிக்கை என்னவென்றால் கட்டுரை எழுதிய ப்ரகாஷ் சுவாமி எந்தக் கண்டனத்துக்கும் உள்ளாகவில்லை. இந்தத் தாக்குதல் எனக்கு மிகப் பெரிய கலாச்சார அதிர்ச்சியை ஏற்படுத்திற்று.

தமிழ் நாட்டில் ஒரு பெண்ணைத் தாக்கவேண்டுமானால் ஆண்களின் மிக சுலபமான ஆயுதம் அவளது ஒழுக்கத்தைக் குறை கூறுவது என்று பின் வரும் ஆண்டுகளில் புரிந்து போனது. இது அந்தச் சமூகத்தின் பலவீனமே தவிர எனது குறையல்ல என்கிற தெளிவு எனக்கு இருந்ததால் அத்தகைய அவதூறு ப்ரசுரங்களை நான் கண்டு கொள்ளாமல் இருக்கப் பழகிக்கொண்டேன். ஆனால் ஆரம்பத்தில் அது ஏற்படுத்திய அதிர்விலிருந்து மீள்வது சுலபமாக இருக்கவில்லை. அடுத்த சில மாதங்களில் கலைஞர் கருணாநிதியைப் பேட்டிகாண வேண்டி வந்தபோது நேரம் கொடுக்க அவர் லேசில் சம்மதிக்க வில்லை. ஆனால் கடைசியில் ஒத்துக் கொண்டவர், என்னைக் கண்டதும், முரசொலியில் தன்னைக் கேட்காமலே சின்னக் குத்தூசி அந்தக் கட்டுரை எழுதிவிட்டதாகச் சொன்னார். அவரது விளக்கம் எனக்குச் சமாதானமாகவில்லை என்றாலும் அவரது அணுகுமுறை இறுக்கத்தைத் தளர்த்திற்று. பத்திரிகைக்காக அவரைச் சந்திக்க நேர்ந்த பல சந்தர்ப்பங்களுக்குப் பிறகு கலைஞர் அவர்களிடம் நெருக்கமும் நட்பும் ஏற்பட்டுவிட்டது. பத்திரிகைகளில் வருவதை விடாமல் படித்து அதை மறுத்தோ சிலாகித்தோ உடனுக்குடன் பேசும் அவரது இயல்பு என்னை ஈர்த்தது. அவரை விமர்சித்து எழுதுவதையும் பொருட்படுத்தாமல் தொடர்ந்து நான் எழுதுவதை அவர் வாசித்து அபிப்பிராயம் சொன்னது அவரிடம் மரியாதையை ஏற்படுத்திற்று. பேட்டிகளில் பயமில்லாமல் கேள்வி கேட்க முடிந்தது. எந்தச் சந்தர்ப்பத் திலும் அவரது விடைகளில் தெறித்த கூர்மை உற்சாகத்தை அளித்தது. ஜெயலலிதாவுக்கும் பத்திரிகை உலகுக்கும் இடையே துளைக்கமுடியாத இரும்புத்திரை இருந்ததால், இரு தலைவர் களிடையே இருந்த அணுகுமுறை வேற்றுமையில் கலைஞரே

நெருங்கக்கூடிய சாத்தியம் கொண்டிருந்தார். அதுவே அவரது பலம்.

அப்போது ஜெயலலிதாவின் ஆட்சி. முன்பு அவர் நாடாளுமன்ற உறுப்பினராக தில்லி வந்திருந்த சமயத்தில் நான் அவரை ஒரு ஹிந்தி பத்திரிகைக்காகப் பேட்டி கண்ட போது அவர் சொல்லியிருந்தார்: “தில்லியிலே உட்கார்ந்து தமிழ் நாட்டைப் பத்திப் பேசாதீங்க. தமிழ் நாட்டுக்கு வந்து பாருங்க. அப்பத்தான் ஜனங்க எம்.ஜி.ஆரை ஏன் தெய்வமா நினைக்கிறாங்க என்று புரியும்”. இடையில் எம்.ஜி.ஆர். இறந்து போனார். நான் தமிழ் நாட்டுக்கு வந்த சமயத்தில் அவரது வாரிசாக ஜெயலலிதா ஆட்சிக்கு வந்திருந்தது எதேச்சையான நிகழ்வாக இருக்கமுடியாது என்று கற்பித்துக் கொள்வது சுவாரஸ்யமாக இருந்தது. அன்றும் சரி, இன்றும் சரி, அவருடைய பேட்டி கிடைத்தால் பத்திரிகையாளருக்கு ஜாக் பாட் வெற்றி கிடைப்பதுபோல. இதுவும் வேறு எந்த மாநிலத்திலும் கேள்விப்பட்டிராத ஒன்று. சென்னைக்கு வந்தபிறகு, அவருக்கு முந்தைய சந்திப்பை நினைவு கூர்ந்து, அவரைச் சந்திக்கவும் ‘இந்தியா டுடே’வுக்குப் பேட்டி எடுக்கவும் அனுமதியும் அவகாசமும் கேட்டிருந்தேன். ஒன்றல்ல, இரண்டல்ல, பல கடிதங்கள், ஃபாக்ஸ்கள், தொலைபேசி தொடர்புகள்; எதற்கும் எதன் மூலமும் எந்தப் பதிலும் இல்லை. கிணற்றில் போட்ட கல்லாய் அமைந்தது ஒவ்வொரு முயற்சியும். அவரைத் தாக்கி நான் எழுதிய பத்திகளையும் கட்டுரைகளையும் கூட அவர் கண்டு கொண்டதாகத் தெரியவில்லை. அவருடைய அமைச்சர்கள்தான் தில்லி அலுவலகத்துக்கு அவ்வப்போது என்னைப் பற்றிப் புகார் செய்வார்கள். பேட்டி காண எடுத்த முயற்சிகள் தேல்வியுற்றதால் ஏற்பட்ட மிதமிஞ்சிய நிராசையிலும் எரிச்சலிலும் எனக்கு ஜெயலலிதாவை நினைத்து ஆச்சரியமாக இருந்தது. எப்படிப்பட்ட பெண் அவர்? ஏன் இப்படிப்பட்ட இரும்பு வளையத்தைத் தன்னைச் சுற்றிப் போட்டுக் கொள்கிறார்? மகாராணி போன்ற பாவனையைக் கட்சிக்குள்ளும் வளர்த்துக் கொள்வதன் பின் இருக்கும் மனோவியல் காரணங்கள் என்ன? தமிழகத்து ஆணாதிக்க அரசியல் சூழலில் அவர் தமக்கு வேண்டுமென்றே போட்டுக் கொள்ளும் ஆணவ கவசமா? அவரைத் தெய்வம் என்று வர்ணித்த கட்சிக்காரர்களின் செய்கைகளைக் ‘கழகக் கண்மணிகளின் ஆர்வக்கோளாறு’ என்று விளக்குவதில் ஏதோ வக்கிரம் ஒளிந்திருந்தது. ஆண் உலகமே வா, மண்டியிடு . . . காலில் விழு . . .

அந்தத் தமிழ்ப் புத்தாண்டை ஒட்டி நான் சென்னைக்கு வருவதற்கு முன் தில்லியில் இருந்தபடி தயாரித்த ‘இந்தியா டுடே’ தமிழ்ப் பதிப்பின் முதல் இலக்கிய மலர் வெளி வந்தது. அதுவரை தமிழில் அத்தகைய கலை நேர்த்தியுடன் இலக்கிய மலர் வந்ததில்லை என்று பாராட்டைப் பெற்றது. அன்று பிரபலமாக இருந்த மூத்த, இளம் எழுத்தாளர்களின் படைப்புகள் இருந்தன. இலக்கிய விமர்சனக் கட்டுரைகளும் இருந்தன. தில்லியில் எனக்குப் பரிச்சயமான இலக்கிய விமர்சகர் வெங்கட் சுவாமிநாதனை ஒரு கட்டுரை எழுதச் சொல்லியிருந்தேன். அவரது கட்டுரையில் அவர் சொன்ன கருத்துக்கள் அவருடைய சொந்தக் கருத்துக்கள். சுயேட்சை யாகக் கருத்து சொல்ல அவருக்கு உரிமை உண்டு. கருத்துச் சுதந்திரம், எழுத்துச் சுதந்திரம் ஆகிய விஷயங்களில் தீவிர நம்பிக்கை கொண்ட எனக்கு அவரது கட்டுரையை அப்படியே வெளியிடுவதில் தயக்கம் ஏற்படவில்லை. தமிழ் இலக்கிய போக்கை ஆய்வு செய்த அவர் திராவிட இயக்கங்களால் இலக்கியத்துக்கு பாதகமே தவிர ஆக்க பூர்வமான விளைவு இல்லை என்று பொருள்பட எழுதி யிருந்தார். “தமிழ் நாட்டில் ஜாதி பற்றிய ஆவேசப் பேச்சுக்கள் மனிதாபிமானத்தின் காரணத்தால் விளைவதல்ல. தான் தேடும் வேறு சுய ஆதாயங்களை மறைக்கப் பயன்படும் பாதுகாப்புக் கவசம்தான் ஜாதி எதிர்ப்பு ஆவேசப் பேச்சுக்கள். இதுவரை திராவிட கலாச்சார 60 வருட கால இயக்கம் ஒரு இலக்கியப் படைப்பைக் கூட, கலை வெளிப்பாட்டைக்கூட தர இயலாது போனது, இதன் பொய்மைக்கு நிரூபணம்... எதிர்ப்பு சக்தியாக இருக்கவேண்டிய சிறுபான்மை அறிவார்த்த இலக்கியச் சூழல், பெரும்பான்மை அரசியல் சூழலில் தன்னை ஐக்கியப்படுத்திக்கொண்டுவிட்ட அவலத்தை இன்று காண்கிறோம்” என்று பட்டவர்த்தனமாக அவர் எழுதியது பலரை ஆவேசப்படுத்திவிட்டது. ஆனால் அந்த ஆவேசம் மிகக் கேவலமான பரிமாணம் கொண்டதாக இருக்கும் என்று நான் நினைத்திருக்கவில்லை. எப்படியும் அத்தகைய பயங்கர எதிர்ப்பை அன்றைய எனது ஞானசூன்யத்தில் கற்பனைகூட செய்திருக்க முடியாது.

புதுவையில் நடந்த ஆவேச எதிர்ப்பைப் பற்றி எனக்கு வந்த செய்தி அதிர்ச்சியைத் தந்தது. அந்த எதிர்ப்பிலும் அதிகமாகத் தாக்கப்பட்டது நான்தானே தவிர கட்டுரை எழுதியவர் அல்ல. என் ஜாதி விமர்சிக்கப்பட்டது. அந்தக் கட்டுரையை வெளியிட்டதற்கு எனது ஜாதி உணர்வே காரணம் என்று சொல்லப்பட்டது. ஒரு பார்ப்பனர்

ஆசிரியராக இருக்கும் தமிழ் 'இந்தியா டுடே' மலம் அள்ளத்தான் லாயக்கு என்று இகழப்பட்டது. பலர் அந்தப் பக்கங்களைக் கிழித்து அதன் மேல் சிறுநீர் கழித்ததாகக் கேள்விப்பட்டபோது நான் நம்பவில்லை. மறு நாள் எனக்குத் தபாலில் ஒரு கடித உறையில் சுவாமினாதன் கட்டுரைப் பக்கத்தில் மலம் வைக்கப்பட்டு அனுப்பப்பட்டிருந்தது. மோசமான வசைவுகள் கொண்ட கடிதத்தின் கீழ் 'பிரளயன்' என்று கையெழுத்திட்டிருந்தது. பின்னாளில் பிரளயன் எனக்குப் பரிச்சயமான போது, அந்தக் கடிதத்தைக் குறிப்பிட்டுக் கேட்டேன். அவர் திடுக்கிட்டார். அந்தக் கூட்டத்திற்கும் தனக்கும் சம்பந்தமேயில்லை என்றார். மற்றவர்களின் பெயரை அவர்களைக் கேட்காமல் போட்டு அவதூறுக் கடிதங்கள் அனுப்புவது எழுத்தாளர் உலகில் இன்னமும் நடக்கிறது. இரண்டு ஆண்டுகளுக்கு முன் பலரின் பெயர்களுடன் கொண்ட அவதூறுக்கடிதம் ஒன்று வந்தது. அந்தக் கையெழுத்துப் பட்டியலில் எழுத்தாளர் இமயம் பெயர் இருந்ததைக் கண்டு ரொம்பவும் வேதனை அடைந்தேன். முதுகில் குத்தப்பட்டது போல் உணர்ந்தேன். அவர்களில் பலரின் எழுத்துக்களை நான் மிக மகிழ்ச்சியுடன் 'இந்தியா டுடே'யில் வெளியிட்டிருக்கிறேன். முக்கியமாக இமயத்தை "நூற்றாண்டின் (கவனிக்கப்படவேண்டிய) முகம்" என்று பெருமைப் படுத்தியிருந்தேன். 'இந்தியா டுடே'யின் ஆங்கில மற்றும் எல்லா மொழி பதிப்புகளிலும் அது வெளியாகியிருந்தது. சமீபத்தில் இமயத்தை ஒரு இலக்கியக் கூட்டத்தில் சந்தித்த சமயத்தில் எனது ஆற்றாமையை வெளியிட்டபோது அவர் திகைத்துப்போனார். தனக்குத் தெரியாமலே தனது பெயர் சேர்க்கப்பட்டிருப்பதாகச் சொல்லி வருத்தப்பட்டார். அவர் கையெழுத்துப் போடவில்லை என்னும் விஷயமே எனக்குப் பெரும் சமாதானத்தை அளித்தது.

இப்போது பின்னோக்கிப் பார்க்கும் போது இந்த அனுபவங்கள் எல்லாம் என்னைப் பக்குவபடுத்த உதவிய சம்பவங்கள் என்பது புரிகிறது. தமிழ் நாட்டு சமூக, கலாச்சார அரசியல் நிலைகளைத் திறந்த மனத்துடன், வெளியிலிருந்து வந்தவள் என்கிற சுயேச்சை பார்வையுடன் அறிவார்த்தமாக அலச இவை உதவின. அத்தகைய அலசல் மிக சுவாரஸ்யமாக இருந்தது.

பல ஜன்மத்து, பல தலைமுறைகளின் ஆறாத புண்ணுக்கு இன்னமும் வடிகால்கள் தேவைப்படுகின்றன. நான் கேட்காமலே சுமக்க நேர்ந்த சுமையினால் அந்த வடிகாலின்

அடையாளமாக நின்றேன். அவர்கள் தாக்கியது அந்த அடையாளத்தை. என்னையல்ல. என்னைச் சுற்றி ஒரு மாபெரும் கடைசல் நிகழ்ந்துகொண்டிருந்தது. சமூக ரீதியாக, பொருளாதார ரீதியாக, அரசியல் ரீதியாக. மிக உத்வேகம் கொண்ட மாணவியாக நான் அந்தக் கடைசலில் ஆழ்ந்துபோனேன்.

'தீராநதி', நவம்பர் 2005

இலங்கைப் பயணம்
யதார்த்தங்கள் + பாவனைகள்

இலங்கையில் 10ஆவது நாடாளுமன்ற பொதுத் தேர்தல் தேர்வு முடிவுகள் வந்திருந்தன. 49 வயது சந்திரிகா குமாரதுங்க புதிய பிரதமராகப் பதவி யேற்றிருந்தார். இலங்கை அரசியலில் மிகுந்த அக்கறை கொண்டிருந்த நான் நிகழ்வுகளை ஆர்வத்துடன் கவனித் துக்கொண்டிருந்தேன். 17ஆண்டு காலம் இனவாத அடிப்படையிலும் வடகிழக்குப் பிரச்சினைக்கு அரசியல் தீர்வுக்குப் பதில் யுத்த தீர்வுதான் வழியென்றும் நினைத்து ஆட்சி நடத்திய ஐக்கிய தேசிய கட்சி (UNP) தோல்வி அடைந்திருந்தது. சந்திரிகாவின் கட்சி மக்கள் கூட்டணி (P.A.) நூலிழைப் பெரும்பான்மையே பெற்றிருந்தாலும், ஜனநாயக புனரமைப்புக்கும் இனவாதத்துக்கு எதிரானது மான வாக்கை மக்கள் அளித்திருந்தார்கள். பத்துஆண்டு களுக்கு மேலாக வடகிழக்கு மாகாணங்களில் நடந்து வந்த விடிவுகாணாத போரின் ஓசைக்கு முடிவு காண ஏங்குபவர்கள் அவர்கள். ரணமாகிப்போன மனத்துக்கு மருந்தாக அமைதியைத் தேடுபவர்கள். அவர்களது எதிர்பார்ப்புகள் அசாத்தியமானவை.

இனவாத அரசியலும் வன்முறை கலாச்சாரமும் இலங்கை பிரஜைகளின் சகஜ வாழ்க்கையில் புகுந்து ஒட்டுமொத்த சமூகத்தையும் நிலைகுலைய வைத்திருந் தது. இப்படிப்பட்ட சூழலில் ஐம்பது வயது நிரம்பாத ஒரு பெண் பிரதமர் பதவிக்கு வரத் துணிந்தது அசாதா ரணமானதாகத் தோன்றிற்று. இதைப் பற்றி நேரிடை யான தகவல் விசாரிக்கக் கொழும்பிலிருந்த சந்திரிகா வின் ஆதரவாளரும் இலங்கைத் தமிழருமான நீலன் திருச்செல்வனைத் தொடர்புகொண்டு பேசும்போது

அவர் "நீங்கள் இங்கு வாருங்கள், வாஸந்தி. அங்கு அமர்ந்தபடி என்ன எழுதுவீர்கள்?" என்றார். நான் அவரிடம் ஏதும் மறு மொழி கொடுக்கவில்லை. இலங்கைக்கு யாரை அனுப்புவது என்பதை தில்லி அலுவலகம்தான் தீர்மானிக்கும். சாதாரணமாக ஆங்கிலப் பதிப்பில் வேலை பார்ப்பவர்களைத் தான் அனுப்புவார்கள். அப்போது சேகர் குப்தா என்னுடைய மேல் அதிகாரியாக இருந்தார்.

நீலன் பேசிய சற்று நேரத்தில் சேகர் குப்தாவிடமிருந்து ஃபோன் வந்தது. "நீதான் இலங்கைக்குச் செல்லவேண்டும்" என்று அவர் சொன்னதும் வியப்பாக இருந்தது. பத்திரிகைத் துறையில் தாமதம் என்ற சொல்லுக்கே இடமில்லாததால் நான் கொழும்புக்கு மறுநாளே கிளம்ப முடிவெடுக்கப்பட்டது. ஆனால் என்னுடைய பாஸ்போர்ட் தேதி காலாவதியாகி விட்டதை நான் அப்போதுதான் உணர்ந்தேன். ஆனால் 'இந்தியா டுடே' அலுவலகத்துக்கு இருந்த அபிரிமித செல்வாக்கினால் என் பாஸ்போர்ட் புதுப்பிக்கப்பட்டு, இலங்கை விசா கிடைத்து அன்னியச் செலாவணிக்கு ஏற்பாடு செய்யப்பட்டு, மறுநாள் நான் கிளம்பியது ஏதோ செப்பிடு வித்தை போலப்பட்டது. ஆனால் இந்த சௌகர்யங்களைத் தான் அலுவலகம் செய்யும். மற்றபடி அந்நிய தேசத்தில் தொடர்புகள் ஏற்படுத்திக்கொள்வது, அதிகாரிகளை, தலைவர்களைச் சந்திப்பது எல்லாம் பத்திரிகை நிருபரின் பொறுப்பு. இன்று இருப்பதுபோல் அன்று *laptop* வசதியோ *mobilephone* வசதியோ இல்லை. சந்திரிகாவைப் பேட்டி கண்டு கொழும்பின் சூழலைப் பற்றி கட்டுரை எழுதியபிறகு முயற்சி செய்து யாழ்பாணத்துக்கும் போய் வரும்படி தில்லி அலுவலகம் சொன்னது. யாழ்பாணம் அப்போது புலிகள் கட்டுப்பாட்டில் இருந்ததால், பத்திரிகை நிருபர்கள் யாரும், கொழும்பிலிருந்தவர்கள்கூட அங்கு இரண்டு ஆண்டுகளாகச் செல்லத் துணிந்திருக்கவில்லை. கொழும்பு அரசுக்கும் யாழ்பாணத்துக்கும் இடையில் போர் நிலை இருந்ததால், பயணம் என்பதே ஆபத்தான முயற்சி. யாழ்பாணத்தில் போட்டி நிர்வாகம் இருந்தது. அதைப் போல் போலீஸ் படை, நீதிமன்றம், ராணுவம், வரிமுறை எல்லாமே புலிகளின் சொந்த ஏற்பாடுகள்தான். யாரும் அங்கு எளிதில் நுழைந்து விட முடியாது. யார் சென்றாலும் கடுமையான சோதனைக்கு உட்படவேண்டும்.

எனக்கு எந்தப் பயமும் தோன்றவில்லை. மாறாக உற்சாகப் பரபரப்பு இருந்தது. அது ஒரு வகையான அசட்டுத் துணிச்சல். புலிகள் என்னுடைய 'நிற்க நிழல் வேண்டும்'

நாவலைப் படித்தபிறகு மிகக் கோபமாக இருந்தது எனக்குத் தெரியும். நான் தொடர்ந்து அவர்களை விமர்சித்து வேறு வந்தேன். எனக்கு யாழ்பாணத்தில் ஏதாவது ஆகிவிட்டால் என்ன செய்வது என்று விளையாட்டாக தில்லி அலுவலகத்தைக் கேட்டேன். 'கவலைப் படாதே, அப்படி ஏதாவது நடந்தால், உன்னை அட்டைப்படத்தில் போட்டுவிடுகிறோம்' என்று அலுவலகம் உறுதி அளித்தது.

கொழும்பில் சென்று இறங்கியதும் நான் சுறுசுறுப்பானேன். நீலன் எனக்கு அளித்த தொலைபேசி எண்களுடன் தொடர்புகொண்டு சந்திரிகாவுக்கு அப்போது நெருக்கமானவர்களாக இருந்தவர்களுடன் தொடர்புகொண்டு மறுநாள் காலை எட்டரை மணிக்கு பேட்டிக்கான நேரத்தைப் பெற்றேன். 'சந்திரிகா பிரதமரானபிறகு அளிக்கும் முதல் பேட்டி உங்களுடையது' என்று முன்பு சந்திரிகாவுக்கு மிக நெருக்கமானவராகவும் அவரது காரியதரிசியாகவும் உதவிய பத்மா மஹாராஜா சொன்னபோது மலைப்பாக இருந்தது. ஆனால் மறுநாள் நான் டிஸில்வா ரோடில் இருந்த ப்ரதமரின் அலுவலக மாளிகையில் அவருக்காகக் காத்திருக்கையில் அவரது ஆளுமையை நம்பி ஒரு நாடும் மக்களும் காத்திருப்பதான பிரக்ஞை அவருக்கு இருக்குமா என்றே எனக்குச் சந்தேகம் வந்தது. பத்மா போன் செய்த வண்ணம் இருந்தார். பிரதமர் எங்கே இருக்கிறார் என்றே தெரியவில்லை. சந்திரிகா 11.30. மணிக்கு வந்து சேர்ந்தார். காலையில் கிளம்பும் சமயத்தில் அவருடைய மகனுக்கு உடம்புசரியில்லை என்று தெரிந்ததாம். டாக்டரிடம் செல்லவேண்டி வந்ததாம்.

பேட்டி ஆரம்பித்ததும் மறுபடி அவருக்கு நேரம் மறந்தது. வெகுநாள் பழகிய தோழிபோல சுலபமாகச் சிரித்தார். உணர்ச்சிவசப்பட்டார். இலங்கை மக்களைப் போலவே துப்பாக்கி கலாச்சார வன்முறையினால் ஏற்பட்ட வடுக்களைச் சுமப்பவர். தந்தை பண்டார நாயகவும் கணவர் குமார துங்கவும் துப்பாக்கிச் சூட்டிற்குப் பலியானதைக் கண்டவர். தன்னையும் இரண்டு குழந்தைகளையும் காத்துக் கொள்ள மூன்று ஆண்டுகள் அஞ்ஞாதவாசம் செய்தவர். இந்த அனுபவங்களின் தாக்கம் மிக பயங்கரமானது என்றார் என்னிடம். "அதில் இருந்து மீளுவேனா என்று பல சமயங்களில் எனக்குச் சந்தேகம் வந்திருக்கிறது. எப்படியோ மீண்டுவிட்டேன், உணர்வு ரீதியாக. இத்தனை அனுபவங்களில் எனக்கு வாழ்க்கை வெறுத்துப் போகவில்லை. மனிதர்களிடம் கசப்பு உணர்வு ஏற்படவில்லை. வெளியே வந்தபிறகு பார்வை விசாலமாகிவிட்டமாதிரி இருக்கிறது. ஒரு காருண்யம்

புகுந்தமாதிரி இருக்கிறது. முக்கியமாக அப்படிப்பட்ட ஒரு நிலைமைக்கு என்னை ஆளாக்கிய சூழலை மாற்றவேண்டும் என்ற வெறி என்னில் தகித்துக் கொண்டிருக்கிறது."

சந்திரிகாவைச் சந்தித்தபிறகு அவரது நல்லெண்ணத்தில் எனக்கு நிறைய நம்பிக்கை ஏற்பட்டது. ஆனால் அங்கிருந்த அசாதாரண அரசியல் சூழலில் அவர் நிறைய நிர்ப்பந்தங்களுக்கு ஆளாகவேண்டியிருக்கும் என்பதும் அதற்கு அவர் மண்டியிடா விட்டால் அவருக்கே ஆபத்து என்பதும் விரைவில் தெரிந்து போனது. பேட்டியின்போது சந்திரிகா இன்னொன்றையும் சொன்னார். "முன்பு கனவு காண்பவளாக இருந்தேன். இப்போது நான் யதார்த்தவாதி". இப்போது இலங்கையில் கனவு காண்பவர்கள் யாருமே இல்லை என்று நினைக்கிறேன்.

இலங்கையில் வடக்கு, கிழக்குப் பகுதிகளில் இனப்போர் தீவிரமாவதற்கு முன்பு, காலையில் கொழும்பிலிருந்து கிளம்பினால் மதிய உணவிற்கு யாழ்பாணத்தை அடைந்து விடலாம். அல்லது 50 நிமிடத்தில் விமானம் மூலம் யாழ்பாணத் தின் பலாலி விமான நிலையத்தை அடைந்துவிடலாம். நான் சென்ற நேரம் (1994 செப்டம்பர்) பயணிப்பதே இயலாத காரியம் . எல்லாப் பாதைகளும் அடைபட்டிருந்தன. ஆனால் ஒவ்வொரு வாரமும் ஆயிரக்கணக்கான தமிழ் மக்கள் கிளாலி பூநகரி கடற்பரப்பு வழியாகப் படகில் (8 – லிருந்து 12 கிமீ) சென்றார்கள், உயிரைப் பணயம் வைத்து. ஸ்ரீலங்கா கடற் படையின் குண்டுவீச்சுக்குத் துணிந்து. குண்டுவீச்சுக்குத் தப்பினாலும், கடலில் படகு கவிழ்ந்து இறந்தவர்கள் பலர். தாண்டிகுளம் செக்போஸ்ட்டைக் கடந்து செல்ல இலங்கை ராணுவத்தின் அனுமதி சீட்டு தேவை. எனக்கு அனுமதி வழங்கிய ஸ்ரீ லங்கா மிலிட்டரி லயசன் ஆபீசர் பிரிகேடியர் ஃபெரேரோ "நீங்கள் வெகு தீரமான பெண்மணி" என்றார் திரும்பத் திரும்ப. "தனியாகப் போகப் போகிறீர்களா, ஜாஃப்னா வுக்கு, அதுவும் கிளாலி வழியாக?"

ஸ்ரீலங்கா பாதுகாவல் துறை எனக்கு யாழ்பாணத்திற்குச் செல்ல அனுமதி கொடுத்தது; "அவருக்கு வழியில் ஆபத்து ஏற்பட்டால் அவரேதான் பொறுப்பு" என்கிற ஷரத்துடன். நான் தங்கியிருந்த தாஜ் சமுத்ரா ஹோட்டலில் அப்போது லண்டனிலிருந்து வந்திருந்த பி.பி.ஸி.யின் பணியாளர் ஆனந்தி தங்கியிருந்தார். யாழ்பாணத்திற்குச் செல்ல முயன்றுவந்தார். நான் தடை செய்யப்பட்ட எல்லைக்கு இப்பால் இருக்கும் வவுனியா பகுதிக்கு ரயிலில் பயணமாவது தெரிந்து (நான் எனது பயணத்தைப் பற்றி அவரிடம் உளறி வைத்தேன்) மிக வியப்படைந்தார். மிகுந்த பரபரப்புடன் 'எப்படி அனுமதி

கிடைத்தது , எப்படிப் போகப்போகிறீர்கள், மிகக் கடுமையான பயணம் என்று அறிவீர்களா?' என்று கேட்டார். எதற்காகப் போகிறீர்கள் என்று துளைத்தார். பிரபாகரன் உங்களைக் காண விரும்பமாட்டார் என்று தெரியாதா? கஷ்டப்பட்டுச் சென்றபிறகு புலிகள் உங்களை உள்ளே அனுமதிக்காவிட்டால் என்ன செய்வீர்கள்? என்று எச்சரித்தார். ஆனந்தி புலிகளுக்கு நெருக்கமானவர் என்று எனக்குத் தெரியும். ஆனால் எனது ஆர்வம் அசைக்கமுடியாததாக இருந்தது.

தாண்டிகுளம் செக்போஸ்டிலிருந்து 3 கி.மீ. 'யாருக்கும் சொந்தமில்லாத' நிலப்பரப்பில் நடந்தே புலிகளின் எல்லைக்குச் செல்லவேண்டும். என்னுடன் நிறைய பேர் ஏக சாமான்களுடன் நடந்தார்கள். 1990இலிருந்து செயல்பட்ட பொருளாதாரத் தடையினால் யாழ்பாணத்தில் வாழத் தேவைப்பட்ட அன்றாட சாமான்கள். ஓமந்தையில் வட பகுதிக்குச் செல்ல அனுமதி சீட்டு பெற பாம்பாக நெளிந்து நின்றது மக்கள் வரிசை. அங்கிருந்து 80 மைல் தொலைவில் உள்ள கிளிநொச்சிக்கு மண்ணெண்ணெயில் ஓடும் பஸ்ஸில் பயணம். பிறகு மணல் கப்பிய பாதையில் *tractor* இல் பயணித்து கியூவில் நின்று கிளாலிக்கு படகுக்கு டிக்கெட் வாங்கும்போதும் மணலில் சிக்கிய படகுகள் கிளம்பாதா என்று தவிக்கும்போதும், அந்த மக்கள் காட்டிய பொறுமையும், பறிமாறிக்கொண்ட ஜோக்குகளும், 'எங்கட தலைவிதி' என்று இடையிடையே சிலர் வெளிப் படுத்திய அலுப்பைவிட, என்னை ஆழமாகத் தாக்கின. கும்மிருட்டான நேரத்தில், 11.30 மணிக்கு அக்கரைக்குச் செல்ல கரிய நிழல்களாய் இறுக்கமான நிசப்தத்தில் நூறு படகுகளுக்குமேல் ஒன்றன் பின் ஒன்றாகக் கிளம்பிய காட்சியின் நினைவும் அதில் நான் பங்கு கொண்டதும் இப்பவும் எனக்குக் கனவு போல், நம்பமுடியாத கனவுபோல் இருக்கிறது. மண்ணெண்ணெயில் ஓடிய விசைப்படகுகள், அலைகளின் கொந்தளிப்பில் மேலெழும்பியபோது, கடல் நீர் ஆவேசமாகத் தாக்கியவுடன் தொலைந்தோம் என்ற பீதி அடிவயிற்றைக் கவ்வியது துல்லியமாக நினைவிருக்கிறது. நினைவு வரும் போதெல்லாம் கடல் நீரின் உப்பு உதடுகளிலும் நாவிலும் கரிக்கிறது.

கிளாலியை அடைந்து மீண்டும் கும்மிருட்டில் *tractor*இல் பயணித்து, இருபது கி.மீ. தொலைவில் இருந்த யாழ்பாணத்துக்கு பஸ்ஸைப் பிடித்து, அது நடுவில் *break down* ஆகி அடுத்த பஸ்ஸுக்குக் காத்திருந்து அதிகாலை ஐந்து மணிக்கு சுபாஷ் ஹோட்டல் கதவை நான் தட்டியபோது, அதன் அதிபர், 82 வயது சங்கரன் பேயைக் கண்டவர்போல அரண்டு போனார். 40 அறைகள் கொண்ட சுபாஷ் ஹோட்டல் இரண்டு

ஆண்டுகளாகக் காலியாக இருந்ததாகச் சொன்னார். என் ஒருத்திக்கான உணவு அவருடைய வீட்டிலிருந்து வந்தது. “சந்திரிகா அரசாங்கம் சமாதானம் கொண்டு வரும் என்ற எதிர்பார்ப்பு இருக்கு. நிச்சயம் வரும். காலம் இப்படியே போய்க்கொண்டிருக்க முடியாது” என்றார் தன்னையே தைரியப் படுத்திக்கொள்பவர் போல.

யாழ்பாண மக்களின் அதிசய பொறுமையும் அதனாலேயே இயங்கும் உயிர்த் துடிப்பும் யாழ்பாணத்து வீதிகளில் எதி ரொலித்தது. சாரி சாரியாக சைக்கிள்கள் சென்றன. அன்று நல்லூர் முருகன் கோவிலில் தேர்த் திருவிழா. சகஜ காலம் போல் குளித்துப் புத்தாடை உடுத்து ஆண்களும் பெண்களும் கோவிலை நோக்கிச் சென்றுகொண்டிருந்தார்கள். மிக நெகிழ்ச்சி யளித்த காட்சி அது. 1990இல் ஏற்பட்ட பொருளாதாரத் தடைக்குப் பிறகு அங்கு மின்சாரம் இல்லை. பெட்ரோல், பாட்டரி, ரேடியோ, தொலைபேசி இல்லை. கட்டடத்துக்கு சிமெண்ட், விவசாயத்துக்கு எரு இல்லை. பள்ளி, கல்லூரி அறிவியல் கூடங்கள் செயல்படமுடியவில்லை. மூத்த தலை முறை அனுபவித்த வசதிகளைக்கூட இளைய தலைமுறை அனுபவிக்கவில்லை. ரயிலைப் பார்த்ததில்லை. தொலைபேசி பார்த்ததில்லை. வெளியுலகத் தொடர்பில்லை. எத்தனையோ அத்தியாவசியப் பொருள்களுக்குத் தட்டுப்பாடு. இதோடு மனத்தை முடக்கும் போர். அறிகுறியே இல்லாமல் வந்து தாக்கும் ஷெல் கணைகள். ராட்க்ஷஸ நிழலாய்த் துரத்தும் அச்சம். தேரை நோக்கிக் கும்பிட்டு நிற்கும் மக்களின் மனங்களில் ஒரே பிரார்த்தனைதான் இருக்கும் என்று தோன்றிற்று. ‘இறைவா அமைதியைக் கொடு!’

கோவில் வளாகத்தைத் தாண்டி கடைத்தெருக்களைக் கடந்து சதுக்கத்துள் நுழைந்ததும் பிம்பங்கள் மாறி. சர்ரியலிச உணர்வை ஏற்படுத்தின. 1987 இல் உண்ணாவிரதம் இருந்து (இந்தியா – ஸ்ரீலங்கா ஒப்பந்தத்தை எதிர்த்து) உயிர் நீத்த புலி திலீபனின் மாபெரும் கட் அவுட் மாலையுடன் நின்றது. அருகிலேயே பிரும்மாண்ட இலங்கை வரைபடக் கட் அவுட்.

அதில் தமிழீழ எல்லைகள் வண்ண விளக்குகளில் கண்சிமிட்டின. அதை ஒட்டி புலிகளின் செயல்பாட்டை விளக்கும் பொருட்காட்சி. உள்ளே நுழைந்ததுமே சுவர்களில் வரிசை வரிசையாக இலங்கை ராணுவத்தின், இந்திய ராணுவத்தின் அக்கிரமங்களைப் பறைசாற்றும் புகைப்படங்கள். அதைப் பார்த்தபடி சென்ற மக்களுடன் சீருடை அணிந்த, துப்பாக்கி ஏந்திய இளம் ஆண்புலிகள் பெண் புலிகள். மந்திரம்போல் காதில் விழுந்த பதிவு செய்யப்பட்ட ஒலி நாடாவின்

சொற்கள் . . . வியட்நாம் போரை அம்மக்கள் மதிநுட்பத்தால் வென்றதுபோல் நாமும் செயல்படவேண்டும் . . . போராட்ட காலத்தில் மக்களின் அடிப்படைத் தேவைகள் அதிசயமாக எதிர்கொள்ளப்பட்டன. எதையும் சமாளிக்கும் நெஞ்சுரம் எமக்கு உண்டு. சோப்பு இல்லையா, இதோ பனம்பழத்தில் சோப்பு செய்வோம் . . உப்பு இல்லையா, இதோ இயங்குகிறது உப்பளம். சர்க்கரைத் தட்டுப்பாடா, பனம் சர்க்கரை செய்வோம். தேவை முன்னிட்டு எத்தனையோ குடிசைத் தொழில்கள். இன்னும் சில ஆண்டுகளில் தமிழீழம் தன்னிறைவு கொண்டதாக, ஸ்ரீலங்காவுக்கு ஏற்றுமதி செய்யக்கூடியதாக இருக்கும் . . .!

தமிழீழம் என்பது ஏற்கனவே சாத்தியமாகிவிட்ட ஒன்றாகத் தோன்றிற்று. கொழும்பும் அதன் சமீபத்திய அரசியல் நிகழ்வும் இன்னும் பிரக்ஞையில் பதியாத ஒன்றாக . . . தேவையற்ற ஒன்றாக . . . ராணுவத்தைக் கண்டு எங்களுக்குப் பயமில்லை, புலிகள் இருக்கிறார்கள் எங்களைக் காப்பாற்ற என்பது மக்களின் தாரக மந்திரம் என்று பட்டது. அவர்களுக்கும் புலிகளுக்கும் தேவைப்பட்ட மந்திரம். ஆட்டோக்களில், கடைத்தெருக்களில், புலிகளைப் போற்றும் பாடல்கள் . . . தெரு மூலைகளில், முச்சந்திகளில், மகப்பேறு இல்லங்களில், பள்ளிகளில், இனப்போரில் வீர மரணம் அடைந்த இளம் புலிகளின் படங்கள் வயிற்றைப் பிசைந்தன.

பெண்புலிகளின் மகளிர் அமைப்பு எனக்கு நேரம் ஒதுக்கிற்று. அதன் பணியகத்தில் நுழைந்ததும் மனசு திடுக்கிட்டது. ஆயுதம் ஏந்திய, ராணுவச் சீருடையில் கண்ணில் பட்ட பெண்களின் சராசரி வயது 24க்கு மேல் இராது. தீர்க்கமான பார்வையும் சிரிப்பற்ற அறிமுகங்களும் அந்த இளம் மாங்குருத்து முகங்களுக்குப் பொருத்தமில்லாமல் கலக்கத்தை ஏற்படுத்தின. அவர்களது பேச்சும் சொன்ன விஷயங்களும் அதைவிட மனத்தைக் கலக்குவதாக அதிர்ச்சி அளிப்பதாக இருந்தன. இந்திய ராணுவத்தின் அடாவடி அக்கிரமங்களை விவரித்தார்கள். பாலியல் பலாத்காரத்தில் தனது 70 வயது பாட்டியையும் அது விட்டு வைக்கவில்லை என்று ஒரு பெண் சொன்னார். 'ஆயுதம் எடுத்தாத்தான் எங்களைக் காப்பாற்றிக்கொள்ள முடியும் என்று நாங்களே உணர்ந்ததால் தான் இயக்கத்தில் சேர்ந்தோம்.' என்றார்கள். 'பாரதத்து பாரதியால் பாட்டில் மட்டுமே காட்ட முடிந்த புதுமைப் பெண்ணை, எங்கள் தலைவர் காட்டிலே உருவாக்கி களத்திலே காட்டிவிட்டார்' என்று கவிதை பாடிய காப்டன் கஸ்தூரியின் வீரச் சாவைப் பற்றி உணர்ச்சி பொங்கப்

பேசினார்கள். நான் அவர்களுடன் உரையாடியபோது அதை ஒரு பெண் புலி வீடியோ படமாக்குவதைக் கவனித்தேன். அது நிச்சயம் தலைவரின் பார்வைக்கு என்று புரிந்தது.

நானோ தலைவரைச் சந்திக்க பிரம்ம பிரயத்தன முயற்சிகளில் இருந்தேன். கடைசியில் சமிக்ஞைகள் கிடைத்தன.

'தீராநதி', டிசம்பர் 2005

குற்றங்களும் நியாயங்களும்

கவிஞர் புதுவை ரத்தினதுரை இயற்றிய புலிகளைப் போற்றும் பாடல்கள் யாழ்பாணத்து வீதிகளில் சதா எதிரொலித்தன. 'கடலில் புலிகள் தலைவன் வழியில்' என்று காலையிலிருந்து காதில் விழுந்த பாட்டை மாலையில் நானே முணுமுணுக்க ஆரம்பித்திருந்தேன். ரத்தினதுரை புலிகளின் ஆஸ்தான கவிஞர் மட்டுமல்ல அவர்களது பத்திரிகை தொடர்புப் பணிகளையும் கவனித்து வந்தார். அவருடன் பல முறை தொடர்பு கொண்டு விடுதலைப் புலிகள் தலைவர் பிரபாகரனை நான் சந்திக்க விரும்புவதாகக் கோரிக்கை விடுத்திருந்தேன். அவரிடமிருந்து லேசில் தகவல் வரவில்லை. மெல்ல மெல்ல காய்கள் நகர்த்தப்படுவதுபோல, என்னை அதற்கான தயாரிப்பில் சில சக்திகள் ஈடுபடுத்துவது போல் ஒரு அமானுஷ்ய உணர்வு ஏற்பட்டது.

விடுதலைப் புலிகளின் தினசரி பத்திரிகை 'ஈழ நாத'த்தின் ரிப்போர்ட்டர்கள் நிமால், சசிகரன் என்ற இரு இளைஞர்கள் என்னைச் சந்திக்க வந்தார்கள். அன்றாட வாழ்வில் யாழ்பாணவாசிகள் படும் சிரமங் களைப் பற்றிச் சொன்னார்கள். கொழும்பில் புதிய அரசாங்கம் வந்திருக்கிறதே, சமாதானம் வரும் மாற்றம் வரும் என்ற நம்பிக்கை இருக்கிறதா என்று கேட்டேன். 'சந்தேகங்கள், நம்பிக்கையைவிட அதிகமாயிருக்கு என்றார்கள். ஏனென்றால் நாங்கள் தொடர்ந்து ஏமாற்றப்பட்டு வரும் சமூகம்". புலிகள் தங்களுடைய ராணுவ சாகஸத்தால் ஸ்ரீலங்கா ராணுவத்தைக் கட்டுப் படுத்தியவர்கள் என்ற விஷயம் மக்களிடையே ஏற்படுத்தியிருந்த பிரமிப்பு பெரியவர்களிடமிருந்து சிறியவர்கள் வரை அவர்களது பேச்சில் வெளிப்பட்டது. ஒவ்வொரு குடும்பத்திலும் யாராவது இயக்கத்துடன்

சம்பந்தப்பட்டிருந்தது அனைவரையும் பிணைத்தது. அவர்களது வாயையும் கட்டிப்போட்டது. ஆனால் அவர்கள் களைத்திருந்தார்கள். "எல்லாரும் சமாதானத்தை எதிர்நோக்கி இருக்கிறார்கள்" என்றார் ஜாஃப்னா பல்கலைக்கழகத் துணைவேந்தர் குணரத்தினம். மாணவர்கள் கண்களில் சஞ்சலம் தேங்கி நின்றது. "கனவுகள் எங்களுக்கு நிறைய இருக்கு" என்றார்கள். "ஆனால் அவை நிறைவேறுமா என்கிறதுக்கு உத்தரவாதமில்லே."

அசாதாரண காலகட்டத்தைப் புலிகள் தங்கள் பொருண்மீய திட்டங்களினால் திறமையாகச் சமாளித்து வந்ததை அதன் இயக்குனர் இளைஞர் ரவி அலுவலகத்தைச் சுற்றிக்காட்டி உத்வேகத்துடன் விளக்கினார். பல இளம் புலிகள் பிரபாகரனை "அம்மா அப்பாவைவிட அதிகமா மதிக்கிறோம்" என்றார்கள். "அவரது வழிகாட்டலில் நாடு விடுதலை அடைஞ்சு சுபிட்சமா இருக்கப் போகிறோம் என்கிற நம்பிக்கை இருக்கு" என்றார்கள். பலருக்குப் பால் மணம் மாறாத முகங்கள். வலிகாமத்தில் உள்ள 'மாவீரர் துயிலும் இல்லத்'துக்கு அழைத்துச் சென்றார்கள். மனத்தை உலுக்கிவிட்டது எதிரில் விரிந்த காட்சி. கண்ணுக் கெட்டிய தூரம்வரை நின்றன போரில் உயிர் துறந்த வீரர்களின் 1362 கல்லறைகள். அதைப் போல் இன்னும் இரு கல்லறைகள் இருப்பதாகச் சொன்னார்கள்.

மிகவும் கலங்கிப் போன நிலையில் நான் இருக்கையில் ரத்தினதுரையிடமிருந்து சேதி வந்தது. பிரபாகரனுக்கு அடுத்த படியாகச் சக்திவாய்ந்தவர்கள் என்று கருதப்பட்ட ஆன்டன் பாலசிங்கமும் தமிழ்ச் செல்வனும் என்னை அவர்களது அலுவலகத்தில் சந்திப்பார்கள் என்று. (பிரபாகரனைச் சந்திக்க இயலுமா என்று எனக்குத் தெரியவில்லை.) குறித்த நேரத்துக்கு புலிகளின் கார் ஒன்று வந்து என்னை அழைத்துச் சென்றது. அது நல்ல பாதுகாப்பான உறுதியான கட்டடம். யாழ்பாணத்தில் எங்கும் நான் பார்க்காத மின்சாரம் அங்கு இருந்தது. மேலே மின்விசிறி சுழல ஒரு சிறிய அறையில் வட்ட மேஜையைச் சுற்றி நாங்கள் மூவரும் அமர்ந்தோம். தமிழ்ச் செல்வன் நான் எதிர்பார்த்ததைவிட இளைஞராக இருந்தார். சுலபமாகச் சிரித்தார். பாலசிங்கம்தான் சற்று இறுக்கத்துடன் என்னை எடை போடுபவர்போல் தெரிந்தார்.

தமிழ்ச் செல்வன் என்னுடைய எழுத்தையெல்லாம் தாம் வாசித்திருப்பதாகவும் நான் இலங்கைத் தமிழர் போராட்டத்தைப் பற்றின நாவல் எழுதும்வரை என்னிடம் மிகுந்த மதிப்பு வைத்திருந்ததாகவும் சொன்னார். பேசும்போது சிரித்துக்கொண்டே அவர் பேசியது மிகக் கவர்ச்சியாக இருந்தது. எதிரிகளைச் சுடும்போதும் சிரித்துக்கொண்டே செய்வார் என்று தோன்றிற்று.

எத்தகைய நியாயமான போராட்டமாக இருந்தாலும் வன்முறையை நான் எதிர்ப்பவள். அதனால் ரணம்தான் மிஞ்சுமே தவிர சாதகம் இல்லை என்று நினைப்பவள். சொந்த இனத்தவரையும் ஒழிக்க முற்படும் சகிப்புத்தன்மையற்ற போக்கு மானுடத்துக்கு எதிரான அசுரத்தனம் என்று நம்புபவள். இந்த எனது நம்பிக்கையே எனது நாவலில் புலிகளைப் பற்றின விமர்சனமாகப் பிரதிபலித்தது. அவரே தனது கருத்தை விளக்கட்டும் என்று நான் பேசாமல் இருந்தேன். “தியாகி கிட்டு மற்றும் தியாகி திலீபன் மரணங்களை நீங்கள் மிகவும் கொச்சைப்படுத்திவிட்டீர்கள். எங்கள் நோக்கங்களைப் புரிந்து கொள்ளாமல் எழுதிவிட்டீர்கள்” என்றார் தமிழ்ச் செல்வன். “என் கருத்து தவறாக இருந்தால் அடுத்த புத்தகத்தில் திருத்தி எழுதிவிடுகிறேன்” என்றேன் சிரித்தபடி. அந்த நாவல் எழுது வதற்கு முன் அவர்களைத் தொடர்புகொள்ள நான் மிகவும் பிரயாசைப்பட்டதைச் சொன்னேன். அப்போது பாலசிங்கமும் பிரபாகரனும் இந்திராநகரில் என் சித்தியின் நேர் எதிர் வீட்டில் குடி இருந்தார்கள். தினமும் ஒரு வெளிநாட்டுக் குழு வீடியோ நேர்காணல்கள் எடுத்துச் சென்றது. ஆனால் எனக்கு அவர்கள் நேரம் தரவில்லை. “திறந்த மனத்துடன் யாழ்பாணத்துக்கு வந்திருக்கிறேன். உங்கள் தலைவரை நேரில் காணும் எதிர் பார்ப்புடன். அவரையும் உங்கள் இயக்கத்தையும் சரியாகப் புரிந்துகொள்ளும் ஆவலுடன்” என்றேன். அதைத்தொடர்ந்து ஆன்டன் பாலசிங்கம் கிட்டத்தட்ட அரைமணிநேரம் இந்திய அரசும் தமிழகமும் இந்தியப் பத்திரிகைகளும் தங்களைத் தவறாகப் புரிந்து கொண்டிருப்பதாகவும் தங்களைப் பயங்கரவாதிகளாகச் சித்தரிப்பதாகவும் அது தங்களுக்கு வருத்தத்தை அளிப்பதாக வும் சொன்னார். “இந்தியா விரும்பினாலும் விரும்பாவிட்டா லும் நாங்கள்தான் இங்கு மக்களுடைய போராட்ட சக்தி. இந்தப் பிரதேசமே எங்க கட்டுப்பாட்டிலே இருக்கு” என்றார் காட்டமாக.

அதைப்பற்றி எனக்குச் சந்தேகமிருக்கவில்லை. “ராஜீவ் காந்தி படுகொலை ஒட்டுமொத்த இந்திய மக்களை உலுக்கிவிட்டது. இந்திய நிலைப்பாட்டிற்கு அதுதான் காரணம்” என்று என்னால் சொல்லாமல் இருக்கமுடியவில்லை.

“எந்த அரசியல் கொலை நடந்தாலும் எங்களைச் சம்பந்தப் படுத்துகிறார்கள். அதற்கும் எங்களுக்கும் சம்பந்தமில்லை. இந்திய ராணுவம் இங்க செஞ்ச அட்டூழியத்தின் எதிர் விளைவா சிலது நடந்திருக்கலாம்.” என்றார் பாலசிங்கம்.

காதில் பூ சுத்துவதுபோல் இருந்தது எனக்கு. “உங்களுக்கு அதில் சம்பந்தமில்லையா?” என்றேன். ஒலிநாடா ஓடிக்கொண்

டிருந்தது. பாலசிங்கம் 'இல்லை' என்னும் பொருள்பட தலையை மட்டும் அசைத்தார். அந்தக் கட்டடத்திலேயே பிரபாகரன் எங்கேயோ உட்கார்ந்தபடி எங்கள் உரையாடலைக் கேட்கிறார் என்று எனக்குத் தோன்றிற்று. நான் பேச்சை மாற்ற எண்ணி சந்திரிகாவின் வரவைப் பற்றி அவர்கள் கருத்தைக் கேட்டேன்.

"பெரிய நம்பிக்கை தோன்றியிருக்கு" என்றார் பாலசிங்கம். "படிச்சவர். முற்போக்கு எண்ணம் கொண்டவர். புலிகளோடு பேசினாத்தான் தமிழ் மக்களுடைய பிரச்சினையைத் தீர்க்கலாம் என்ற யதார்த்தமான பார்வை இருக்கு."

"நீங்கள் பேசத்தயாரா ?"

"நாங்கள் நல்ல சமிக்ஞை கொடுத்திருக்கோம். நிபந்தனையற்ற பேச்சுவார்த்தையிலே பங்கு கொள்வோம்."

"உங்கள் தமிழ் ஈழக்கோரிக்கை?"

"வைக்கப் போவதில்லை!"

இது ஆச்சரியமாக இருந்தது. "கைவிட்டு விட்டீர்களா ?" என்றேன் வியப்புடன்.

"ஈழத்துக்கு மாற்று திட்டமாக வடக்கும் கிழக்கும் இணைந்து, ஒரு பூரணமான மாநில சுயாட்சி சமஷ்டி அடிப்படையிலே ஏதாவது ஒரு தீர்ப்பு ஏற்படணும் என்று ஏற்கனவே சொல்லி யிருக்கோம். ஆனா போர் நிறுத்தம், முழுமையாகப் பொருளாதார தடை நீக்கம் எல்லாம் வந்தால்தான் சமரசப் பேச்சு சாத்தியம். பேச்சு வார்த்தை முறிந்தால் அதற்கு நிச்சயம் புலிகள் காரணமாக இருக்கமாட்டார்கள்."

"உங்கள் பேச்சுக்களில் மற்ற தமிழ் கட்சிகளுக்குப் பங்கு இருக்குமா ?"

"அவை கட்சிகள் இல்லை" என்றார் பாலசிங்கம். "வெறும் ஆயுதக் குழுக்கள். ஆனா முஸ்லிம் மக்களுடைய பிரதிநிதிக ளாக *SLMC*யைப் பார்க்கிறோம். எங்களுடைய பிரச்சினையிலே முஸ்லிம் மக்களுடையதும் அடங்கியிருக்கு."

ஆயிரக்கணக்கான முஸ்லிம்கள் படுகொலை செய்யப்பட்ட தன் நினைவில் நான் மௌனம்காக்கையில் பாலசிங்கம் தொடர்ந்தார். "பழசை மறந்து இணக்கமா வாழணும்னு விரும்பறோம்".

என்னுள் நெருடும் சந்தேகத்தைக் கேட்கிறேன். "ஜனநாயக நீரோட்டத்துக்குப் புலிகள் எப்போது வருவார்கள் ?"

"இனப் பிரச்சினை அரசியல் ரீதியாக தீர்க்கப்படணும். அரசியல் கட்டமைப்பு உருவாகணும். அதற்குப் பிறகுதான் ஜனநாயக முறைக்குச் செல்ல முடியும்."

"தமிழ் மக்களின் விருப்பம் என்னவாக இருக்கும்?"

"மக்களும் புலிகளும் வேறு வேறு அல்ல" என்றார் தமிழ்ச் செல்வன் மாறாத சிரிப்புடன்.

"பிரபாகரன் ஏன் வெளியில் வருவதில்லை?"

"அவர் அரசியல்வாதி இல்லே. மக்களுக்காக ஓய்வில்லாமல் செயல்படுபவர். அதற்கு விளம்பரம் தேவையில்லை".

"அவரை நான் சந்திக்கணும். இளைஞர்களிடம் அவருடைய வசீகரம் ஏற்படுத்தும் மாற்றம் ஆச்சரியமானது. நேரில் காண ஆசைப்படுகிறேன்."

பாலசிங்கம் மழுப்பலாகச் சிரித்தார். "அவரை நேரில் கண்டா ஒரு ப்ராஸிக்யூஷன் வக்கீலைப் போல் கேள்வி கேட்பீர்களே?"

எனக்கு ஏமாற்றமாக இருந்தது. "உங்கள் நாவலைப் படித்ததில் அவருக்கு நிரம்ப வருத்தம்" என்றார் தமிழ்ச் செல்வன்.

"நேரில் சந்தித்தால் என் எண்ணங்களை மாற்றிக்கொள்ள சந்தர்ப்பம் கிடைக்கும்" என்றேன்.

"நீங்கள் இந்தியா திரும்பிய பிறகு எங்களைப் பற்றி என்ன எழுதுகிறீர்கள் என்பதைப் பொறுத்து இருக்கும் அது." அதே சிரிப்புடன் வந்தது பதில்.

"உங்கள் வேண்டுகோளைத் தெரிவிக்கிறோம். சம்மதித்தால் சொல்லி அனுப்புவோம்." என்றார் பாலசிங்கம்.

இரண்டுநாள் கழித்து 'பிரபாகரனுக்கு என்னைச் சந்திக்க நேரமில்லை' என்று தகவல் வந்தபோது எனக்கு வியப்பேற்பட வில்லை. யாழ்பாணத்தில் நான் கால் வைத்த அடுத்த இரு தினங்களில் பி.பி.ஸி. ஆனந்தி வந்து சேர்ந்திருந்தார். புலிகளுக்கு இணக்கமான அவருக்கு பிரபாகரன் விரிவான ஒரு பேட்டி அளித்தார். நான் இந்தியா திரும்புகையில் அது 'தினமணி'யில் ஏக விளம்பரத்துடன் பிரசுரமாயிற்று எனது தோல்வியைச் சுட்டிக்காட்டுவதுபோல. பிரபாகரனை நான் நேரில் சந்திக்கா விட்டாலும் யாழ்பாண விஜயத்தில் எனக்கு ஏற்பட்ட அனுபவங்களும் கிடைத்த தரிசனங்களும் மிக முக்கியமானவை யாகத் தோன்றுகின்றன. என்னுடைய சந்தேகங்கள் எல்லாம் ஊர்ஜிதமாயின. யாழ்பாணத்தில் 70%க்கு மேற்பட்ட மக்களை புலிகள் உடல்ரீதியாகவும் உணர்வு ரீதியாகவும் கட்டுப்படுத்தி வைத்திருந்தது ஒரு திட்டமிட்ட சாதனையாகத் தோன்றிற்று. அவர்களது ராணுவ பலமும் எதிர்ப்பவர் தமிழரானாலும் துரோகிகள் என்று முத்திரைக்குத்தப்பட்டு கொலைசெய்யப்

படுவதும் மக்களை விநோதமான மனோநிலைக்கு ஆளாக்கியிருந்தது. கண்டும் பதைத்தும் வாய் திறக்கும் திறனை இழந்ததோடு புலிகள் செய்வதில் ஒரு நியாயம் இருப்பதாகக் கூட நினைக்கும் நிலைக்கு அவர்கள் உட்பட்டிருந்தார்கள். புலிகளின் பார்வையும் செவியும் எங்கும் வியாபித்தன. அவர்களுடைய அனுமதியில்லாமல் யாரும் யாழ்பாணத்தை விட்டு வெளியேற முடியாது. பலரின் வீடுகள், நிலங்கள் கைப் பற்றப்பட்டன. வெளிநாட்டில் குடியேற நினைத்தவர்கள் பல லட்சங்கள் இயக்கத்துக்குக் கொடுத்தால்தான் செல்ல முடியும். கொழும்பில் பாதி குடும்பமும் யாழ்பாணத்தில் பாதி குடும்பமுமாக அல்லல்பட்டவர்கள் ஏராளம். இரவோடு இரவாகப் பல முஸ்லிம்கள் துரத்தப்பட்டதைப் பல தமிழர்களால் ஏற்க முடியவில்லை. பீதியுடன் அக்கம் பக்கம் பார்த்து ஒருவர் சொன்னார். "இவங்களை விட்டா இப்ப எங்களுக்கு வேற வழியில்லே என்கிற காரணத்தாலே பேசாம இருக்கோம்."

அதனாலேயே சட்டம் ஒழுங்கு பிரச்சினை இல்லை. புகை பிடிப்பவர், சாராயம் அருந்துபவர் இல்லை. விபச்சாரம் இல்லை. திருட்டு இல்லை. மின்சாரமில்லாத யாழ்பாணத்தில், நான் தங்கியிருந்த சுபாஷ் ஹோட்டலின் மற்ற 39 அறைகள் காலியாக இருந்த நிலையில், கதவுகள் ஜன்னல்கள் அனைத்தையும் திறந்து வைத்து நான் ஒருத்தியாக இரவுகளைக் கழிக்க முடிந்தது. ஆனால் உறக்கம் கொள்ளவில்லை. ஒரு கற்பனைக் கதையின் ஏட்டைப் பிரித்து அதில் நிற்பதுபோல் இருந்தது எனக்கு. இன்னும் ஒருநாள் அங்கு இருந்தாலும் மூச்சு முட்டி விடும் என்று தோன்றிற்று. மீண்டும் கிளாலி வழியாகப் பயணம் என்கிற நினைப்பே நடுக்கத்தைத் தந்தது. Red Cross கப்பல் ஒன்று பருதித்துறைக்குக் கிளம்புவதாகவும் அதில் ஏறி அதிர்ஷ்டமிருந்தால் பலாலியில் ஸ்ரீலங்கா ராணுவ விமானத்தில் இடம் பிடித்து கொழும்பு செல்லலாம் என்ற சேதி கிடைத்ததும் கிளம்பிவிட்டேன்.

ராணுவத் தாக்குதலால் இடுகாடுபோல் காட்சியளித்த காங்கேசன் துரை இன்னமும் கண்ணில் நிற்கிறது. ஜாஃப்னா பல்கலைக்கழக மாணவர் ஒருவர் 'சமாதானம் வருமா?' என்று ஏக்கத்துடன் கேட்டது இன்னும் செவியில் ஒலிக்கிறது. கொழும்பில் பேராசிரியர் கா.சிவதம்பி காலை உணவிற்கு என்னை அழைத்து உபசரித்தது நேற்றுபோல் இருக்கிறது. "சமாதானம் வருவதில் நிறைய சிரமங்கள் இருப்பதை நான் உணர்கிறேன்" என்றார் சிவதம்பி. "நீண்ட காலமாக நடந்த போரில் இலக்கு புலிகள் என்றாலும் அடிபட்டது பொதுமக்கள். சமாதானப் பேச்சில் புலிகளுக்கு என்ன வேண்டும் என்பது

பிரச்சினையில்லை. இந்த நாட்டின் அரசியல் சட்ட சாஸனத்தில் தமிழர்களின் நிலை என்ன என்பதுதான் கேள்வி.”

உள்ளத்தில் எதிர்காலத்தைப் பற்றி எத்தனையோ கலக்கம் இருந்தாலும் அவரும் அவரது மனைவியும் காட்டிய அன்பும் விருந்தோம்பலும் ஆயுளுக்கு மறக்காது என்று நெகிழ்ச்சியேற் பட்டது. நான் கிளம்பும்போது அவரது மனைவி மாடியிலிருந்து என்னுடன் கீழ் இறங்கினார். என் கைகளைப் பற்றி பொல பொலவென்று கண்ணீர் உகுத்தார். “யாழ்பாணத்துக்குப் போக இயலாது. வயசுப் பெண்ணையோ மகனையோ அங்க அனுப்ப இயலாது, ஏனெண்டா அங்கு போனா அவன்களாலெ திரும்பி வர இயலாது. விடிவு காலம் எப்ப வருமோ ஈசுவரா எண்டு இருக்கு.” எனக்கு அடிவயிற்றைக் கலக்கிற்று. யாருடனும் பகிர்ந்துகொள்ளமுடியாத தன் துயரத்தை என்னிடம் இறக்கி விட்ட நிம்மதியில் அவர் எனக்கு விடைகொடுத்த காட்சி, இன்னும் கனமாக இதயத்துள் அமர்ந்திருக்கிறது.

இன்று மீண்டும் இலங்கையில் பழைய சரித்திரம் திரும்புவதுபோல் இருக்கிறது. புதிய அதிபர் ராஜ பட்சே பதவி ஏற்றிருக்கிறார். புலிகளுடன் நேரிடையான சமாதானப் பேச்சுக்குத் தயார் என்கிறார். ஆனால் இந்தப் பத்து ஆண்டு களில் புதிய பிரச்சினைகள் தென் பகுதியில் முளைத்துவிட்டன. நம்பிக்கையைவிட அதிக சந்தேகங்கள் தோன்றுகின்றன. போர் நிறுத்த காலம் புலிகளுக்குச் சாதகமாகிப் போனதால் முன் னெப்போதையும் விட புலிகள் அதிக பலத்துடன் இருக்கிறார்கள்.

தமிழ் மக்கள் இன்னமும் சமாதானத்துக்காகக் காத்திருக் கிறார்கள். ஒட்டுமொத்த இலங்கை களைத்துவிட்டது.

விடிவு காலம் எப்ப வருமோ ஈசுவரா என்றிருக்கிறது.

‘தீராநதி’, ஜனவரி 2006

பிரமையில் நீர்த்துப்போன கொள்கைகள்

தமிழ் நாட்டில் முழுநேர பத்திரிகையாளராகப் பணி ஆற்றியபோது என் பார்வையில் தமிழ் நாட்டுக்கே உரிய சில அம்சங்கள் இருப்பதாகத் தோன்றின. கொள்கை ரீதியாகப் பல அரசியல் கட்சிகள் தமக்கு முக்கியமானவை யாக முன்வைக்கும் சில கோட்பாடுகளுக்கும் சாமான்ய குடிமகனின் எதிர்பார்ப்புகளுக்கும் ஏதும் சம்பந்தமில்லை என்பது எனக்கு விசித்திரமாக இருந்தது. அடிப்படை விஷயங்களைவிட காலாவதியான சில பிரமைகளை உணர்ச்சி வேகத்துடன், அவை தமிழனின் வாழ்வுக்கும் சாவுக்குமான பிரச்சினைபோல தலைவர்கள் பொது மேடைகளில் பேசுவதைக் கேட்டு எனக்கு வியப்பாக இருக்கும். தொலைவுகள் சுருங்கிப் போனதையும் தொழில் நுட்பங்களும் வேலை வாய்ப்புகளும் பூகோள வரைகோடு களை அர்த்தமற்றதாக்கிவிட்டதையும், வாழ்வின் ஆதார முக்கியத்துவங்கள் வெகுவாக மாறிவருவதையும், இறக்கை முளைத்து பறக்க ஆசைப்படும் தமிழனை ஒரு இனத்தின் கலாச்சார எல்லைக்குள் இனிக் கட்டிப்போட முடியாது என்பதையும் உணரமுடியாத சிந்தனைத் தேக்கத்தில் அவர்கள் இருக்கிறார்களா என்ற கேள்வி எழும். அவற்றிற்குப் பின்னால் இருக்கும் அரசியல் என்ன என்று சிந்திக்க வைக்கும். அது யாருக்கோ நிகழ்த்தப்படும் ஒரு நிழலாட்டம்போலத் தோன்றும். அது யார் என்பது விளங்காத புதிராக இருக்கும்.

தமிழ் மொழியும் இலங்கைத் தமிழர் பிரச்சினையும் இந்த நிழலாட்டத்தில் அடிக்கடி பந்தாடப்படும் விஷயங்கள். சென்ற நூற்றாண்டின் அறுபதுகளில் நடந்த ஹிந்தி எதிர்ப்புப் போராட்ட காலத்திற்குப் பின் தமிழ்

மொழிக்காகப் போர் தொடுக்கவேண்டிய அவசியம் மறைந்து போனது. ஆனால், தமிழ்ப் பற்றைப் புதுப்பிக்கவேண்டிய அவசியத்தில் தாங்கள் இருப்பதாக திராவிடத்தோன்றல் களுக்கு அடிக்கடி பீதி ஏற்படுகிறது. மாணவர்களின் கவனம் காலத்தின் கட்டாயத்தால் தமிழுக்கு பதில் ஆங்கிலத்திற்குத் திரும்பியது தங்களது தோல்வி என்று அவர்களுக்கு உறுத்து கிறதோ என்னவோ. அவ்வப்போது பொது மேடைகளில் தங்களது தமிழ்ப் பற்றைப் பறைசாற்றுவதும், உண்மைத் தமிழன் யார் என்ற கேள்வியை எழுப்புவதும், ஸான்கோபான்ஸா வெட்டவெளியில் சுழலும் காற்றாடிகளுடன் சண்டைபோடக் கிளம்பிய காட்சிகளை எனக்கு நினைவூட்டும். வாக்காளர் எவருக்குமே மொழி என்பது இப்போது ஜீவ மரணப் போராட்டத்தின் அடையாளம் அல்ல. பின் இவர்கள் யாருடைய திருப்திக்காகத் தமிழ் 'உணர்வை' உசுப்பிவிடும் பணியில் இடை இடையில் ஈடுபடுகிறார்கள்? உண்மையில் முன்னெப்போதும் இல்லாத வகையில் இப்போதுதான் தமிழ் படிப்பவர்களும் மிக நுணுக்கமான, நுட்பமான அணுகலுடன், புதிய சொல்லாடல்களுடன் எழுதுபவர்களும் அதிகரித்திருக்கிறார்கள் என்பதை யாரும் மறுக்கமுடியாது. முன்னெப்போதும் இல்லாத அளவுக்குத் தரமான நூல் வெளியீடுகளும், வெளியிடும் பதிப்பகங்களும் அதிகரித்திருக் கின்றன. தமிழுக்கு எங்கிருந்து வரும் ஆபத்து?

மற்ற மொழிகளின் சேர்க்கையால் ஒரு மொழிக்கு ஆபத்து என்கிற சரித்திரம் எங்கும் இல்லை. ஆனால் தமிழுக்கு ஆபத்து என்கிற நாடகம் விடாமல் அவ்வப்போது அரசியல் காரணங் களுக்காக நடத்தப்படுகிறது. இது ஒரு நாடகம் என்பது பொதுமக்களுக்கும் தெரியும் என்பதுதான் வேடிக்கை. ஆனால் இத்துடன் எந்த வகையிலோ சம்பந்தப்பட்ட இலங்கைத் தமிழர் பிரச்சினை என்பது அதிக சிக்கலானது. அது நமது திராவிடக் கட்சிகளுக்கு ஜனனகாலத்திலிருந்து இருந்து வரும் *fatal attraction.* இதில் அதிக ஆழமாகக் காலை நுழைத்திருப்பவர் வைகோ என்ற வை.கோபாலசாமி என்பதன் நேரடிப் பரிச்சயம் எனது இலங்கைப் பயணத்திற்கு முன்பே ஏற்பட்டது.

1993ஆம் ஆண்டு நவம்பர் மாதம் திடீரென்று சென்னை முழுவதும் செய்தி காட்டுத்தீயாகப் பரவியது. வைகோ திராவிடக் கட்சியிலிருந்து வெளியேற்றப்பட்டார் என்ற சேதி எதிர்பார்க்கப் பட்டதுதான் என்றாலும், சேதி கேட்டு மூன்று கட்சித் தொண்டர்கள், இளைஞர்கள் தீக்குளித்ததில் இருவர் மாண்டார்கள். திமுக தலைவர் கருணாநிதி பத்திரிகையாளர் களை அழைத்து ஒரு திடுக்கிடும் சேதியைச் சொன்னபிறகு

வைகோ கொஞ்ச நாட்களாகத் தலைமறைவாகி இருந்தார். திமுகவில் ஒரு புதிய தலைமைக்கு, அதாவது அவர்களுக்கு இணக்கமான வைகோவுக்கு வழிவகுக்க, கருணாநிதியைக் கொலை செய்ய எல்.டி.டி.ஈ திட்டமிட்டிருப்பதாக இந்திய புலனாய்வுத்துறைக்குத் தகவல் கிடைத்தது என்று சொல்லப் பட்டது. அப்படியாக அதனிடமிருந்து தனக்கு செய்தி வந்திருப்ப தாகக் கருணாநிதி சந்திப்பில் தெரிவித்தார். வைகோ காணாமல் போனார். அதோடு மறைவிடத்திலிருந்து அறிக்கை விட்டுக் கொண்டிருந்தார். தன்னைக் கட்சியிலிருந்து விலக்குவதற்காக நடக்கும் சதி இது என்றார். அவரை 'இந்தியா டுடே'வுக்குப் பேட்டி காண நான் முயற்சித்துக்கொண்டிருந்தேன். எனது நெடு நாளைய நண்பரும் வைகோவுக்கு வலது கரம்போல் நெருக்கமாகவும் விசுவாசத்துடனும் இருந்த கே.எஸ். ராதா கிருஷ்ணன் ஒரு ரகசிய சந்திப்புக்கு ஏற்பாடு செய்தார். இரவு பத்து மணிக்கு மேல் நானும் ஆங்கிலப் பதிப்பின் பிரகாஷ் சுவாமியும் அந்த மறைவிடத்துக்கு அழைத்துச் செல்லப்பட்டோம்.

வைகோ மிகுந்த பதட்டமாகக் காணப்பட்டார். பேட்டி முழுவதும் என் பக்கமே திரும்பாமல் எனது கேள்விகளுக்கு ப்ரகாஷ் சுவாமியைப் பார்த்து பதிலளித்தது எனக்கு விநோதமாக இருந்தது. நான் தமிழ் நாட்டுக்கு வந்து சில மாதங்களே ஆகியிருந்தன. தமிழ் அரசியல்வாதிகளின் உணர்ச்சி மிகுந்த தாபப் பேச்சும் எனக்கு அதுவரை பழக்கமில்லாதது. நிலப் பிரபுத்துவ காலத்துக்குச் சென்றதுபோல இருந்தது. "நான் ஒரு தொண்டன் மட்டுமே. கலைஞர்மேல் உயிரை வைத்திருப்பவன். அவரது நிரந்தர விசுவாசி. எங்கு சென்றாலும் என்னை நான் முன் நிறுத்திக் கொண்டதில்லை. கலைஞரின் சார்பாக வந்திருக் கிறேன் என்றுதான் சொல்வேன்" என்றார்.

அவரை நான் சந்தித்தபோது கட்சியிலிருந்து நீக்கப்பட்டதை விட, மத்திய புலனாய்வுத்துறை புலிகள் பற்றின செய்தியைப் பகிரங்கப் படுத்தியதுதான் அதிக சங்கடத்தைக் கொடுத்ததாகத் தோன்றிற்று. புலிகளுக்கும் உங்களுக்கும் தொடர்பு இல்லையா? என்றேன்.

'இல்லவே இல்லை' என்று வைகோ மறுத்தார். "எனக்கு அந்த விஷயத்தைப் பத்தி எதுவும் தெரியாது. கலைஞருக்காக என் உயிரையும் கொடுக்க சித்தமாயிருக்கேன்." என்றார் திரும்பத் திரும்ப. "கலைஞர் என்னைத்தானே தன் உறைவாள் என்று சொல்வார்?" என்றார்.

அவரது தாபத்தை செவிமடுக்கும் மனநிலையில் கலைஞர் இருக்கவில்லை என்று விரைவில் வெளிப்பட்டது. முரசொலியில் கலைஞர் சளைக்காமல் பதில் அளித்தார். "ஒரு உறையில்

இரண்டு வாள்கள் இருக்கமுடியாது." அதற்கு மறு மொழியாக வைகோ வெடித்தார் – கருணாநிதி இனி என் தலைவர் இல்லை! கட்சியிலிருந்து நீக்கப்பட்டதும், தான் தான் உண்மையான திமுகவின் பிரதிநிதி என்றார் வைகோ. தன்னைக் கட்சியிலிருந்து நீக்க வேண்டும் என்கிற காரணத்துக்காகவே தன் மீது பழி சுமத்தப்பட்டிருப்பதாகச் சொன்னார்.

கருணாநிதியைப் பேட்டி காணும் தருணம் இது என்று நான் தயாரானேன். ஆச்சரியமாக கருணாநிதி பேச உடனடியாகச் சம்மதித்தார். அவரது கோபாலபுரம் இல்லத்திற்கு காலை 9 மணிக்குச் சென்றபோது, நான்கைந்து கட்சிக்காரர்கள் இறுக்கமான முகத்துடன் அமர்ந்திருந்தார்கள். குறுகலான மாடிப்படிகளைக் கடந்து கலைஞரைச் சந்திக்கச் செல்லும்போது யாரோ "முதுகிலெ குத்தினமாதிரி" என்று சொல்வது கேட்டது.

கருணாநிதி அமைதியாகக் காணப்பட்டார். ஆனால் பேசும்போது கவலையோ பீதியோ ஏதோ ஒன்று அவரது கண்களில் நிழலாடியதாகத் தோன்றிற்று. பத்திரிகை உலகத்தில் அவரது கவலைகளைப் பற்றிப் பலவிதமான அலசல்கள் இருந்தன. வைகோவின் அதிகரித்துவரும் செல்வாக்கு அவரை அச்சுறுத்துகிறது; தமக்குப் பின் தனது மகன் ஸ்டாலினைத் தமிழக அரசுக்குப் பொறுப்பேற்க தயாரித்து வருபவருக்கு வைகோ ஒரு நீக்கப்படவேண்டிய முட்டுக்கட்டையாகிப் போனார் என்று பரவலாகக் கருதப்பட்டது.

கருணாநிதியுடன் நடந்த அந்த நீண்ட பேட்டியின்போது ஒன்று தெளிவாயிற்று எனக்கு. வைகோவின் செல்வாக்கு ஸ்டாலினின் எதிர்காலத்துக்கு அச்சுறுத்தல் என்று அவருக்கு உண்மையான கவலை இருக்கக்கூடும். ஆனால் வைகோவை வெளியேற்ற வேண்டுமென்றே புலனாய்வுத்துறையின் செய்தி முகாந்திரமாக உபயோகிக்கப்பட்டதாகத் தோன்றவில்லை. மனிதர் உண்மையிலேயே பீதியில் துவண்டிருந்தார். ஊழ் வினையை நேரில் சந்தித்த அதிர்ச்சியில் இருப்பவர்போல.

"ஆமாம், வைகோவை என் உறை வாள்னு சொல்லியிருக்கேன். ஆனால் என் நல்லெண்ணத்தை அவர் பயன்படுத்திக் கொண்டு இரண்டு வருஷமா தலைமைப் பதவியைப் பிடிக்கிற முயற்சியில் இருக்கார். 1989லே திமுக ஆட்சியிலே இருக்கிறப்ப, கட்சிக் கட்டுப்பாட்டுக்குப் புறம்பா எங்கிட்ட சொல்லாம கொள்ளாம பிரபாகரனைச் சந்திக்க சிலோனுக்குப் போனார். இது விஷயமா அவரை நா கடுமையா கண்டிச்சேன். அப்பவே கட்சியிலேந்து அவரை நீக்கியிருக்கணும். அது பண்ணாதது தப்புதான். ஆனா மன்னிச்சுக்குங்க மன்னிச்சுக்குங்கன்னு

திரும்பத் திரும்பச் சொன்னார். அதுக்குப்பிறகும் அநேகத் தப்புகளுக்கு மன்னிக்கச் சொல்லிக் கேட்பார். உண்மையைச் சொல்றேன், ராஜீவ் காந்தி படு கொலைக்குப் பிறகு கட்சிலே ரொம்பத் தெளிவான முடிவெடுத்தோம். இலங்கைத் தமிழர் களுக்கு ஈழம் கிடைச்சா சந்தோஷப்படுவோம் ஆனா தமிழ் ஈழத்துக்கு ஆதரவா கோஷம் போட மாட்டோம்னு. ஆனா இந்த ஆள் தொடர்ந்து கட்சிக்கு சங்கடத்தை ஏற்படுத்தறார். வெளிப்படையா தமிழ் ஈழத்துக்கு ஆதரவா, தடை செய்யப்பட்ட விடுதலைப் புலிகள் இயக்கத்துக்கு ஆதரவா பேசறார். கடந்த ஓராண்டு காலமா என் தலைமைக்குப் பதிலா வைகோவுடைய தலைமை வந்தா நல்லதுன்னு கனடாவுலெ, பாரிஸ்ஸிலெ, யாழ்பாணத்திலெ எல்டிடிஈயுடைய பிரச்சாரம் பத்திரிகை மூலமாவும் வலைத்தளங்கள்ளேயும் நடப்பது எனக்குத் தெரிஞ் சிருக்கல்லே சென்டர்லேந்து தகவல் வர்ற வரைக்கும்."

அவரது பேச்சை எனது ஒலி நாடா பதிவு செய்கையில் அவரது உதவியாளர் சண்முகநாதன் விறுவிறுவென்று தனது கையேட்டில் குறித்துக்கொண்டிருந்தார். பலவித பத்திரிகை கட்டிங்குகள் குறிப்புகள் தயாராக மேஜையில் வைக்கப்பட் டிருந்தன. 'தகவல் கிடைச்சதும் வைகோவை நேரிடையாக விளக்கம் கேட்டிருக்கலாமே' என்றேன். 'பத்திரிகையாளர் கூட்டம் ஏன்?'

"CBI தகவல்' கோபாலசாமிக்கு வழிவகுக்கும் (to facilitate) கொலை திட்டம்னு சொன்னதே தவிர அதுக்குப் பின்னாடி கோபாலசாமி இருந்ததாச் சொல்லல்லே. அவரை எதுக்குக் கேட்கணும்? CBI தகவலை லேசா எடுக்கக் கூடாதுன்னு மக்கள்கிட்ட போகவேண்டியதாகிவிட்டது." "எனக்கு முதல்லே நம்பமுடியல்லே" என்று கருணாநிதி தொடர்ந்தார். "ஆனா கோபாலசாமி நடந்துக்கிற விதத்தைப் பார்த்தா இப்ப சந்தேகம் வலுப்படுகிறது. CBI அனுப்பிச்ச கடிதம் தனக்கு அதிர்ச்சி ஏற்படுத்திச்சுன்னு சொல்றார். ஆனா என்னைக் கூப்பிட்டு ஏன் பேசல்லே? நா அவரோடு பேசத்தான் விரும்பினேன். ஆனா அகப்படல்லே. சென்னையிலே இருந்துகிட்டே இல்லேன்னு போக்குக் காட்டறார். பத்திரிகைக்கு அறிக்கை விடறார். அவரைக் கட்சியிலேந்து நீக்க இது ஒரு சூட்சின்னு. நாற்பது நாள் காத்திருந்து பிறகுதான் கட்சியிலேந்து நீக்கினோம்."

அவருடைய பார்வை மேஜையில் இருந்த புலிகளின் பத்திரிகை கட்டிங்குகள் மேல் பதிந்தது. "இதையெல்லாம் பார்க்கும்போது CBI கடிதத்துலே உண்மை இருக்கணும்னு சந்தேகம் வருது, வெளியிலே அவருக்கு ஆதரவு இருக்கலாம்னு. திட்டம் ஏதோ இருக்கணும்னு தோன்றுகிறது."

புலிகளுடன் தனக்கு இப்போது தொடர்பு இல்லை என்று வைகோ சொன்னதைச் சொல்கிறேன்.

"அவர் உண்மை பேசறாரா என்பதைப் பத்தி நா எதுவும் சொல்லவிரும்பல்லே" என்றார் கருணாநிதி.

"உங்கள் விமர்சகர்கள் சொல்கிறார்கள், திமுகவில் இப்போது ஜனநாயகம் இல்லை, வாரிசு அரசியல்தான் நடக்கிறது என்று . . ."

கருணாநிதியின் முகத்தில் சட்டென்று எரிச்சல் படர்ந்தது. "நான் எப்பவும் சொல்றேன். திமுக சங்கர மடமோ மன்னர் ஆட்சியோ நடத்தவில்லை வாரிசு அரசியல் செய்ய. பிரதமர் நரசிம்மராவின் மகன் மாநிலத்தில் அமைச்சர். ரங்கராஜன் குமாரமங்கலத்துடைய அப்பாவும் தாத்தாவும் மந்திரிகளா இருந்தார்கள். அதைப்பத்தி யாரும் பேசரதில்லே. என்னைப் பத்தி மட்டும்தான் தப்பு சொல்கிறார்கள். ஏன்னா நான் சூத்திரன்."

"உங்க கட்சியிலேயே அப்படி ஒரு கருத்து இருக்கு" என்று நான் இடைமறித்தேன்.

"அது விஷமத்தனமான பேச்சு" என்றார் அவர். "வாரிசு அரசியல் செய்யணும்னா 1989லே திமுக ஆட்சியிலே இருந்த போதே செஞ்சிருக்கலாமே.?" அதற்குமேல் அதைப் பற்றிப் பேச ஏதும் இல்லை என்பதுபோல் அதை ஒதுக்கிவிட்டு மீண்டும் புலிகளைப் பற்றிப் பேச ஆரம்பித்தார். அவர்களைப்பற்றி நினைக்கும்போதெல்லாம் முதுகில் குத்தப்பட்டதாக உணர்வது போல் . . . முதல் முதலில் பிரபாகரனையும் அவரது சகாக்களை யும் சந்தித்தது, தமிழர்கள் இலங்கையில் படும் சிரமங்களை அவர்கள் விவரிக்கக் கேட்டு பதைத்தது, பிரபாகரனின் இளமையும் கள்ளமில்லா முகமும் தன்னை வெகுவாக ஈர்த்தது, கடைசியில் அவர்களது செயல்கள் தன்னை அதிரவைத்தது எல்லாவற்றையும் கதைபோல் அவர் சொல்லிவருகையில் நான் ஒரு பத்திரிகை யாளர் என்பதை அவர் மறந்து போனதுபோல் இருந்தது. "நம்பமுடியல்லெம்மா. நீங்க உட்கார்ந்திருக்கிற இந்த சோஃபாவுக்கு நேர் எதிரத்தான் அவங்க உட்கார்ந்திருந்தாங்க, ஏதுமறியாப் பிள்ளெங்க போல. அவங்களுக்கும் வன்முறைக்கும் சம்பந்தப்படுத்தமுடியாத தோற்றம். சென்னையிலேயே பத்மனாபாவையும் அவருடைய சகாக்களையும் கொலை செஞ்சபோது அதிர்ச்சியா இருந்தது. ராஜீவ் காந்தியுடைய படுகொலைக்குப் பிறகு இனிமே எந்தத் தொடர்பும் இருக்க முடியாதுங்கற முடிவுக்கு வந்தேன்."

கருணாநிதி மீண்டும் தலை அசைத்தார். "நம்பமுடியல்லே!" கண்களில் நிழலாடிய பீதி, முகத்தில் தசைகளில், திரையாய்ப்

போர்த்திற்று. அடுத்த இலக்கு தாமாக இருக்கலாமோ என்கிற பீதி. 'முதுகிலெ குத்தினது போலெ' என்று கீழே யாரோ சொன்னதற்குப் புதிய பரிமாணம் சேர்ந்ததுபோலத் தோன்றிற்று.

கடிதம் வந்தது உண்மையா அல்லது வைகோவைக் கட்சியிலிருந்து விலக்கும் முகாந்திரமா அது என்கிற கேள்வி விரைவில் எல்லோருக்கும் மறந்து போனது. அடுத்த சில மாதங்களில் திமுக அதிகாரபூர்வமாகப் பிளந்தது இரண்டாம் முறையாக. முதல் பிளவு ஏற்பட்டபோது கட்சிக்கு நிகழ்ந்த சேதம் இம்முறை ஏற்படாது என்று சில திமுகவினர் என்னிடம் கருத்துச் சொன்னார்கள். எம்.ஜி.ஆரின் விசேஷ ஆளுமை வைகோவுக்குக் கிடையாது என்றார்கள். ஆனால் இரண்டு கட்சித் தொண்டர்கள் தீக்குளித்து இறந்தார்கள் தங்கள் தலைவனுக்கு நேர்ந்த அநீதிக்காக. அந்தச் சாவைக்கண்டு யாரும் பதைக்கவோ அதிரவோ இல்லை என்பது எனக்கு விநோதமாக இருந்தது. அத்தகைய சாவுகள் தலைவரின் செல்வாக்கை உறுதிபடுத்தும் அளவுகோல்களாகப் பார்க்கப்பட்டன. வைகோ தமது புதிய கட்சிக்கு மறுமலர்ச்சி திராவிட முன்னேற்றக் கழகம் என்று பெயர் வைத்தார். அவரது கட்சி ஏடு சங்கொலி கர்ஜித்தது. போர்க்களம் தயாராகிவிட்டது. படை திரண்டு விட்டது. பகைவன் வெல்லப்பட்டான். சங்கே முழங்கு!

நாடகத்தனமாகத் தோன்றும் வசனங்களுக்குப் பின்புலத்தில் வேறு அர்த்தங்கள் புதைந்திருப்பதாக நான் உணர்ந்தேன். யாழ்பாணத்திற்கு நான் சென்றபோது பலர் – சாமான்யர்களிலிருந்து பல்கலைக் கழகத்தில் பணிபுரிபவர் வரை – என்னிடம் திட்டவட்டமாகச் சொன்னார்கள். தமிழ் நாட்டு அரசியல்வாதிகளிடம் சொல்லுங்கள் தயவு செய்து அவர்கள் எங்கள் பிரச்சினையில் மூக்கை நுழைக்கவேண்டாம் என்று!

தமிழ் நாட்டில் அரசியல்வாதிகளைவிட சுவாரஸ்யமானவர்கள் வேறு யாரும் இல்லை என்று எனக்குத் தோன்றிற்று. பாமரனுக்கு சம்பந்தமே இல்லாத பாசாங்குத்தனங்களில் எத்தனை தீவிர ஆவேசத்துடன் அவர்களால் ஈடுபட முடிகிறது!

அப்படித்தான் தஞ்சாவூரில் உலகத் தமிழ் மாநாடு, ஜெயலலிதா அரசின் தலைமையில் நடந்தபோது பாமரர்கள் இலவசமாகப் பார்க்க நேர்ந்த ஆடம்பர கேளிக்கையைக் கண்டு திகைத்தார்கள். தமிழ்த் தாயே திக்குமுக்காடிப் போனாள்.

'தீராநதி', பிப்ரவரி 2006

கலையும் தெய்வமும், அரசியலும் வாழ்வோடு கலந்து...

நடு இரவு மணி ஒன்றோ இரண்டோ. அந்த கிராமத்து மக்களுக்குக் கவலையில்லை. பெண்களும் ஆண்களும் முதியவரும் சிறுவருமான அந்தக் கூட்டத்தில் யார் கண்ணிலும் உறக்கத்தின் சாயல்கூட இல்லை. மாறாகத் தீவிரமான சுவாரஸ்யமும் உற்சாகமும் லயிப்பும் பளபளக்கிறது. விடிய விடிய கூத்து பார்க்க என்றே அண்டை கிராமங்களிலிருந்தும் வந்திருக்கிறார்கள். மகாபாரதக் கூத்து. நேற்று கர்ண மோட்சம். இன்று பதினெட்டாம் போர். நாளை படுகளம். அவர்களுக்கு எல்லாம் பரிச்சயம்; நடிகர்கள் மறந்துவிட்ட வரிகளை எடுத்துக்கொடுக்கும் அளவுக்கு. துரியோதனனும் கர்ணனும் கண்ணனும் புராணப் பாத்திரங்கள் இல்லை. அவர்களது வாழ்வோடு ஒன்றிவிட்ட மிக நெருக்கமான பந்துக்கள்.

அவர்களைப் போலவே நானும் மிகுந்த பரபரப்புடன் (முந்தைய) இரவு பத்துமணிக்கு அவர்களுடன் காத்திருக்கிறேன். இன்னும் சற்று நேரத்தில் கண்ணப்பத் தம்பிரானின் தெருக்கூத்து ஆரம்பிக்கவிருக்கிறது. நகரவாசியான எனக்கு எல்லாமே புதிசு. கோடைக்கால இரவில் எளிய கிராம மக்களுக்கு இடையே மண் தரையில் அமர்ந்து முச்சந்தியில் மேடை ஏதுமில்லா அரங்கில் திரைச்சீலையை இருவர் பிடிக்க பின்னால் இருந்து வெளிப்படவிருக்கும் ரகசியங்களைப் பார்க்கும் தருணத்தை எதிர்நோக்கும் அனுபவம் புதுசு. சென்னையிலிருந்து 120 கி.மீ தொலைவில் உள்ள, கண்ணப்பத் தம்பிரானின் தெருக்கூத்தினாலேயே புகழ்பெற்ற புரிசைக்கு வந்திருக்கிறேன். பத்து வருஷ இடைவெளிக்குப் பிறகு தம்பிரான் கூத்து நடத்துகிறார் என்பதே பெரிய செய்தி. பத்து நாட்களுக்கு நடக்கிறது மகாபாரதக் கூத்து.

திரை விலகியதும் மேடை ஓரமாக அமர்ந்திருக்கும் அந்த 77 வயது முதியவர் கண்ணில் படுகிறார். அந்த ஒடுங்கிய உடலுக்குப் பொருத்தமில்லாமல் கண்டத்திலிருந்து வெளிப்படும் குரல் கம்பீரமாக எழுந்து அமர்ந்திருப்பவர்களைச் சுண்டுகிறது. 'ஏன் இப்படி மனம் கலங்குகிறீர்?' என்ற வார்த்தைகள் மெட்டோடு ஒலிக்கும்போது கழுத்து நரம்புகள் புடைக்கின்றன. அரங்கில் கர்ணனும் கட்டியக்காரனும் நடத்தும் கூத்தை ஆர்வத்துடன் பார்த்தபடி அவர் பாடுகிறார். கூட்டத்தின்மேல் அவரது பார்வையே இல்லை. அவர் வேறு யுகத்திற்குப் பயணித்து விட்டதாகத் தோன்றுகிறது. கண்ணைக்கூசும் விளக்குகள் இல்லை. காதைத் துளைக்கும் ஒலிபெருக்கி இல்லை. குரல் கணீரென்று ஒலிக்கிறது. "ஏன் இப்படி மனம் கலங்குகிறீர் மன்னா ...?" தவிலும் மத்தளமும் ஆர்மோனியமும் கூடச் சேர்ந்துகொள்கிறது மெல்ல மெல்ல உணர்வு நிலையை உயர்த்துவது போல. பாட்டு முடிந்ததும் கர்ணன் சொல்லவேண்டிய அடியையும் எடுத்துக் கொடுக்கிறார். மன்னர்க்கு மன்னனே, வணங்காமுடி சேகரனே. இதற்கா நீ தடுமாறுகிறாய் என்று.

கட்டியக்காரன்: என்று ...

கர்ணன்: நான் என் குருகுலக் கொழுந்திடம் தேறுதல் சொல்லவேண்டாமா?

கட்டியக்காரன்: நீ இருந்தாத்தானே சொல்லப் போறே?

கர்ணன்: இல்லாமெ எங்கடா போகப் போறேன்?

கட்டியக்காரன்: அங்கே (மேலே என்று கையைக் காட்டி) நம்ம தாத்தா பாட்டா எல்லாம் போனாங்களே ...

கர்ணன்: மடையா. நான் மாத்திரம்தான் போகப்போறேனா பெரியவங்க போன இடத்துக்கு? அதுக்காகத் தேறுதல் சொல்லாம இருப்பனா?

பார்வையாளர்கள் மெய்மறந்து கூத்தில் ஐக்கியமாகி இருக்கிறார்கள். அடுத்த அசைவு என்ன என்று அவர்களுக்கு அத்துபடி என்பது எனக்கு வியப்பைத் தருகிறது. அது தெரிந்தும் நிகழப்போவதில் அவர்களுக்கு இருந்த ஆர்வம் அதிக வியப்பைத் தருகிறது. புராணகாலத்துக்கும் நிகழ்காலத்துக்கும் வெகு இயல்பாக கட்டியக்காரன் ஏற்படுத்தும் தடாலடி பாலம் ஆச்சர்யமானது. அவனது பேச்சுக்கு சிரித்து ஓய்ந்ததும் சரேலென்று உணர்வு நிலை வேறு தளத்திற்கு உயர்வதிலும் எந்த முரண்பாடும் இல்லை.

கர்ணனின் மனைவி வருகிறாள். கர்ணனைப் போருக்குப் போகாதே 'பொல்லாத சொப்பனம் நானும் கண்டேன்' என்று

அழும்போது கூத்தைப் பார்க்க வந்த ஆண்கள்கூட நெகிழ்ந்து அழுகிறார்கள். "அவ அழுவரா இல்ல, கேட்டாத்தான் என்ன" என்று கீழே அமர்ந்திருக்கும் பெண்கள் தம்மை மறந்து கர்ணனைப் பார்த்துக் கேட்கிறார்கள். புனைவும் நினைவும் இரண்டற கலக்கும் விந்தை நம்பமுடியாததாக இருக்கிறது எனக்கு. புரிசைக்கு வந்திருக்கும் கூத்துப்பட்டறை முத்துசாமி அன்று மாலை என்னிடம் சொன்னது நினைவுக்கு வருகிறது. "முதல் முதல்லெ கண்ணப்பத் தம்பிரானுடைய நிகழ்ச்சியைப் பார்த்ததும் தமிழருடைய தியேட்டர் இதுதான்னு புரிஞ்சிண் டேன்" என்றார். கூத்தைப் பார்க்கப் பார்க்க எனக்கு சத்தியமாகப் புல்லரித்துப் போகிறது, ஆதார வேர்களைப் பற்றிக் கொண்டதுபோல. அதன் பிரும்மாண்டமும், அதன் தத்ரூப பரிணாமங்களும் கண்ணுக்கெதிரில் விரிந்துகொண்டு போவதுபோல் பிரமை ஏற்படுகிறது. சரளமாய் அழகு தமிழில் பாத்திரங்கள் உச்சரிக்கும் வார்த்தைகளில் மண்ணின் வாசனை கிறங்கடிக்கிறது.

"வருத்தமாய் விதுரர்தானும்/வந்து மாமணி முகப்பில்/ இருக்கிறான் என்று சொல்லி/ காவல்காரனும் இயம்புகிறான்" என்று கம்பீரமாகத் தம்பிரான் குரலெழுப்ப விதுரரை அழைத்து வர பீம அர்ஜுனன் நகுல சகாதேவனுடன் கூட்டமே கிளம்பத் தாயாராகிறது. நடிகர் வேறு ஆடியன்ஸ் வேறு என்று பிரிக்கமுடியாத கலவையாக நிற்கிறது. எழுதப் பட்ட இலக்கணம் ஏதும் கூத்துக்கு இல்லாவிட்டாலும் முத்துசாமி சொன்னதுபோல் *'exit' 'entry'* போன்ற தீர்மானங்கள் கனக் கச்சிதம். எனக்கு ஏற்பட்ட பிரமிப்பு என்னுடன் கூடப் பயணித்த இந்தியா டுடே புகைப்படக்காரர் ஜி. கிருஷ்ண சாமிக்கும் ஏற்பட்டிருக்கவேண்டும். சுருள் சுருளாகப் புகைப் படங்கள் எடுத்தும் மாளவில்லை அவருக்கு. இரவு முழுவதும் பதினெட்டாம் போர் நடந்தது. இரவு பத்திலிருந்து காலை ஏழுவரை. குழந்தைகள் அங்கங்கே சுருண்டு படுத்ததைத் தவிர கிராமத்தில் யாரும் கண்ணுறங்கவில்லை. ஆனால் அயர்வின் அறிகுறி கொஞ்சமும் இல்லாமல் கூத்து முடிந்ததுமே திரௌபதி அம்மன் சிலைக்கு முன்னால் கிடுகிடுவென்று நூறடிக்கு துரியோதனின் உருவத்தை மண்ணினால் உருவாக்கி விட்டார்கள், பகல் பத்து மணிக்குத் துவங்க இருந்த படுகளத்துக்காக. கண் சொடுக்கும் நேரத்தில் அதற்கு வண்ணம் (மஞ்சள் முகமும் கருத்த கண்ணும் கொடுவாள் மீசையுமாக) பூசி வயிற்று பாகத்தில் சிவப்பு நிற திராவகம் கொண்ட பானையை வைத்து இந்த ஏற்பாடுகள் ஒருபுறம் நடக்கையில் படுகளத்தில் பங்கு கொள்ள இரவு முழுவதும் நடித்திருந்த பீமனுக்கும் துரியோதனனுக்கும் மும்முரமாக ஒப்பனை நடக்கிறது. ஒப்பனையிலேயே

ரௌத்திரம் ஏறியிருக்கிறது. கண்ணர்பாளையத்திலிருந்து வந்திருந்த துடும்பாட்டக்காரர்கள் பறை கொட்ட, தெருத் தெருவாகத் துரியோதனன் – பீமன் சண்டை ஆரம்பிக்கிறது.

பதினோரு மணி கொளுத்தும் வெய்யிலில் படுகளத்தைச் சுற்றிப் பதைப்புடன் நிற்கிறது கூட்டம். துரியோதனின் மண் உருவத்தைச் சுற்றிச் சுற்றி வருகிறார்கள் துரியோதனனும் பீமனும். அவர்களது ஆக்ரோஷம் நிஜமானது. கட்டுக்கடங்காதது. மக்கள் பாய்ந்து பாய்ந்து அவர்களைக் கட்டுப்படுத்த பிடித்து இழுக்கையில், பாரதப் போரை இவர்கள் மாற்றி எழுதி விடுவார்களோ என்ற கவலை ஏற்படுகிறது. பெருக்கெடுத்த உணர்ச்சிவேகத்திலும் பாத்திரங்களுக்கு வேடங்கள் மறக்க வில்லை நல்லவேளை. கடைசியில் தர்மம் வெல்கிறது. துரியோதனனின் மண் உருவத்தில் பீமன் தனது கதையால் ஒரு போடு போட உள்ளிருக்கும் மண் பானை உடைந்து ரத்தம் வெளியில் பீறிட, ஐதீகமாக துரியோதனன் மடிய, மகாபாரதப் போர் முடிகிறது. பாரதப் போரை நேரில் கண்ட ஆயாசம் கூட்டத்தில் தென்படும்போது, இது கூத்தில்லை ஒட்டுமொத்த சமூகத்திற்குக் கிடைக்கப்பெற்ற அற்புத தரிசனம் என்று தோன்றுகிறது.

அவர்களுக்கு அதைச் சாத்தியப்படுத்தியிருந்த தம்பிரான் அடக்கமே உருவாக இருந்தார். “மூதாதையர்கள் எப்படிச் சொன்னார்களோ அதைத்தான் பின்பற்றணும்னு நான் நினைக் கிறேன்” என்றார். “புதுமையா ஏதானும் செய்தம்னா இதுக்கு முந்தி இப்படிப்பட்ட பாத்திரம் இருந்ததாங்கற கேள்விக்கு பதில் சொல்லணும். புதுமைன்னா அடவுகள், பாவங்கள் இதிலே விருத்தி பண்ணிக்கலாம்.”

தெருக்கூத்தின் ரிஷிமூலம் நதிமூலத்தைப்பற்றின ஆய்வில் தம்பிரானுக்கு சுவாரஸ்யமில்லை. தமிழ் நாட்டில் பல இடங்களில் தெருக்கூத்து நடக்கிறது. ஒவ்வொன்றுக்கும் அதன் தனித்தன்மை உண்டு. “அர்ஜுனன் ஹஸ்தினாபுரத்திலே இருந்தவன் எங்கிறாங்க. ஆனா, பாடல்லே காஞ்சி ராமேசுவரத்துக்கு வந்ததாகவும் இருக்கு. இதைப் பாடல் பாடினவருடைய பண்பு என்கிறதா என்ன சொல்றதுன்னு தெரியல்லே” என்று தம்பிரான் சொன்னபோது, அர்ஜுனன் புரிசையில் இருந்தவன் என்று அவரும் அவரது ரசிகர்களும் நம்புவதாக நான் நினைத்துக்கொண்டேன். காப்ஸூல் வடிவத்தில் வெளிநாடுகளில் தெருக்கூத்தைக் காண்பிப்பதில் அவருக்குத் திருப்தியில்லை என்றார் தம்பிரான். அவருக்குக் கூத்து வெறும் தொழில் அல்ல. அர்ஜுனனின் தவத்தைப் போல ஒரு வேள்வி. அதைப் பார்க்க புரிசையின் எளிய

மக்கள் இருந்தார்கள். அவரோடு சேர்ந்து ரசிக்க. அவருக்குக் 'கடைசியா வர்ற முடிவுதான்' ஓய்வு. அதுவரை "ஏன் இப்படி மனம் கலங்குறீர் மன்னா?" என்ற கம்பீரக் குரல் ஓசை ஆர்மோனியத்துடன் இருளின் நிசப்தத்தைக் கிழித்துக்கொண்டு கிளம்பும். தவிலும் மத்தளமும் துணைநிற்க கலையும் தெய்வமும் வேறு வேறு அல்ல என்கிற புரிதலில் மக்கள் தமது ஆதார வேர்களை உணர்வார்கள். எனக்குக் கிடைத்த தரிசனம் அது. நினைக்கும்போதெல்லாம் புனிதப்படுத்தும் ஆன்மீக அனுபவம் அது.

கண்ணப்பத் தம்பிரானின் வாழ்நாளில் புரிசைக்குச் சென்றதும் அவரது கூத்தைப் பார்த்ததும் நான் செய்த அதிர்ஷ்டம் என்று நெகிழ்ச்சி ஏற்படுகிறது. 10 வருடங்களுக்குப் பிறகு அவர் நிகழ்த்திய கூத்தைப் பார்க்க தமிழகத்து நகரங்களிலிருந்து மிகச் சிலரே அன்று வந்திருந்தார்கள் என்பது இப்போது நினைத்துப் பார்க்கும்போது வியப்பாக இல்லை. நமது ஆதார வேர்களிலிருந்து நாம் விலகி வந்து வெகு காலமாகிறது. உலகமயமாக்கல் மண்ணின் கலாச்சாரத்தைத் தாக்குவதற்கு முன்பே சினிமாவும் கட்சி அரசியலும், தனி நபர் வழிபாடும் வாழ்வின் இயல்புத் தன்மையை மாற்றி விட்டது. அதில் மக்கள் அன்னியப்பட்டு நிற்பது அவர்களுக்கே புரியாத வகையில் அரசியல் கூத்துகள் தினம் அரங்கேறுகின்றன. ஆனால் எழுத்தாளருக்கும் பத்திரிகையாளருக்கும் எல்லா நிகழ்வுகளுமே சுவாரஸ்யமானவை. மனித மனத்தின் வக்கிரங்களைப் புரிந்துகொள்ள வாய்ப்புத் தருபவை. அன்றாட வாழ்விற்குள் அரசியல் புகுந்துவிட்டதைத் தெளிவுபடுத்துபவை.

தஞ்சாவூரில் அரசின் செலவில் நடந்த எட்டாவது உலகத் தமிழ் மாநாடு, நான் அதற்குமுன் தில்லியில் அரசு நிகழ்ச்சிகளில் பார்த்திராத ஆடம்பர பரிமாணங்கள் கொண்டது. புரிசையின் பாரதக் கூத்து மண்சார்ந்த கலையின் ஆன்மீக வெளிப்பாடு என்றால் தஞ்சாவூரில் தமிழின் பெயரில் நடந்த கூத்து கட்சி சார்ந்த அரசியலின் வெளிப்பாடு. 1995 ஜனவரி 1 – லிருந்து 5 – வரை நடந்த அந்த நான்கு நாள் கோலாகலத்தில் தமிழ்த் தாய் திக்குமுக்காடிப் போனாள். வானை மறைத்த ஜெயலலிதா வின் கட் அவுட்டுகளைக் கண்டு அயல்நாட்டு பிரமுகர்கள் பிரமிக்க, தஞ்சாவூருக்குக் கிடைத்த திடீர் ஒப்பனையைக் காண சாரி சாரியாக மக்கள் திரண்டார்கள். அ.இ.அ.தி.மு.க கட்சி சார்பில் லாரி லாரியாக அழைத்து வரப்பட்ட பத்து லட்சம் மக்கள் வேறு. இந்தியா டுடேவுக்கு இதை விட சுவாரஸ்யமான ஒரு கவர் ஸ்டோரி எங்கு கிடைக்கும்? நான் மிகுந்த எதிர்பார்ப்புடன் புகைப்படக்காரர் ராஜசேகர்

சகிதம் தஞ்சாவூர் பரிசுத்தம் ஹோட்டலுக்குச் சென்று இறங்கினேன்.

ஊழல் புகார்கள், எதிர்கட்சிகளின் எதிர்ப்புக் கூச்சல், வழக்குகள், ஆளுனரின் ஒத்துழையாமை என்று பல விஷயங்கள் அன்றைய அதிமுக அரசை அலைக்கழித்து வந்த காலகட்டம் அது. உலகத் தமிழ் ஆராய்ச்சிக்கழகம் (உ.த.ஆ.க) 8ஆவது மாநாட்டை நடத்தும் யோசனையில் இருப்பது தெரிந்ததும் மக்களின் கவனத்தைத் திருப்பவும், தமது அரசியல் பலத்தை எதிரணிக்கும் மாநில காங்கிரஸ்ஸுக்கும் சுட்டிக் காட்டவும் நல்லதருணம் இது என்று ஜெயலலிதா முடிவு செய்திருக்க வேண்டும். தமது அரசு மாநாட்டை நடத்தும் பொறுப்பை ஏற்றுக்கொள்ளும் என்றும் சோழர்களின் தலைநகரான தஞ்சாவூரில் நடத்தலாம் என்றும் முதல்வர் உ.த.ஆ.க.வுக்குத் தெரிவித்ததும், அதன் ஜப்பானியத் தலைவர் நபரு கரஷிமாவும், ஃபிரெஞ்சு துணைத்தலைவர் டாக்டர் ஃப்ரான்ஸ்வா க்ரோவும் ஒப்புதல் கொடுக்க, அரசு புகுந்து விளையாடிவிட்டது. கலை விழா மண்டபத்தின் முகப்பு ஜெய்ப்பூர் அரண்மனைபோல் காட்சி அளித்தது. அதைப் பார்க்கவே எப்பவும் ஒரு கூட்டம் முகப்பில் நின்றது.

தஞ்சை பல்கலைக்கழகத்தில் உ.த.ஆ.க. ஓசைப்படாமல் நடத்திய கருத்தரங்கம்தான் உண்மையான உலகத் தமிழ் மாநாடு என்பது வந்திருந்த சாமான்ய மக்கள் கூட்டத்துக்கு நிச்சயம் தெரிந்திராது. உ.த.ஆ.கவின் அழைப்பின்பேரில் இலங்கையி லிருந்து கா. சிவதம்பியும், யாழ்பாணப் பல்கலைக் கழகத்தின் ஷண்முகநாதனும் அவர் மனைவியும், ஸ்வீடனிலிருந்து வந்து இறங்கியிருந்த (இலங்கைத் தமிழர் பிரச்சினைக்கு ஆதரவாளர்கள் என்று கருதப்பட்ட) இரு அறிஞர்களும் 31ஆம் தேதி நள்ளிரவு வெளியேற்றப்பட்டு தங்கள் நாட்டுக்குத் திருப்பி அனுப்பப்பட்டார்கள் என்பது பத்திரிகையாளர் மத்தியில் மட்டுமே அறியப்பட்ட விஷயம். ஏன் என்று விளக்க யாரும் முன்வரவில்லை. இது மத்திய அரசின் கியூ ப்ரான்சின் முடிவு என்றார் தமிழகச் செயலர் ஹரி பாஸ்கர் சுருக்கமாக.

முதல் நாளிலிருந்து அன்னை சந்தியா விளையாட்டு அரங்கத்தில் நடந்த அரசியல் கூட்டங்கள், பேரணிகள், கலை நிகழ்ச்சிகள் எல்லாருடைய கவனத்தையும் சுவீகரித்துக் கொண்டன. தஞ்சையின் பெரிய கோவிலும் அருங்காட்சியகமும் ஜே ஜே என்று மக்கள் கூட்டத்தில் அலைபாய்ந்தது. யாருமே அதிகம் செல்லாத சரஸ்வதி மஹால் முதற்கொண்டு கூட்டம் நிரம்பி வழிந்தது. பெரிய கோவிலில் இருந்த கூட்டத்தைப் பார்த்து ஃபிரான்ஸ்வா க்ரோ மகிழ்ச்சியில் மாய்ந்து போனார்.

‘இது ரொம்ப நல்ல அறிகுறி’ என்றார். நல்ல வேளையாக அவர் எந்த அரசியல் நிகழ்ச்சிக்கும் செல்லவில்லை. அதிமுக அமைச்சர்கள் பாடிய புகழ் மழையில் ஜெயலலிதா முங்கி முங்கி எழுந்தார். முதல் நாள் வந்திருந்த (50,000) கூட்டத்தைப் பார்த்து அரசு விருந்தினராக வந்திருந்த முன்னாள் ஜனாதிபதி ஆர். வெங்கட்ராமன், தஞ்சாவூர்காரனான தான் இப்படிப் பட்ட கூட்டத்தைத் தமது வாழ்நாளில் கண்டதில்லை என்று பிரமித்துப் போனார். ஜெயலலிதாவின் சொத்துக்கள் முடக்கப் படாத காலம் அது என்பதால் ஜெயலலிதா மிகப் பிரகாசமான உடையலங்காரத்துடன் பளீரென்று காட்சி அளித்தார். அவரது முகத்தைப் பார்க்கவே கூட்டம் பல இடங்களில் முண்டியடித்து முன்னேறப் பார்த்தது. அதிமுக தலைவியின் சக்தியின் உச்ச கட்டம் அது என்று தோன்றிற்று. பதை பதைக்கும் வெய்யிலில் ஒரு பிரதான சாலையில் அலங்கார மிதவைகளின் ஊர்வலம் ஏற்பாடாகியிருந்தது. வி.வி.ஐ.பிக்களுக்கு என்று ஒரு சிறிய கூரை போட்ட மேடை இருந்தது. அதில் ஜெயலலிதாவும் அவரது தோழியும் வெளிநாட்டிலிருந்து வந்திருந்த அரசியல் பிரதிநிதிகளும் தில்லி தலைவர்களும் அமர்ந்திருந்தார்கள். மற்றவர்கள் எல்லாம் தமிழக அமைச்சர்கள் உள்பட காயும் வெய்யிலில் தெருவில் தரையில் நான்கு மணி நேரம் நின்றார்கள். ஜெயலலிதாவுடன் பேச முனைந்த அமைச்சர்கள் சற்று எட்டி நின்று வாய் புதைத்துப் பேசினார்கள். சோழர் காலத்துக்குச் சென்று விட்டதான பிரமை ஏற்பட்டது. இரண்டு நாள் முன்பு ஜெயலலிதா ஹெலிபாடில் வந்து இறங்கியதும் ஓர் அமைச்சர் அவர்முன் சாஷ்டாங்கமாக நமஸ்கரித்ததை ராஜசேகர் படம் பிடித்தது பின்னாளில் சரித்திர முக்கியத்துவம் பெற்றது.

கடைசி நாளன்று முதல்வருக்கு மிகப் பெரிய அரசியல் வெற்றி. தமிழ் நாடு காங்கிரஸ் கமிட்டியின் உணர்வுகளை மதிக்காமல், அவர்கள் கோரிக்கையைப் புறக்கணித்து பிரதமர் நரசிம்மராவ் ஜெயலலிதாவின் அழைப்பை ஏற்று வந்து உரை யாற்றினார். வெற்றித்திருமகளின் உருவமாக ஜெயலலிதா கையை உயர்த்தி கோஷமிட்டார்: எங்கும் தமிழ்! எதிலும் தமிழ்! இதோ தமிழுக்காக 9 அம்சத் திட்டம்!

நன்றி உரை ஆற்றிய சேடப்பட்டி முத்தையா “வெல்லம் போல் திரண்டிருந்த மக்கலே நமது புரட்சித்தலைவியின் புகளுக்கு அத்தாட்சி என்றார். “இதுவரை முத்தமிளாக இருந்த தமிளுக்கு அறிவியல் தமிள் என்பதையும் பெற்றெடுத்த தாய் அவர்” என்றார்.

9 அம்சத் திட்டம் என்பது என்ன என்று யாருக்கும் நினைவில்லை. வேடிக்கை பார்க்க வந்த மக்களுக்கும் அதில்

ஆர்வமில்லை. ஆனால் தஞ்சாவூர் மாநாடு அதிகார உச்சத்தின் அடையாளமாகிப் போனது.

'தமிழுக்கு ஜே என்று பெயர்' என்று தலைப்பிட்டு 'இந்தியா டுடே' தமிழ்ப் பதிப்பில் கவர் ஸ்டோரி வெளியானது. ஜெயலலிதாவுக்கு ராசி உண்டு. சூடான பக்கோடாபோல இதழ்கள் விற்றுத் தீர்ந்தன.

'தீராநதி', மார்ச் 2006

சாது மிரண்டால் காடு கொள்ளாது

அன்று அலுவலகத்தை அடைந்த உடனேயே அந்தச் செய்தியை சக பத்திரிகையாள நண்பர் ஒருவர் தெரிவித்தார். சத்தியமூர்த்தி பவனில் பெரிய அமர்க்களம் நடக்கிறது என்றார். அன்று ஏதோ நடக்கப் போகிறது என்ற உள்ளுணர்வில் புகைப்படக்காரர் கிருஷ்ணசாமியை அங்கு உடனடியாகப் போகும்படி சொல்லிவிட்டு நானும் கிளம்பினேன். எனது வண்டியை நிறுத்த இடமே இல்லாமல் தமிழ் நாடு காங்கிரஸ் கமிட்டி செயல்பட்ட சத்தியமூர்த்தி பவன் இருந்த ராயப்பேட்டை நெடுஞ் சாலை நிரம்பி வழிந்தது. வண்டியைத் தொலைவில் நிறுத்தி வேகமாக நடந்து கட்டடத்தின் வளாகத்தை அடைந்ததும் கண்ட காட்சியில் நம்பமுடியாத அதிர்ச்சி ஏற்பட்டது. தில்லி தலைமையின் கட்டளைப்படி நடந்து பழக்கப்பட்ட, முதுகெலும்பைக் கழட்டி வைத்துவிட்ட வர்களாகத் தோற்றமளித்து வந்த தமிழ் நாட்டுக் காங்கிரஸ் உறுப்பினர்கள், மகா ஆவேசத்துடன் அன்றைய இந்தியப் பிரதமரும் மூத்த காங்கிரஸ் தலைவருமான நரசிம்மரா வின் கொடும்பாவிகளை எரித்துக்கொண்டிருந்தார்கள். பாவி என்றும், ஏமாற்றாதே என்றும், நாங்கள் மானமுள்ள தமிழர்கள் என்றும் இன்னும் என்னென்னவோ சொல்லியும் கோஷமெழுப்பினார்கள். கொடும்பாவி கொளுத்தும்போது அவர்கள் முகங்களில் ஓர் உற்சாகம் தெரிந்தது, நெடுநாள் அதைச் செய்ய ஆசைப்பட்டிருந்த வர்கள்போல. வாயிலிருந்து தெறித்த வார்த்தைகளில் திடீரென்று தளைகளை அறுத்துக்கொண்டு வெளியேறும் காளைகள்போல வெறித்தனமான மதர்ப்பு தெரிந்தது. கிருஷ்ணசாமி படு உற்சாகத்துடன் புகைப்படங்களை அவசரத்துடன் எடுத்தவண்ணம் இருந்தார், இந்த டெம்போவையும் கொடும்பாவி எரிப்பையும் எந்தத்

தலைவராவது உள்ளேயிருந்து விரைந்து வந்து கலைத்து விடுவாரோ என்று பயந்ததுபோல. ஆனால் வளாகத்தை ஆக்கிரமித்த ஆக்ரோஷம் கட்டுக்கடங்காதது என்று தலைவர்கள் உணர்ந்திருக்கவேண்டும். அது தானாக அடங்கவேண்டும் என்று நினைத்தார்களோ அல்லது கொடும்பாவி எரிப்பிலிருந்து கிளம்பிய புகை தில்லி அரசின் மூச்சை முட்ட வேண்டும் என்று விரும்பினார்களோ. த.ம.கா.கவின் தலைவர் ஜி.கே. மூப்பனார் கட்டடத்துள் அமர்ந்திருந்தவர் எல்லாம் தெரிந்தும் வெளியே வரவுமில்லை, இப்படி நீங்கள் செய்வது சரியில்லை என்று சொல்லவுமில்லை.

நான் கூட்டத்தை விலக்கிக்கொண்டு உள்ளே சென்றேன். மூப்பனார் சில தலைவர்களுடன் அமர்ந்திருந்தார். என்ன நடக்கிறது வெளியே என்றேன் என் திகைப்பை மறைக்க முடியாமல். மூப்பனார் லேசாகச் சிரித்தார். அதில் வருத்தம் இருந்தமாதிரி தோன்றிற்று. 'சாது மிரண்டா காடு கொள்ளா துன்னு கேள்விபட்டிருக்கீங்க இல்லே?' என்றார். "இப்ப என்ன நடக்கும்? கட்சியைப் பிளக்கிற மாதிரி ஆவேசம் இருக்கு. அப்படி ஏதானும் நடக்க வாய்ப்பு இருக்கா?" என்றேன் நம்பிக்கையில்லாமல். கட்டடத்துக்கு வெளியே பீட்டர் அல்போன்ஸ் சொன்னது எனக்கு நினைவில் நின்றிருந்தது: 'இந்தச் சந்தர்ப்பத்தை நழுவ விட்டோமானால் சரித்திரம் எங்களை மன்னிக்காது'. அந்த வார்த்தைகள் மற்றவர்களது பேச்சிலும் எதிரொலித்தது.

தலைவருக்கு முன்னிலையில் யாரும் பதில் சொல்ல வில்லை. ஏதோ ஒரு முடிவை எதிர்நோக்கி இருக்கத் துணிவை வரவழைத்துக் கொண்டவர்கள்போல் ஒரு பதட்டம் அந்த அறையின் மூச்சுக்காற்றில் கலந்திருந்தது. மூப்பனாரின் முகத்தில் நூதனமாக இறுக்கம் தெரிந்தது. அவர்கள் யாருமே இன்றைய நாடகத் திருப்பத்தை எதிர்பார்த்திருக்கவில்லை என்று நான் நினைத்தேன். அந்தத் திருப்பம் ஒரு வகையில் அவர்களுக்குத் திருப்தி அளித்ததாகக்கூடத் தோன்றிற்று. தங்களைவிட கட்சியின் இரண்டாம் மட்ட உறுப்பினர்கள் தங்கள் உணர்வுகளை ஸ்பஷ்டமாக வெளிப்படுத்தியதற்காக. ஆனால் இந்திய தேசிய காங்கிரஸ் கட்சியை உடைக்கும் துணிச்சல் இவர் களுக்கு இருக்குமா? அதுவும் இந்திரா காந்தி குடும்பத்தின் பரம விசுவாசியான மூப்பனார் தமிழ் நாட்டுக் கட்சித் தலைவராக இருக்கும்போது?

1996 தமிழ் நாடு மாநில அவைத்தேர்தல் நெருங்கிக்கொண் டிருந்தது. ஜெயலலிதாவின் ஆட்சியிலும், அவர் தங்களிடம்

காட்டிய அலட்சியத்திலும் த.நா.கா.க கடும் அதிருப்தியில் இருந்தது. ஊழல், அராஜகம் என்று ஆட்சிக்குக் கிடைத்திருந்த அவப்பேருடன் தாங்கள் சம்பந்தப்படுவதோடு, கூட்டணிக் கட்சியென்ற மரியாதை சிறிதும் தங்களுக்குக் காட்டப்பட வில்லை என்ற பொருமலை தமிழ் நாட்டுக் கிளை தில்லிக்குச் சளைக்காமல் சொல்லி வந்தது. ஆட்சியைக் கலைக்கவேண்டும் என்றுகூட மத்திய அரசிடம் முறையிட்டது.அதற்கு மேலிடம் ஒப்பாது என்ற சோர்வில் கூட்டணியையாவது மாற்றவேண்டும் என்று வற்புறுத்தி வந்தது. அதிமுக ஆட்சிக்கு மக்களின் எதிர்ப்பு மிக அதிகமாக இருந்ததால் அதனுடன் இருந்த கூட்டணியில் இருந்து விலகி திமுகவுடன் கூட்டணி வைப்பது இரண்டு வகையில் தன்மானம் காக்கும் யோசனையாகத் தலைமையகத்துக்குத் தெரிவித்தது. சுய கௌரவ மீட்பாகவும், தேர்தல் ரீதியாக லாபமானதாகவும் இருக்கும் என்று விவரித்தது. தில்லி தலைமையகமோ பிரதமர் நரசிம்மராவோ அதைக் கண்டுகொண்டதாகவே தெரியவில்லை. அவர்களது எச்சரிக்கையை நிராகரித்து, ஜெயலலிதாவின் அழைப்பை ஏற்று பிரதமர் தஞ்சாவூர் உலகத்தமிழ் மாநாட்டுக்கு விஜயம் செய்தார். அந்த அவமானத்தை ஜீரணிப்பதற்குள் மார்ச் மாதம் 27ஆம் தேதி முகத்தில் அறைந்தாற்போல் சத்தியமூர்த்தி பவனுக்கு சேதி வந்தது தில்லியிலிருந்து – மக்களவை, மாநில அவைத் தேர்தல் மே மாதம் ஒருங்கே நடைபெற இருந்த நிலையில் மத்தியில் ஆட்சியில் இருந்த காங்கிரஸ் அரசு ஜெயலலிதாவுடன் கூட்டணியில் தொடரப்போவதாக. சேதியை அறிந்து தொண்டர்கள் என்றுமில்லாத வகையில் கொதித்துப் போனார்கள். ஜெயலலிதாவின் மீது இருந்த வெறுப்பைவிட தில்லி தலைமைக்குத் தாங்கள் வெறும் சுண்டைக்காயாகிப் போனது அதிக ஆத்திரத்தை ஏற்படுத்தியிருக்கவேண்டும். திமுகவுடன் கூட்டணி வைக்க தலைமையகம் தயங்கியதற்குக் காரணம் இருந்தது. ராஜீவ் காந்தி கொலை வழக்கில் சம்பந்தப்பட்ட எல்டிடிஈ இனருக்குச் சாதகமான சூழலைத் தமிழகத்தில் ஏற்படுத்தியதான குற்றச்சாட்டு திமுகவின் மேல் இருந்ததால், அத்தகைய கூட்டணி சோனியா காந்தியைப் புண்படுத்தும் என்று நினைத்தது.

மூப்பனாரின் தலைமையில் காங்கிரஸ் கட்சிக்கு எந்த ஆபத்தும் தமிழ் நாட்டிலிருந்து வர வாய்ப்பில்லை என்று நரசிம்மராவ் நினைத்துவிட்டார். மூப்பனாரின் கட்டுக்கே அடங்காத ஆத்திரத்தில் உறுப்பினர்கள் இருந்தார்கள். அதிமுக வலுவிழந்த நிலையில், திராவிடக் கட்சிகளுக்கு மாற்று சக்தியாகக் கட்சியைப் புதுப்பித்துக்கொள்ள காங்கிரஸுக்கு இது மகத்தான வாய்ப்பு என்ற வேகமும் அந்தக் கற்பனை

தந்த உற்சாகமும் தமிழக காங்கிரஸ்ஸுக்குப் போதைபோல ஏறியிருந்தது.

அடுத்த இரண்டு நாட்களில் மூப்பனார் காங்கிரஸ்ஸிலிருந்து விலகி அவரும் அவரது ஆதரவாளர்களும் புதிய கட்சி – தமிழ் மாநில காங்கிரஸ்ஸை – துவங்குவதாக அறிவித்த போது தில்லி சூடுபட்டதுபோல் அரண்டது. மார்ச் 30ஆம் தேதி மூப்பனார் கருணாநிதியைச் சந்தித்து தேர்தல் கூட்டணி வைத்துக் கொண்டார். கருப்பையா மூப்பனார் தனது வாழ்விலேயே எடுத்த மிகக் கடுமையான முடிவாக அது இருந்திருக்கவேண்டும். காங்கிரஸ் சித்தாந்தத்தில் அதன் தேசிய நோக்கில், மிக ஆழமான நம்பிக்கைகொண்ட தொண்டராக இருந்தவர். 'என்னம்மா செய்யறது? வேற வழியிருக்கல்லே' என்றார் ஒருமுறை தன் செயலுக்காக வருந்துபவர்போல. எனக்கு முதலாம் உலகப் போர் ஏன் மூண்டது என்று கேட்டபோது ஜெர்மன் சான்ஸலர் பிஸ்மார்க் சொன்னது நினைவுக்கு வந்தது. 'வேறு வழியிருக்கவில்லை. தேசம் போருக்குச் செல்லும் ஆத்திரத்தில் இருந்தது'.

த.மா.க தலைவர்களின் முகங்களே மாறிவிட்டன. காமராஜர் ஆட்சியைப் பிடிப்பது இனிக் கைக்கெட்டும் தூரம் தான் என்ற உற்சாகத்தில் வளைய வந்தார்கள். உடனடியாக மே மாதம் வந்த தேர்தல் ஆச்சரியமான தெம்பைக் கொடுத்தது. அன்று ஜெயலலிதாவுக்கு இருந்த பரவலான தீவிர எதிர்ப்பில் ஒரு கழுதையை அ.தி.மு.கவுக்கு எதிராக நிறுத்தியிருந்தாலும் ஜெயித்திருக்கும் என்பதால், தி.மு.க – த.மா.க மற்றும் இடது சாரிக் கூட்டணி அமோக வெற்றி பெற்றதில் ஏதும் வியப்பில்லை. கூட்டணிக்கு பலம் சேர்க்கும் வகையில் நடிகர் ரஜினிகாந்த் வேறு பிரச்சாரத்தில் இறங்க, தி.மு.க கூட்டணி மக்களவையிலும் 39 தொகுதிகளையும் அள்ளிக்கொண்டது. ஜெயலலிதாவுடன் கூட்டணி வைத்த காங்கிரஸ் பட்டை நாமம் சாற்றிக்கொண்டது.

மூப்பனாரைத் த.நா.கா.க.வின் அரசியல் கொந்தளிப்பு மிகுந்த காலகட்டத்திலும் த.மா.க உருவான பிறகும் நான் சந்தித்த தருணங்களில் அவர் மிகுந்த உள்ளார்ந்த சங்கடத்தில் இருப்பதாகத் தோன்றும். காங்கிரஸ்ஸை விட்டுத் தாம் விலக நேர்ந்ததற்காக அவர் தம்மையே மன்னிக்க இயலவில்லை என்று தோன்றும்.

ராஜீவ் காந்தியின் குடும்பத்தினரின் உணர்வுகளை மதிக்காமல் தாம் திமுகவுடன் கூட்டணி சேர்ந்தது அரசியல் சந்தர்ப்பவாதம் என்று கூச்சப்பட்டாரா? படுகொலை செய்யப்பட்ட ராஜீவ் காந்தியின் உடலைப் பார்த்து ஏற்பட்ட பதைப்பின் நினைவு துன்புறுத்தியிருக்குமா? யாருக்குத்

தெரியும்? ஆனால் தேர்தல் வெற்றி மிதப்பில் இருந்த த.மா.க உறுப்பினர்கள் சீக்கிரமே மாநிலத்தில் தி.மு.க அரசினால் தாங்கள் ஓரம் கட்டப்படுவதாக உணர ஆரம்பித்ததும் அது மூப்பனாரை அதிக சங்கடப்படுத்தியது என்பதும் எனக்குத் தெரியும். "ஆட்சியிலே பங்கு இல்லாததாலெ எந்த நல்ல காரியம் செய்தாலும் மக்கள் பார்வையிலெ நாங்க இல்லே. ஆனா அரசு செய்யற எல்லா தப்புக்கும் நாங்க பதில் சொல்ல வேண்டிய நிலைமையிலெ இருக்கோம். ரொம்ப சங்கடம்மா அது!"

திராவிடக் கட்சிகளின் ஆட்சி தமிழகத்தில் வேரூன்றி விட்ட பிறகு, அவற்றில் ஒன்றுடன் கூட்டணி சேரவேண்டிய கட்டாயத்தில் காங்கிரஸ் கட்சி சந்திக்க நேர்ந்த தவிர்க்க முடியாத சங்கடம் அது என்று நான் நினைத்துக் கொண்டேன். தேசியத் தலைவர் ஆகக் கூடிய தகுதி அவருக்கு இருந்ததாக தில்லியில் மூப்பனார் வாழ்ந்த காலத்தில் அனைத்திந்தியத் தலைவர்கள் அவரிடம் காண்பித்த மரியாதையையும் மதிப்பையும் கண்டு எனக்குத் தோன்றும். *King maker* என்று அவரைக் குறிப்பிடு வார்கள். பின்னாளில் பிரதமராகும் வாய்ப்புக் கிடைத்தும் தமிழகத்தினரே (வாய்ப்பு வந்தபோது கருணாநிதி முன்மொழியத் தவறி விட்டதாகப் பேச்சு) காலை வாரிவிட்டதான ஏமாற்றம் அவருக்கு இருந்திருக்கும். தேசியப் பார்வையுடன் கூடிய மாநிலக் கட்சி என்று த.மா.க ப்ரகடனப்படுத்திக்கொண்டாலும், காமராஜர் ஆட்சியை ஒரு நாள் அமைப்போம் என்று சூளுரைத்தாலும் ஆற்றில் ஒரு கால் சேற்றில் ஒரு கால் என்ற அரசியல் நிர்பந்தத்தில், மனோநிலையில், அது ஒரு கனவு மட்டுமே என்று அவர் உணர்ந்திருக்கவேண்டும்.

1996 தேர்தல் முடிவுகள் எதிர்பார்க்கப்பட்டவைதான் என்றாலும் ஜெயலலிதாவே ஒரு சாமான்ய நபரிடம் தோற்பார், தனது சொந்தத் தொகுதியான பர்கூரிலேயே மண்ணைக் கவ்வுவார் என்று நான் நிச்சயம் நினைக்கவில்லை. பர்கூருக்கு அவர் நிறைய செலவழித்திருந்தார். என்னாலேயே அதிர்ச்சியி லிருந்து விடுபட முடியாதபோது முடிவு தெரிந்து ஜெயலலிதா வுக்கு எப்படி இருந்திருக்கும் என்று அன்று முழுவதும் நான் மாய்ந்து போனது நினைவு இருக்கிறது. எமர்ஜென்ஸிக்குப் பிறகு மக்களவைத் தேர்தலில் படுதோல்வி அடைந்தபோது இந்திரா காந்தியின் நிலையைப் பற்றி அவரைப் பார்க்கச் சென்ற அவரது தோழி புபுல் ஜெயகர் பிறகு அவரைப் பற்றின வாழ்க்கைக்குறிப்பில் மிக நெகிழ்ச்சியுடன் எழுதியிருக்கிறார். ஜெயலலிதாவின் மன நிலை எப்படி இருந்திருக்கும் என்று அவரது உடன் பிறவா சகோதரி எழுதினால்தான் உண்டு.

யாரும் நெருங்கிவிடமுடியாத ஜெயலலிதா ஒரு பிரும்மாண்டப் புதிர். தமிழக அரசியல் சரித்திரம் அதுவரை கண்டிராத அளவு பெரும்பான்மை வாக்குகள் பெற்று, அசாதாரண வசீகரமும் சாதுர்யமும் கொண்ட ஜெயலலிதா, தனது 44ஆம் வயதில் ஆட்சிக்கு வந்தவர். எல்லாவற்றையும் விரலிடுக்கில் சரியும் ஆற்று மணல்போல விரயமாக்கிக்கொண்டு, ஐந்தே ஆண்டுகளின் முடிவில் தனக்கும் கட்சிக்கும் ஏற்படுத்திக்கொண்ட அவப்பெயரால் மக்களால் புறக்கணிக்கப்பட்டு தனது கட்சித் தொண்டர்களாலேயே ஓரங்கட்டக்கூடிய நிலையில் அன்று நின்றதைக் காண எனக்கு வயிற்றெரிச்சலாகத்தான் இருந்தது. அவர் ராஜ்ய சபா உறுப்பினராகத் தில்லி வந்திருந்த சமயத்தில் நான் அவரை பேட்டி கண்ட போது சொன்ன வார்த்தைகள் நினைவுக்கு வந்தன. அப்போதே எந்த விமர்சனக் கேள்வியையும் அவர் ரசிக்கவில்லை. என்னுடைய ஒரு கேள்விக்கு ‘நீங்கள் தில்லியில் இருக்கிறீர்கள். தமிழ் மக்களின் உணர்வுகளைப் பற்றி உங்களுக்குத் தெரியாது’ என்றார் ரோசத்துடன். ஆட்சி பீடத்தில் ஐந்து ஆண்டுகள் இருந்தவருக்குத் தமிழ் மக்களின் உணர்வுகள் தெரியாமல் போகும் அளவுக்குத் தன்னை அந்நியப்படுத்திக் கொண்டது தேர்தல் முடிவுகள் உணர்த்தியிருக்குமா என்று நான் யோசித்தேன். நிஜ வாழ்வில் அவர் சந்தித்த ஏமாற்றங்கள், அது ஏற்படுத்திய அவநம்பிக்கை, ஆண் சார்ந்த அரசியல் உலகத்தின் சவால்கள், அதைச் சந்திக்க போட்டுக்கொண்ட ஆணவம் என்ற கவசம், அதுவே அவரது இயல்பாகிப் போன சோகம் என்று மனோவியல் ரீதியாக அவரது போக்கை விளக்கி சமாதானம் தேடும் முயற்சி ஜனநாயக அமைப்பில் வியர்த்தமானது. எதிர்க் கட்சிகள் தன்னைத் தாக்கியபோதெல்லாம், தான் பெண் என்ற காரணத்தால் சுமத்தப்பட்ட அவதூறு என்றார். ஆனால் ஜெயலலிதாவின் முதல் ஆட்சியின் தோல்வி பால் இயல் பிரச்சினையால் எழுந்ததில்லை. ஆண் உலகத்தை ஆணின் ஆதிக்கத்தைவிட மோசமான ஆதிக்க உணர்வுடன்தான் எதிர்கொள்ளவேண்டும் என்று அவர் நினைத்ததால்தான் பிரச்சினை. சாதாரண ஆதிக்கமில்லை. அச்சமூட்டும் ஃபாஸிசம். அரசு அதிகாரிகள் வாயைத் திறக்க அஞ்சினார்கள். எதிர்த்தவர்களின் உயிருக்கு ஆபத்து ஏற்பட்டது. பணம் என்பதே பலம் என்ற தாரக மந்திரத்தால் நிர்வாகம் சீர்குலைந்தது. நாகரிகமும் நாசூக்கும் போய் ஆபாசமான ஆடம்பரம் பார்வையை அடியோடு மறைத்தது. விமர்சனம் செய்த பத்திரிகைகள் எல்லாம் விரோதிகளாக ஒதுக்கப்பட்டன. கட்சியின் அடிவருடிகள் சூட்டிய புகழ் மாலைகளின் கனத்தில் எல்லாத் தவறுகளும்

அழுத்தப்பட்டன. ஜனநாயக அமைப்பு என்பதே அவருக்கும் அவரைச் சார்ந்தவர்களுக்கும் மறந்து போயிற்று. மக்கள் காத்திருந்தார்கள் பாடம் புகட்ட. மன்னன் புகழ் பாடி அவன் அடிபோற்றி அவனது பரிசிலுக்குக் காத்திருந்து அதில் பெருமை கண்ட மரபு மட்டும் இல்லை தமிழ் நாட்டில். நாமார்க்கும் குடியல்லோம், நமனை அஞ்சோம் என்று மன்னனை எதிர்த்துக் குரலெழுப்பும் மரபும் கூட தமிழ் மரபுதான். அன்று கிடைத்த அடியில் அவர் இனி தொலைந்தார் என்று எதிர் அணி கெக்கலித்தது. ஒரு சாமான்ய நபரை, முக்கியமாக ஆண் ஆதிக்க, சாதி உணர்வு மிக்க தமிழக அரசியலில், பெரும்பான்மை பலத்துடன் ஆட்சிக்கு வந்த திமுகவின் காலகட்டத்தில் ஒரு சாமான்ய பெண்ணை அவர் எதிர்கொள்ளவேண்டியிருந்த பல்வேறு பிரச்சினைகள் நிச்சயம் அடியோடு முடக்கியிருக்கும்.

ஆனால் ஜெயலலிதா ஆச்சரியமான மனுஷி. சாம்பலி லிருந்து மீண்டு வருவேன் என்று சூளுரைத்தார்.

யாரும் அதைக் கண்டு கொள்ளவில்லை. அதற்கு அடுத்த ஆண்டுகளில் கருணாநிதி அரசு அவரைச் சிறையில் அடைத்து, சரமாரியாக வழக்குகள் தொடுத்து நீதிமன்றங்களுக்கு நடையாய் நடக்க வைத்து சொத்துக்களை முடக்கி, அதை சன் டிவியில் விளம்பரப்படுத்தி மக்களின் உணர்வுகளைத் தலை கீழாக மாற்றிய புண்ணியத்தைத் தேடிக்கொண்டது. ‘நெருப்பாற்றில் நீந்தி வந்தவள் நான், உங்கள் சகோதரி உங்களிடம் மடிப்பிச்சைக் கேட்க வந்திருக்கிறேன்’ என்று அணிகலன் இல்லாமல் உருவிய கழுத்தும் காதும் கையுமாக அவர் ஐந்து ஆண்டுகள் கழித்து தேர்தலைச் சந்திக்க நின்றபோது ‘படு பாவி கருணாநிதி எல்லாத்தையும் கழட்டிக்கிட்டான்’ என்று கிராமத்துப் பெண்கள் கூட்டம் சொன்னதை நான் கேட்டிருக்கிறேன்.

‘தீராநதி’, ஏப்ரல் 2006

தேர்தல் கணக்குகளை மாற்றிய ஜாதிக் கலவரம்

ஸ்ரீவில்லிபுத்தூர் – ராஜபாளையம் பிரதான சாலையில் ரோந்து நிற்கும் அந்த போலீஸ் இன்ஸ்பெக்டர் கவலையுடன் என்னைப் பார்த்துத் தலை அசைக்கிறார். 'இப்போதைக்குக் கலவரம் அடங்காது'. சாலை மேட்டி லிருந்து கிழக்கே தொடு வானத்தில் கரிய கோடுகளாய்ப் புகை தெரிகிறது – 5 கி.மீ தொலைவிலிருக்கும் மம்சாபுரம், அமைச்சுப்பட்டி கிராமங்களில் விடிய விடிய நடந்த ஜாதிக் கலவரத்தின் மிச்சமாய். டாக்ஸி டிரைவர் பிரதான சாலையைத் தாண்டி உள்ளே நுழைய மறுத்துவிட்டதால் நானும் புகைப்படக்காரர் கிருஷ்ணசாமியும் கொளுத்தும் சித்திரை வெய்யிலில் அப்போதுதான் மம்சாபுரம் எல்லை வரை நடந்து சென்று பாதை மறிக்கப் பட்டிருந்ததால் திரும்பியிருந்தோம். வெறிச்சோடிய சாலையில் அங்கங்கே ரத்தக்கறைகளைக் கண்டும் பிடிவாதத்துடன் முன்னேறுகை யில் பாதை முட்களால் தடுக்கப்பட்டிருப்பதைத் திடீ ரென்று அங்கு முளைத்த இரண்டு ஆண்கள் காண்பிக் கிறார்கள். 'ப்ரெஸ்' என்ற மந்திரச் சொல் எடுபட வில்லை. 'எங்களுக்கு யார்மேலெயும் நம்பிக்கை இல்லே போங்க!' என்று விரட்டுகிறார்கள். 'எங்களுக்குப் போலீஸ் பாதுகாப்பு இல்லே, அரசாங்கம் வேடிக்கை பாக்குது .. நீங்க என்னத்தை எழுதி என்ன ஆகப் போகுது?' அவர்கள் திரும்பும்போது முதுகில் அரிவாள் செருகி வைத்திருப்பது தெரிகிறது.

மூன்று நாட்கள் மதுரையிலிருந்து மேலும் கீழும் சிவகாசிக்கும் கண்டமன்னூருக்குமாக அலைந்த அலைச்ச லில் இதே குற்றச்சாட்டைக் கலவரத்தில் பாதிக்கப்பட்ட அனைவரும் – தேவர்,தேவேந்திர குல வேளாளர், நாடார் –

சொல்கிறார்கள். கலவரத்தைச் சட்டம் ஒழுங்குப் பிரச்சினையாக மட்டுமே பார்த்த தி.மு.க அரசே நிலைமை சீரழிவுக்குக் காரணம் என்றார்கள். ஆனால் இது வெறும் சட்ட ஒழுங்குப் பிரச்சினை இல்லை என்று அந்த மூன்று நாட்கள் அலைச்சலில் புரிந்தது. இரண்டு நாட்களுக்குமுன் சிவகாசி ஆர்.டி.ஓ வளாகத்தில் நடந்த போலீஸ் சூட்டில் மூன்றுபேர் இறந்து போனார்கள். அதைப் பற்றி நீதிமன்ற விசாரணை உத்தர விடப்பட்டிருந்தது. சிவகாசி போலீஸ் முகாமில் யார் முகத்திலும் சுரத்தில்லை. ஒரு போலீஸ் இன்ஸ்பெக்டர் என்னிடம் தனியாகச் சொன்னார், 'நா போலீஸ் சட்டையைக் கழட்டிவெச்சுட்டு சொல்லணும்னா போலீஸ் சுட்டதும் தப்பு, அரசாங்கம் போக்குவரத்து பேரை மாத்தினதும் தப்பு.'

விஷயம் ரொம்ப அற்பமானது என்கிறது போலீஸ். பாண்டியன் போக்குவரத்தை வசதி குறித்துப் பாதியாகப் பிரித்து ஆதிதிராவிட வீரனும் கட்டபொம்மனின் தளபதியுமான சுந்தரலிங்கத்தின் பெயரை 350 பேருந்துகளுக்கு வைக்க முந்தைய அ.தி.மு.க அரசாங்கத்திலேயே முடிவெடுக்கப்பட்டது. அரசு ஆணயை அமல்படுத்துவதற்குள் தேர்தல் வந்துவிட்டது. தி.மு.க ஆட்சிக்கு வந்ததும் தேவேந்திரகுல வேளாளர் தலைவர் டாக்டர் கிருஷ்ணசாமி ஆணை அமல்படுத்தப்படவேண்டும் என்று கெடு வைத்ததால் அரசு 1.5.1997 அன்று ஆணை பிறப்பித்தது. அதற்கு இத்தனை பயங்கர விளைவு ஏற்படும் என்று யாரும் எதிர்பார்க்கவில்லை. 'பஸ் வந்தபோது சிலர் மாலை போட்டார்கள், அது தேவர் இனத்தை எரிச்சல் படுத்திச்சு'. எரிச்சலை வெளிப்படுத்த எரிமலையாக வெடித்தது தேவர்ப் பேரவை. ஈஞ்சாரிலிருந்து 36 கிராமங்களைச் சேர்ந்த 5000க்கும் மேற்பட்ட தேவர் இனத்தினர் பெயர் மாற்றத்தை எதிர்த்து 'மகஜர்' கொடுக்க சிவகாசியை நோக்கி ஊர்வலம் கிளம்பினார்கள். ஊர்வலத்தைத் தடுக்கமுடியவில்லை என்பதோடு அம்பேத்கர் சிலையருகே வந்ததும் கூட்டத்தின் உணர்ச்சி கட்டுக்கடங்காமல் போக கண்ணீர் புகை பிறகு துப்பாக்கிச் சூடு நடத்த வேண்டியதாகிவிட்டது என்கிறது போலீஸ். அதில் மூவர் இறந்துபோனது போலீஸுக்கு தர்ம சங்கடம். போலீஸ் சூட்டிற்கு உத்தரவிட்ட டி.எஸ்.பி உடனடியாக மாற்றப்பட்டார். விசாரணைக்கு உத்தரவிடப் பட்டது. இருந்தும் மக்களின் கோபம் தணியவில்லை. சாலையில் ஒன்பது நாட்களாகப் பேருந்துகள் ஓடவில்லை. அம்பேத்கர் சிலை, தேவர் சிலை அருகே போலீஸ் நிற்கிறது. கடைகளுக்கு தீ வைக்கப்பட்ட தகவல் கிடைத்தால் யாரும் கண்டுகொள்வதில்லை என்கிறார்கள். 'சிலைக்கு இருக்கற

பாதுகாப்பு மனுஷனுக்கு இல்லே' என்கிறார் ஒரு சிவகாசி வாசி. அன்று பட்டப்பகலில் த.மா.கவைச் சேர்ந்த ஒரு வார்ட் கௌன்ஸிலர் தாக்கப்பட்டதாகவும் போலீஸ் உதவிக்கு வரவே இல்லை என்றும் சொல்கிறார்கள். 'நேத்து என் காப்பிக் கடையை யாரோ கொளுத்திட்டாங்க; எனக்கும் இந்தச் சண்டைக்கும் சம்பந்தமே இல்லே 10,000 ரூபாய் நஷ்டம் என்கிறார் ஒருத்தர் என்னிடம் கண்ணீர் மல்க. 'போலீஸ் கண்டுக்கல்லே.' தனது ரேஷன் கார்டைக் காண்பிக்கிறார். கார்டில் ஜாதிப் பெயர் நாடார் என்று இருக்கிறது.

சிவகாசி பிரச்சினை வெறும் தேவர் ஆதிதிராவிடர் பிரச்சினை இல்லை என்று தோன்றுகிறது எனக்கு மெல்ல. சிவகாசியில் நாடார் சமூகம் 40%. அதில் முக்கியமாக 'முதலாளிகள்' என்று அழைக்கப்படும் தொழிலதிபர்கள், தேரடியில் பத்திரகாளி அம்மன் கோவிலுக்கு முன் பெரிய பதற்றத்தில் இருக்கிறார்கள். வெள்ளிக்கிழமை. இன்னும் கோவிலே திறக்கவில்லை. சித்திரைத் திருவிழா காலம் அது. வருஷா வருஷம் கோலாகலமாக நடக்கும். இந்தச் சண்டையிலே நாடார் சமூகம் பகடைக் காயாகப் போச்சு என்கிறார் பத்ரகாளியம்மன் கோவில் டிரஸ்டி ஏ.சி.என்.மாதவன். சிவகாசியில் இந்த ஒரு வார காலக் கலவரத்தால் தினத்துக்கு ஒரு கோடிக்கு மேல் தொழிலில் நஷ்டம்.

நாடாருடன் ஏன் மோதல் என்பதற்கு நான் பிறகு ஸ்ரீவில்லிப்புத்தூரில் சந்தித்த அ.தி.மு.க எம்.எல்.ஏ. தாமரைக் கனி விளக்கினார். தாமரைக்கனியைப் போன்ற ஒரு வேடிக்கை நபரை நான் பார்த்ததில்லை. அவரது வீட்டு முகப்பே சினிமாவுக்கு செட் போட்டதுபோல இருந்தது. காம்பௌண்டுக்குள் ஒரு கூடாரம் அதில் கருப்புக் கண்ணாடி சகிதம் எம் ஜி.ஆர் உருவச்சிலை. வீட்டுக்குள் குறுகலான இருண்ட ரேழிகள் அங்கங்கே இளைஞர்கள் – அவருடைய மகன்கள் – பெஞ்சில் பட்டபகலில் சோம்பலுடன் படுத்திருந்தார்கள். தாமரைகனிக் உடம்பு சுகமில்லை என்று மாடியில் ஒரு பெரியக் கூடத்தில் படுத்திருந்தார். படுக்கை 'பாவ்லா' என்று புரிந்தது. அவரது பிரபலமான மோதிரங்கள் விரல்களை அலங்கரித்தன. நான் எச்சரிக்கையுடன் எட்டியே உட்கார்ந்தேன். சிவகாசி பிரச் சினையை லேசான சிரிப்புடன் உற்சாகமாக விளக்கினார்.

"அரசியல்வாதிங்களுக்குள்ளேயே ஜாதிச்சண்டை இருக்குது. த.மா.க *M.L.A* சொக்கருக்கும்(நாடார்),தி.மு.க. அமைச்சர் தங்கபாண்டியனுக்கும்(தேவர்) ஈகோ போட்டி. த.மா.கவைச் சேர்ந்த சிவகாசி நகரசபை சேர்மன் ஞான சேகரனுக்கும்(நாடார்) தங்கபாண்டியன் ஆதரவுகொண்ட

கமிஷனர் ராஜநாயகத்துக்கும்(தேவர்) ஆகவில்லை. அருகில் இருக்கும் ஈஞ்சாரில் உள்ள அலுமினியம் தொழிற்சாலை (நாடார் நடத்தும் காளீச்வரி ஃபையர் வர்க்ஸ் ஃபாக்டரி, சொக்கர் ஆதரவுடையது) சுற்றுச்சூழலைப் பாதிப்பதாகப் 18 பட்டி கிராம தேவர்ப் பேரவை எதிர்க்கிறது. "அவங்க தர்ணா பண்ணின போது சிவகாசி டி.எஸ்.பியை (சுப்பிரமணியன், நாடார்) கேவலமா ஏசினாங்க, பொய் வழக்கு போடறார்னு. டி.எஸ்.பி. சமயம் பாத்துக்கிட்டு இருந்தார். இப்ப சிவகாசிக்கு தேவர்ப் பேரவை பெரிய ஊர்வலம் எடுக்கப் போகுதுன்னு தெரியும். மேலிடத்துக்கு வேணும்னே தகவல் தெரிவிக்கல்லே. ஜாதிப்பிரச்சினைக்குக் காரணம் எம்.எல்.ஏவும் மந்திரியும். போலீஸ் துப்பாக்கிச் சூட்டுக்குக் காரணம் நாடார் – தேவர் பிரச்சினை."

எனக்குத் தலை சுற்றுகிறது. ஸ்ரீவில்லிபுத்தூர் பேருந்துப் பணிமனை பூட்டப்பட்டு இருக்கிறது. வீரன் சுந்தரலிங்கம் போக்குவரத்துக்கழகம் என்ற பலகையின் மேல் வாடியமலர் மாலை தொங்குகிறது. ஊழியர் சங்க உறுப்பினர்கள் கவலையுடன் வெளியில் உட்கார்ந்திருக்கிறார்கள். போக்குவரத்துக்கழகங் களுக்கும் மாவட்டங்களுக்கும் ஜாதித் தலைவர்களின் பேரை வைப்பதுதான் இந்தப் பிரச்சினைக்கெல்லாம் காரணம் என்கி றார்கள். அவர்களது வாதம் நியாயமாக இருந்தாலும், ஒவ்வொரு கழகத்துக்கும் ஒரு ஜாதித் தலைவர் பெயர் இருக்கும்போது, இந்தப் பெயருக்கு மட்டும் எதிர்ப்பு தெரிவிப்பானேன் என்று யாரும் கேள்வி எழுப்பாதது என்பது எனக்கு விநோதமாக இருந்தது.

சிவகாசியிலோ மக்கள் அச்சத்துடன் வீட்டுக்குள் பதுங்கி இருக்கிறார்கள். மம்சாபுரத்திலும் ஈஞ்சாரிலும் எத்தனை பேர் இறந்தார்கள் என்று யாருக்கும் சொல்லத் தெரியவில்லை. ஆகாசத்தைக் கரிய புகைக் கோடுகள் கோலமிடுகின்றன. சென்னையிலிருந்து அமைச்சர்கள் சிவகாசியில் அவசரக் கூட்டம் நடத்துகிறார்கள். என்னைக்கண்ட தமிழ்குடிமகன், 'என்ன, நீங்களே வந்துட்டீங்களா?' என்று வியக்கிறார். நிலைமையின் விபரீதம் அவர்களுக்கு இன்னும் புரியவில்லை என்று எனக்குத் தோன்றுகிறது. 'கலைஞரை ரொம்பக் கேவலமா பேசறாங்க. எல்லாம் எதிர்க் கட்சி தூண்டுதல்' என்கிறார் ஒரு திமுக. பிரச்சினையை மறு பரிசீலனை செய்யப்போறோம் என்கிறார் அங்கு வந்திருந்த சபாநாயகர் பழனிவேல் ராஜன். அது அத்தனை சுலபமில்லை என்று நான் நினைக்கிறேன்.

அன்று மதியம் ஒரு ஆதி திராவிடர் வீட்டிற்குச் செல்கிறேன். பிராமணத்தெருவில் 18 வருஷங்களாக அமைதியாக வாழ்ந்து

வந்த, அரசு மருத்துவமனையில் பணியாற்றிவரும் டாக்டர் எம்.மனோகரின் வீடும் க்ளினிக்கும் இன்னுமிரண்டு வீடுகளும் முந்தைய நாள் சூறையாடப்பட்டிருந்தன. மனோகரின் 14 வயது மகன் ஜெகன்னாத் பிரபுவின் கண்களில் அச்சம் தெரிகிறது. கண்களை அகல விரித்து என்னிடம் சொல்கிறான். "துப்பாக்கிச் சூட்டைக் கண்டிச்சு தேவர்ப் பேரவை ஊர்வலம் போனாங்க. நா மொட்டை மாடியிலேந்து பார்த்துக்கிட்டிருந்தேன். திமு திமுன்னு எங்க வீட்டுக்குள்ளே 20 பேர் திடீர்னு நுழஞ்சு துவம்சம் பண்ண ஆரம்பிச்சாங்க. எங்கூடப் படிக்கிறவன், என்னோடு விளையாடினவன் கல்லை விட்டு எறியறதைப் பார்த்தேன்." இந்த அதிர்ச்சியைத் தன் ஆயுளுக்கும் பிரபு மறக்கமாட்டான் என்று நான் நினைத்துக் கொள்கிறேன்.

தேவர்களிடமும் ஆதி திராவிடர்களிடமும் சமாதனம் பேச ஈஞ்சாருக்கும் சிவகாசிக்கும் போலீஸ் பாதுகாப்பு இல்லாமல் அலைந்துகொண்டிருந்தார் காமராஜர் மாவட்ட கலெக்டர் ஆர். ராஜகோபால். அவரை நான் ஸ்ரீவில்லிப்புத்தூரில் சந்தித்த போது, "நிலைமை சீக்கிரம் சரியாகிவிடும்" என்றார் நம்பிக்கையுடன். அது அத்தனை சுலபம் இல்லை என்று நான் நினைத்தேன். மிகப் பெரிய மனச் சோர்வில் நான் இருந்தேன். ஸ்ரீவில்லிப்புத்தூரிலிருந்து பத்து கி.மீ தொலைவில் இருக்கிறது ஈஞ்சார். தேவர்களின் கோட்டை. ஊருக்குள் நுழையும்போதே அவர்களது ஆக்ரோஷ வெப்பத்தை உணரமுடிந்தது. எங்களைச் சந்தேகத்துடன் ஆயிரம் கேள்வி கேட்டார்கள். கிருஷ்ணசாமி 'போயிறலாம் வாஸந்தி' என்ற வண்ணம் இருந்தார். முன் வைத்த காலைப் பின் வைக்கத் தெரியாது எனக்கு. கொஞ்சம் பேச்சுக் கொடுத்துப் பார்ப்போம் என்று நான் முன்னேறினேன். 'உங்க பிரச்சினையைச் சொல்லுங்க' என்றேன் அங்கு உட்கார்ந்திருந்த கும்பலிடம். ஆண்கள் பெண்கள் சிறுவர் என்று எல்லா வயதினரும் இருந்தார்கள். மகாக் கோபத்துடன் முதல்வர் கருணாநிதியைத் தாக்கிப் பேச ஆரம்பித்தார்கள். 'சுந்தரலிங்கம் பெயரை வெச்சதே எங்களை அவமானப்படுத்தத்தான்' என்கிறார்கள். 'கருணாநிதி செஞ்ச வேலை இது' என்கிறான் பத்து வயதே இருக்கக்கூடிய ஒரு சிறுவன். மவராசனுக்கு ஓட்டு போட்டதுக்கு சரியானபடி ஏமாத்திப்புட்டாரு என்கிறார் ஒரு மூதாட்டி. பெயரில் என்ன இருக்கிறது என்று அசட்டுத்தனமாக நான் தத்துவம் பேச முனைந்தபோது கும்பல் சீறிக்கொண்டு பாயவந்ததும் கிருஷ்ணசாமிக்கு உதறல் எடுத்துவிட்டது. 'தே, யாரும்மா நீ?' என்றாள் ஒரு பெண் ஆத்திரத்துடன். 'அந்தக் கருணாநிதி உன்னை அனுப்பிச்சானா?" நான் சமாளித்துக் கொள்வதற்குள் ஒரு வாண்டு, 8 வயது

கூட இருக்காது, கண்ணில் குரோதத்துடன் சொன்னது: "அவங்க ஜாதிக்காரன் பேர் வெச்ச பஸ்ஸிலெ நாங்க ஏறிடுவமோ?"

அதற்கு மேல் எனக்குத் தாங்கவில்லை. கண்ணில் நீர் ஏன் நிறைகிறது என்று புரியவில்லை. 'போவோம் கிருஷ்ணசாமி' என்றேன். கலெக்டர் ராஜகோபால் பேச்சுவாக்கில் 'பாரத மாதாதான் என் தெய்வம்' என்று உணர்ச்சிவசப்பட்டது எனக்கு அசம்பாவிதமாக நினைவுக்கு வருகிறது. நமது ஐதீகங்களே நமது கண்ணை மறைப்பது என்று தோன்றுகிறது. உயிரிழையாய் ஓடும் தேவர் – ஆதி திராவிடர் துவேஷத்தில் ஓரிழையாய் இருதரப்பிலும் ஓடியது அரசாங்கத்திற்கு எதிர்ப்பு. அதை லேசில் அவர்களால் மறக்கமுடியவில்லை என்று நினைக்கிறேன். தி.மு.க. ஆட்சிக்கு எதிர்ப்பு அலை அதிகம் இல்லை என்று நினைக்கப்பட்ட 2001 சட்டமன்றத் தேர்தலில், பலச் சட்ட சிக்கலில் அகப்பட்டுக்கொண்டிருந்த ஜெயலலிதாவை, வேட்பாளராகக் கூட நிற்கும் தகுதி இழந்திருந்த ஜெயலலிதாவை அமோகமாக ஆதரிக்கும் வகையில் தமிழ் மக்கள் அ.தி.மு.க.வுக்குப் பெரும்பான்மை வாக்குகள் அளித்தார்கள். 97 இல் நடந்தவற்றை மறந்து திமுகவுடன் கூட்டு சேர்ந்த தேவேந்திரகுல வேளாளர் தலைவர் கிருஷ்ணசாமியை ஆதி திராவிடர்கள் மன்னிக்க வில்லை. புதிய தமிழகம் தலைவர் தேர்தலில் தோற்றார். திமுக அதிர்ச்சிகரமான தோல்வியைத் தழுவிற்று.

'தீராநதி', மே 2006

அம்மா வந்தாள்

தென்மாவட்ட ஜாதிக் கலவரங்களைப் பார்த்த துயரத்துடன் நான் சென்னை திரும்பியதும் வேறு சொந்த விஷயங்கள் என் கவனத்தை ஆக்கிரமிக்கத் துவங்கின. என் தாய் என் மூத்த அண்ணனுடன் மும்பையில் இருந்தார். நான் வாரம் ஒரு முறை அவருடன் தொலைபேசியில் தொடர்புகொண்டு நலம் விசாரிப்பேன். 'எப்படிம்மா இருக்கே?' என்றால் குழந்தைபோல 'நன்னா இருக்கேன்' என்பார். ஆனால் என் அண்ணன் அம்மாவைப் பற்றி நிறைய அலுத்துக் கொள்வான். சொல்வதைக் கேட்பதில்லை, இரவில் வீடு பூர அலை கிறாள், கீழே விழுந்து அடிபட்டுக்கொள்கிறாள். பார்த்துக் கொள்வதே சிரமமாக இருக்கிறது என்பான். எனக்குச் சொல்லத் தெரியாமல் ஒவ்வொரு முறையும் போனைக் கீழே வைத்ததும் மிகச் சங்கடமாக இருக்கும்.

அம்மாவுக்கு வயதாகி வந்தது போலவே அண்ணா வுக்கும் வயதாகிக் கொண்டிருந்தது. அண்ணாவும் மன்னியும் தனிப்பட்ட சோகத்தை அனுபவித்தவர்கள். ஒரு வர்த்தகக் கப்பலில் வேலையாகச் சென்றிருந்த அவர்களது ஒரே மகன் 23 வயது கிருஷ்ணன் பயணித்த கப்பல் ஆஸ்திரேலிய எல்லைக்கப்பால் காணாமல் போய்விட்டது. கப்பலைப் பற்றின தகவலே கிடைக்காமல் அதில் பணிபார்த்த வாலிபர்களின் பெற்றோர்கள் எல்லாம் இரண்டு ஆண்டுகளில் பிள்ளைகள் திரும்பி விடக்கூடும் என்கிற எதிர்பார்ப்பில் இருந்தார்கள். அந்த துக்கம் அண்ணனையும் மன்னியையும் உளரீதி யாகவும் உடல்ரீதியாகவும் பாதித்ததில் ஏதும் வியப் பில்லை. அப்படிப்பட்ட நிலையினால் அம்மா அவர் களுக்குச் சுமையாக மாறிவிட்டாள் என்கிற உணர்வு என்னைத் துன்புறுத்தியது. ஆனால் அதற்கு என்ன

நிவர்த்தி என்று எனக்குப் புரியவில்லை. என் இரண்டாவது அண்ணன் குமார் வெகு ஆண்டுகளாக அமெரிக்காவில் இருந்தான். என் தம்பி சேகர் துபாயில் இருந்தான். நான் சென்னையில் தனியாக இருந்தேன். வேலைக்குக் காலையில் சென்றால் இரவு எப்பொழுது வீடு திரும்புவேன் என்று சொல்லமுடியாத அலுவலகப் பணி. அம்மா நிச்சயமாகத் தனியே விடமுடியாத கவனிக்கப்படவேண்டிய கட்டத்தில் இருப்பதாகத் தோன்றிற்று.

அம்மாவை மும்பையில் பார்த்துவிட்டாவது வருவது என்று தீர்மானித்தேன். அங்கு ஒரு வாரம் இருந்து துபாய்க்குச் சென்று தம்பியையும் பார்க்க நினைத்து பத்து நாட்கள் விடுப்பு எடுத்துக்கொண்டு கிளம்பினேன். அம்மாவை நேரில் பார்த்ததும் நெஞ்சு குலுங்கிப் போனது. அம்மாவிடம் ஒரு மாற்றம் தெரிந்தது. அம்மா மிக வசீகரமானவள். கண்களில் அறிவு தீட்சண்யமும் உடல்மொழியில் சுறுசுறுப்புமாகப் பளீரென்று இருப்பாள். அப்படிப்பட்டவளின் முகத்தில் அருள் செத்துவிட்டதுபோல இருந்தது. கண்களில் ஒரு பீதி, சிறைபட்ட பார்வை இருந்தது. பேச்சில் சில சமயம் தடுமாற்றம் தெரிந்தது. உடல் அசைவுகளில் தன்னம்பிக்கை குறைந்திருந்தது. அடிக்கடி விழுந்து விடுகிறாள் என்று அண்ணா ஒரு வாக்கர் வாங்கிக் கொடுத்திருந்தான். அதைத் தள்ளிக்கொண்டு அவள் நடப்பதைப் பார்க்கக் கஷ்டமாக இருந்தது. ஆனால் மருத்துவரீதியாக எந்த விதக் கோளாறும் இருக்கவில்லை. அவளது அறைக்கு நான் சென்ற போதெல்லாம் அம்மா என் கைகளை அழுத்திப் பிடித்துக் கொள்வாள். 'என்னை மெட்ராஸுக்கு அழைச்சிண்டு போயிடு' என்று கெஞ்சுவாள். எனக்கு என்ன செய்வது என்று புரியவில்லை. 'உன்னை எப்படிம்மா பர்த்துப்பேன்?' என்பேன் பலவீனத்துடன். 'வீட்டிலெ யாருமே இல்லையே? கார்த்தாலெ ஆபீஸுக்குப் போனா ராத்திரிதான் வருவேன், டூர் வேற போவேன். உன்னைத் தனியா எப்படி விடுவேன்.?' அம்மாவுக்கு எதுவும் விளங்கவில்லை. 'நீ ஆபீசுக்குப் போகும் போது வீட்டைப் பூட்டிண்டு போ' என்றாள் குழந்தையைப் போல. நான் பேசாமல் இருப்பதைப் பார்த்து என் கைகளைப் பிடித்து, 'உனக்கும் என்னைப் பார்த்துக்க இஷ்டமில்லையா?' என்றாள். நான் இரண்டு இரவுகள் தூங்கவில்லை. கடைசியில் அம்மாவை சென்னைக்கு வரவழைத்துக் கொள்வது என்ற முடிவை எடுத்து அண்ணனிடம் சொன்னேன். என்னுடைய முடிவு அவர்களுக்குப் பெறும் நிம்மதி அளித்ததாகத் தோன்றிற்று. அதை இருவரும் எதிர்பார்த்துக் காத்திருந்தது புரிந்தது. நீ தனியாக எப்படிப் பார்த்துக் கொள்வாய் என்கிற

கேள்விகூட இருவரும் கேட்காதது எனக்கு வியப்பாக இருந்தது. அந்த அளவுக்கு அவர்களுக்கு களைப்பு ஏற்பட்டிருந்ததற்கு அவர்களது தனிப்பட்ட புத்திர சோகமே காரணம் என்பது புரிந்தது. ஆனால் அம்மாவைப் பார்த்துக் கொள்ள வீட்டோடு இருக்க ஒரு பணிப்பெண்ணை அமர்த்திய பிறகுதான் அம்மாவை அழைத்துக்கொள்ள முடியும் என்று சொல்லிவிட்டு துபாய்க்குக் கிளம்பினேன். அடுத்த பதினைந்து நாட்களில் சேகர் மும்பைக்கு வருவதாகவும் அம்மாவை விமானத்தில் சென்னைக்கு அழைத்து வருவதாகவும் சொன்னான்.

நான் சென்னைக்குத் திரும்பியதும் பலபேரிடம் பணிப்பெண் தேவையைப் பற்றிச் சொல்லிவந்தேன். இதற்கிடையில் தில்லியில் என் கணவர் சுந்தரத்துக்கு உதவிக்காக வீட்டுவேலை மற்றும் சமையல் வேலைக்கு அமர்த்தியிருந்த தமிழ்ப் பெண் வேலையைவிட்டுப் போய்விட்டாள். சுந்தரம் காய்ச்சலில் படுத்து தேநீர் தயாரித்துத்தரக்கூட ஆள் இல்லாமல் திண்டாடுகிறார் என்று தகவல் வந்தது! வெளி ஊருக்குப் பணிப்பெண்களை சென்னையிலிருந்து அனுப்பும் ஏஜென்ஸியைத் தொடர்பு கொண்டபோது அதிர்ஷ்டவசமாக உடனடியாக ஒரு பெண் இருப்பதாகத் தகவல் வந்தது. அலுவலக வேலையைப் பாதியில் விட்டு அங்கு சென்று அந்தப் பெண்ணை நேர்முக பேட்டி கண்டு அவளை அடுத்த ரயிலில் தில்லிக்கு அனுப்ப ஏற்பாடு செய்து அலுவலகம் திரும்பி தலைமை அலுவலகத்துக்குத் தெரிவித்து மறுநாள் காலை விமானத்தைப் பிடித்து தில்லி சென்றேன். அதற்குள் சேகர் தான் மும்பை வந்து விட்டதாகவும் இரண்டு மூன்று நாட்களில் துபாய் திரும்ப வேண்டி இருப்பதால் அம்மாவை சென்னைக்கு அழைத்துச் செல்ல எல்லா ஏற்பாடும் நான் செய்துவிட்ட சமயத்தில் நீ ஏன் தில்லிக்குப் போனாய் என்று கடுகடுத்தான். வேலைபார்க்கும் பெண்களுக்கு ஏற்படக்கூடிய நெருக்கடிகளையும் அவர்களுக்கு இருக்கும் நிர்பந்தங்களையும் கூடப் பிறந்தவர்களாக இருந்தாலும் ஆண்களால் புரிந்துகொள்ள முடியாது என்பதை நான் என் அன்னையைப் பார்த்துக் கொண்ட அவரது கடைசி இரண்டு ஆண்டுகளில் உணர்ந்து கொண்டேன். தில்லிக்கு வந்து சேர்ந்த பணிப்பெண்ணுக்கு எங்கள் வீட்டுச் சமையல் மற்றும் மற்ற வேலைகளை எடுத்துச் சொல்லிவிட்டு நான் சென்னைக்குப் புறப்பட்டபோது அம்மாவைப் பார்த்துக் கொள்ள எனக்கு இன்னும் ஆள் கிடைக்கவில்லை என்பது பெரிய கவலையாக இருந்தது. என் தம்பிக்கு துபாய் திரும்பவேண்டி இருந்ததால் சென்னைக்குக் கிளம்பிவிட்டான். அதற்கு முந்தைய இரவுதான் நான் சென்னைக்கு தில்லியிலிருந்து கிளம்புகிறேன். அன்று

தில்லியிலிருந்து கிளம்பும் விமானத்தில் ஏதோ கோளாறு. மாலை கிளம்பவேண்டியது நடு இரவு தாண்டி ஒன்றரை மணிக்குக் கிளம்பிற்று. நான் சென்னைக்கு விடியற்காலை நான்கு மணிக்கு வந்து சேர்ந்தேன். என் அம்மா காலை விமானத்தில் மும்பையிலிருந்து ஒன்பதரை மணிக்கு வருகிறார் சேகருடன். அவர்கள் கிளம்பிவிட்டார்கள் என்று என் அண்ணனிடமிருந்து ஃபோன் வந்தது. டெலிஃபோனைக் கீழே வைத்ததும் உதவிக்கு ஆள் கிடைத்ததா என்று அண்ணா கேட்கவில்லை என்ற ஆதங்கத்தில் அதுவரை நான் உணர்ந் திராத பலவீனம் என்னை ஆட்கொண்டது. அலுவலகத்தில் நான் நேரடியாகப் பார்க்கவேண்டிய வேலைகள் பல இருந்தன. அம்மாவைத் தனியாக வீட்டில் விட்டு விட்டு அலுவலகம் போவது ஆபத்து என்று என் உள் உணர்வு என்னை அச்சுறுத்திற்று. மிக அசட்டுத்தனமாக உணர்ச்சிவசப் பட்டு மிகப் பெரிய பொறுப்பை நான் ஏற்றுக்கொண்டிருப்பதாக சுந்தரம் வேறு தில்லியில் என்னை எச்சரித்திருந்தார்.

அம்மாவைக் கவனித்துக்கொள்ள ஆள் கிடைக்காத நிலையில் நான் எப்படி வேலைக்கும் போய் சமாளிப்பேன்? மிகப் பெரிய சுயபச்சாதாபம் என்னை விழுங்க நான் உடைந்து போனவளாய்க் கண்ணீர் விட்டபடி போனுக்கு அருகில் தலை கவிழ்த்து பிரார்த்தனை செய்தேன். ஆண்டவனுக்கு நிச்சயம் என் குரல் கேட்டிருக்கவேண்டும்! சற்று நேரத்தில் என் சிநேகிதி மீரா போன் செய்தார். 'வாஸந்தி, உங்க அம்மாவைப் பார்த்துக்க வீட்டோடு வேலைக்கு ஆள் வேணும் னீங்களே, ஒரு பெண் வந்திருக்கு வேணுமா?' என்றபோது உண்மையிலேயே அது தெய்வத்தின் குரல் என்று தோன்றிற்று. அன்றே காலை பத்தரைமணிக்குப் பிறகு அனுப்புங்கள் என்றேன் நன்றியுடன்.

இரவு தூங்காத சோர்வுடன் நான் விமான நிலையத்துக்குச் சென்று அம்மாவையும் தம்பியையும் வீட்டுக்கு அழைத்து வந்தேன். அவர்கள் வீட்டுக்கு வந்த சற்று நேரத்திற்கெல்லாம் மீரா அந்தப் பெண்ணை, ஷீலாவை அழைத்து வந்தார். இளம் பெண், அநாதை, மலையாளி, கிறித்துவ மதம் என்ற விவரங்கள் எனக்குத் தேவைப் படவில்லை. ஷீலாவைப் பார்த்ததுமே எனக்குப் பிடித்துவிட்டது. அம்மாவைப் பார்த்துக்கொள்ள மட்டுமே அவள், வேறு எந்த வேலைக்கும் அல்ல என்று சொல்லி நன்றியுடன் ஏற்றுக்கொண்டேன்.

பெற்றோர்களைக் கவனித்துக்கொள்ளும் பொறுப்பில் மகளுக்கும் மகன்களுக்கும் வித்தியாசமில்லை என்று நான் நினைக்கிறேன். என் அம்மாவை கவனிக்கவேண்டிய பொறுப்பு

எனக்கும் இருந்தது. உண்மையில் என் அம்மாவின் மனரீதியான உடல்ரீதியான பிரச்சினைகளை அவர்களைவிட என்னால் அதிக துல்லியமாகப் புரிந்துகொள்ள முடிந்தது. அண்ணா முன்கோபி. மும்பையில் அம்மா ஏதோ ஒரு பயத்தில் இருந்ததை நான் கவனித்தேன். அந்த பயம் பல விதத்தில் பரிணமித்தது. துவாலைத் துண்டுகள், புடவைத் தலைப்பு எல்லாவற்றின் இழைகளைப் பிரித்து கிழித்துக்கொண்டிருப்பாள். தனது துணிமணிகளை சதா தேடிக்கொண்டிருப்பாள். சென்னைக்கு வந்ததும் மன நிலை தளர்ந்ததன் அடையாளமாக அதெல்லாம் நின்றது. சென்னையில் வீட்டு டெரஸ்ஸில் பிரும்மாண்ட தோட்டம் போட்டிருந்தேன். அம்மாவுக்குத் தோட்டம் மிகவும் பிடிக்கும். ஷீலாவைக் காலையும் மாலையும் அம்மாவுக்கு நடை பழக வேண்டும் என்று சொல்லியிருந்தேன். செடிகளைப் பார்த்ததுமே அம்மாவின் முகத்தில் மலர்ச்சி ஏற்படும்.

அம்மாவுக்கு அல்ஜைமர் நோய் என்று சில மாதங்கள் கழித்துதான் கண்டுபிடித்தேன். அம்மாவின் ஞாபகம் நழுவுவது கண்டு ஞாபகங்களை உசுப்ப மலர்களின் பெயரைச் சொல்லச் சொல்வேன். அம்மா கன்னட மீடியம்மில் படித்தவள். பல மலர்களின் கன்னடப் பெயர்கள்தான் அவளுக்கு நினைவு இருந்தது. அம்மாவுக்கு சங்கீதம் பிடிக்கும். இசை டேப்பைப் போட்டு ராகம் கண்டுபிடிக்கச் சொல்வேன். சில சமயங்களில் அவள் சரியாகச் சொல்லிவிட்டால் எனக்கு அகமகிழ்ந்து போகும். அம்மாவுக்கு நேர்த்தியாக உடை உடுத்தப் பிடிக்கும். தினமும் ஷீலா இஸ்திரிபோட்டு மடித்த புடவை பொறுத்தமான ரவிக்கை அணிவித்து தலை வாரி கொண்டை போட்டுவிடுவாள். அம்மா பொம்மை மாதிரி அழகாகச் சிரிப்பாள். ஆங்கில தினசரி தினமும் படிக்கும் வழக்கம் அம்மாவுக்கு இருந்தது. இப்போது அவளால் இயலவில்லை. இருந்தும் அது ஒரு கடமையைப் போல் ஹிண்டுவையும் தினமணியையும் படிக்கச் சொல்வேன். ஷீலாவுக்குப் படித்துக் காண்பிக்கிறேன் என்று தினமணியை உரத்துப் படிப்பாள். பிறகுதான் கவனித்தேன் அவளாக இட்டுக்கட்டி செய்தி சொல்கிறாள் என்பதை. அலுவலகத்திலிருந்து இடையிடையில் ஷீலாவுக்கு போன் செய்து விசாரிப்பேன். வியாதி என்ன என்று சொன்ன டாக்டர் அதற்கு மருந்தே இல்லை என்றும் மிகப் பிரியமாக, பொறுமையாகப் பார்த்துக்கொள்வது ஒன்றே ஔஷதம் என்றும் சொன்னார். நல்ல வேளையாக எனக்குப் பொறுமை இருந்தது. அம்மா என்னுடைய கைக்குழந்தைபோலத் தோன்றினாள். கனிவுமிகுந்த பிரியம் சுரந்தது. சென்னைக்கு வந்ததில் அம்மா மகிழ்ச்சியுடன் இருப்பதாகத்தான் தோன்றிற்று. ஆனால் அம்மாவைப் பார்த்துக்கொள்வது சுலபமாக இருக்க

வில்லை. நிலை கொள்ளாத ஒரு தவிப்பு அவளிடம் தென் பட்டது. விருக்கென்று எழுந்து நடப்பாள். வேக வேகமாக எங்கோ ஓடுவாள். தடுமாறி விழுவாள். படுக்கையை நனைப்பதும் ஆரம்பித்தது. ஞாபக சக்தி வெகு வேகமாகக் குறைந்து வந்தது. என்னைக் கண்டதும் பளீரென்று புன்னகைப்பவள் முகத்தில் புன்னகைகூட மெல்ல மறைய ஆரம்பித்தது. என் கண் ணெதிரிலேயே அவளுடைய நிலை நாளுக்கு நாள் சீரழிவதை, மூளையின் இயக்கம் குன்றிவருவதைத் தடுக்க இயலாமல் நான் பரிதவிப்புடன் கவனித்து வந்தேன். நான் முன்பு எழுதிய ஒரு கதையே நிஜ வாழ்வில் அரங்கேறி வருவது பீதியையும் துயரத்தையும் அளித்தது.

ஷீலா மிக நல்ல பெண்ணாக, அம்மாவிடம் மிகுந்த பிரியத்துடன் நடந்து பொறுப்புடன் கவனித்துக்கொண்டது அம்மாவும் நானும் செய்த அதிர்ஷ்டமாகத் தோன்றுகிறது. அம்மா அப்படி இருந்தபோது வேலை நிமித்தமாக எனக்கு டூரும் போகவேண்டியிருந்தது. எழுத்து வேலைக்கும் ஓய்வு இல்லை. இலக்கிய மலர்கள் தயாரிக்கப்பட்டன. நேர்காணல்கள், அரசியல் கட்டுரைகள், வாரம்தோறும் சிந்திக்க ஒரு நொடி பத்தி, அத்துடன் அலுவலகத்தை ஒழுங்காக நடத்திச் செல்ல வேண்டிய பொறுப்பு எல்லாவற்றையும் குறைவில்லாமல் எப்படிச் செய்ய முடிந்தது என்று இப்போது நினைத்தால் மலைப்பாக இருக்கிறது. அம்மாவின் பேச்சு நின்றது. என்னையே அடையாளம் தெரியாமல் போனது. படுத்த படுக்கையாகிப் போனாள். அம்மாவுடன் பேச முடியவில்லை என்பது எனக்கு மிகப் பெரிய இழப்பாகத் தோன்றிற்று.

ஒரு நாள் நான் அலுவலகத்திலிருந்து திரும்பியபோது ஓர் இளம்பெண்ணும் அவளுடைய கணவனும் என்னைப் பார்க்க வந்திருந்தார்கள். என் பெரியப்பாவின் (என் தந்தையின் அண்ணன்) பேத்தி என்று சொன்னாள். அதற்கு முன் நான் அவளைப் பார்த்ததில்லை. நான் வடக்கேயே இருந்ததால் தெற்கில் இருந்த உறவினர்களுடன் அதிகத் தொடர்பு இருக்க வில்லை. ஆனால் அம்மாவுக்கு எல்லோருடனும் நெருக்கமான தொடர்பு இருந்தது. எனக்கு அதில் அதிக ஆர்வமில்லை என்று எப்பவும் குறைபடுவாள். அந்தப் பெரியப்பாவுக்கு ஆறு பெண்கள். பெரியப்பா வசதி உள்ளவர் ஆனால் பழமைவாதி. யாரையும் அதிகம் படிக்கவைக்கவில்லை. தனக்குப் பிறந்தது எல்லாம் பெண்கள் என்று பெரியம்மாவுக்கு மிகப் பெரிய குறையாக இருந்தது என்பது எனக்குத் தெரியும். கடைசி பெண்ணின் பெயர் பாப்பா. பெயருக்குத் தகுந்தாற்போல் ஏதும் அறியாப் பேதையாக இருப்பாள். படிப்பும் ஏறவில்லை. பிறக்கும்போது பாதத்தில் குறை *(club foot)*. மிகச் செல்லமாக

வளர்த்தார்கள். அவளுக்குப் பதினாறு வயதான சமயத்தில் பெரியப்பாவுக்குப் புற்று நோய் வந்தது. அதனால் பயந்து அவசரமாக நிறைய செலவழித்து பாப்பாவுக்குத் திருமணம் செய்து வைத்துவிட்டார். சாதுவான பாப்பா கணவன் மாமியாரிடம் பட்ட கஷ்டத்தைப் பற்றி அம்மா என்னிடம் நிறைய சொல்லியிருக்கிறாள். என் எதிரில் உட்கார்ந்திருந்த அழகிய, சூட்டிகையான பெண் தான் பாப்பாவின் மூத்த மகள் என்றாள். தனது தங்கையின் திருமணத்துக்கு என்னை அழைக்க வந்திருப்பதாகச் சொன்னாள். 'பாப்பா எப்படி இருக்கா?' என்றேன் நான் தயக்கத்துடன். 'ரொம்ப நன்னா யிருக்கா' என்றாள் அவள் உற்சாகத்துடன். 'நீங்க கண்டிப்பா வீட்டுக்கு வரணும். ரெண்டு வருஷம் முந்தி 22 லட்சத்துக்கு (10 வருஷங்களுக்கு முன்) அடையாறிலெ *flat* வாங்கி அப்பாவும் அம்மாவும் அங்க இருக்கா' என்று விலாசம் கொடுத்தாள். எனக்கு வியப்பாக இருந்தது. திருவல்லிக்கேணி யில் ஒரு சின்ன ஒண்டுக்குடித்தனத்தில் பாப்பாவைப் பார்த்த நினைவு எனக்கு. 'எல்லாத்துக்கும் மாதங்கிதான் (இரண்டாவது மகள்) காரணம்' என்றாள் அந்தப் பெண். மாதங்கி பொறியியல் பட்டம் பெற்று சென்னையில் ஒரு பெரிய நிறுவனத்தில் வேலை பார்த்தபோது நிறுவனம் அவளை அமெரிக்காவுக்கு அனுப்பியது. அங்கு பயிற்சி முடிந்ததும் அமெரிக்க நிறுவனம் ஒன்று அவளுடைய திறமையைக் கண்டு அவளுக்குப் பெரிய வேலை கொடுத்து அமர்த்திக்கொண்டது. தனது சம்பளப் பணத்தின் பெரும் பகுதியைப் பெற்றோர்களுக்கு அனுப்பி வந்ததில் வீடு, நகை நட்டும் வாங்க முடிந்தது. இப்போது அமெரிக்காவில் அவளுடன் வேலை பார்த்த ஒரு தமிழ் இளைஞனை இங்கு சென்னையில் திருமணம் செய்துகொள் கிறாள். அவள் சொல்லச் சொல்ல ஏதோ சினிமாக்கதைபோல இருந்தது.

மறு நாள் திருமண வரவேற்புக்குச் சென்றபோது கேட்ட செய்தி ஊர்ஜிதமானது. பாப்பா இன்னும் வெகுளியாகத்தான் இருந்தாள். ஆனால் பொன்னும் பட்டாடையுமாகப் புதிய பொலிவுடன் தென்பட்டாள். பாப்பாவின் கணவர் கம்பீரமாக வளைய வந்தார். அழகும் புத்திசாலித்தனமும் கொண்ட மாதங்கி அமெரிக்க உச்சரிப்பில் ஆங்கிலம் பேசி என்னைத் தன் கணவனுக்கு அறிமுகப்படுத்தினாள். பாப்பாவின் வாழ்வில் ஏற்பட்டுவிட்ட மாற்றத்தை நினைத்து நான் உணர்ச்சிவசப்பட்டுப் போனேன். பெரியம்மா பாப்பா பெண்ணாகப் பிறந்து தொலைத்தாளே என்று அலுத்துக்கொண்டது நினைவுக்கு வந்தது. பாப்பாவுக்கு அவள் வயிற்றில் பிறந்த மகளால் ஜென்ம சாபல்யம் கிடைக்கும் என்று பெரியம்மா நிச்சயம்

நினைத்திருக்கமாட்டாள். மாதங்கியின் சாதனையை அம்மா அறிந்தால் எத்தனை சந்தோஷப்படுவாள் என்று நினைத்து எனக்கு துக்கமாக இருந்தது. வீடு திரும்பியதும், என் மகிழ்ச்சியைப் பகிர்ந்துகொள்ளக் கூட இயலாமல் வெற்றுப் பார்வை பார்த்தபடி படுத்திருந்த அம்மாவின் கைகளைப் பிடித்துக்கொண்டு கண்ணீர் வடித்தேன். தன் வாழ்நாளிலேயே நடந்திருந்த ஓர் அற்புத மாற்றத்தை உணர்ந்து கொள்ளாமல் என் அம்மாவின் ஆயுள் முடிந்துபோனது ஒரு சோகம்.

'தீராநதி', ஜூன் 2006

மக்கள் தீர்ப்பா மகேசனின் தீர்ப்பா?

மதுரை வீதிகள் திருவிழாக் கோலம் பூண்டிருக்கின்றன. மீனாட்சி சுந்தரேசுவரர் திருக்கல்யாண உற்சவத்துக்கு வந்த ஜனத்திரள்போல மக்கள் கூட்டம் அலை மோதுகிறது. தெய்வ தரிசனத்துக்காக வந்த பக்தர் கூட்டம் போல. ஆனால் இவர்களது இன்றைய தெய்வம் வேறு. அவர்கள் அணுகமுடியாத தொலைவில் இருந்து கையசைத்துப் புன்னகைக்கும் ரத்தமும் சதையுமான மனித தெய்வம் அதிமுக தலைவி ஜெயலலிதா. என்னைப் போலவே கூட்டத்தை வேடிக்கை பார்த்தபடி, "வேற யாருக்கும் இந்தக் கூட்டம் இல்லீங்க" என்கிறார் என் அருகில் நிற்கும் ஒரு போலீஸ்காரர். சித்திரை கத்திரி உச்சி வெய்யில் சூட்டுக்குத் துவளாமல் சதுக்கத்தின் குறுக்கும் நெடுக்குமாகக் கட்டப்பட்டிருந்த, ஆகாசத்துக்கும் பூமிக்குமாகப் படர்ந்திருந்த ப்ளாஸ்டிக் இரட்டை இலைத் தோரணங்கள் லேசாக அடித்த காற்றில் சிலிர்த்துப் பசேல் என்று பளபளக்கின்றன. சுபா சுந்தரம் எடுத்த வெள்ளை தொப்பியும் புன்னகையுமாக எம்ஜிஆர் இளம் வயது அழகிய ஜெயலலிதாவுக்கு வாள் பரிசு அளித்த புகைப்படம் தோரணங்களில் காட்சி அளிக்கிறது. சுற்றுப் புறத்தை ஸ்தம்பிக்கவைக்கும் ஓசையுடன் எம்.ஜி.ஆரின் பழைய படப் பாடல்கள் ஒலிக்கின்றன. ஏதோ ஒரு வெற்றித் திருவிழாவைக் கொண்டாட வந்த உற்சாகத்துடன் ஆண்களும் பெண்களும் நிற்கிறார்கள். நம்பமுடியாத திகைப்புடன் நான் என்னைச் சுற்றிப் பார்க்கிறேன். உடல்களில் வித விதமாக இரட்டை இலைச் சின்னங்கள் தரித்த தொண்டர்கள். மழித்த தலையில் அல்லது பச்சைக்குத்தப்பட்ட புஜங்களில்; வண்ணம் பூசிய மார்பில், முதுகில்.

எனது திகைப்புக்குக் காரணம் இருந்தது. சூழலில் கொப்புளித்த உற்சாகத்துக்கு எந்த முகாந்திரமும்

இருந்ததாக எனக்குப் படவில்லை. அப்போது அதிமுக பதவியில் இல்லை. விரைவில் நடக்கவிருந்த 2001 மாநில அவைத்தேர்தலுக்குப் பிரச்சாரத்தைத் துவக்க ஜெயலலிதா வருகிறார் மதுரைக்கு என்பதே அவர்களது உற்சாகத்துக்குக் காரணம். ஆனால் அவர்களது அபிமானத்துக்குப் பாத்திரமான தலைவி, டான்ஸி நில பேர ஊழல் குற்ற வழக்கில் உயர் நீதிமன்றம் அவருக்கு விதித்திருந்த இரண்டாஆண்டு காவல் தண்டனை காரணமாகத் தேர்தலில் நிற்கும் தகுதியை இழந்தவர். அதை மீறி வேட்பாளராக நிற்க ஜெயலலிதா மனுபோட்டிருந்த நான்கு இடங்களிலும் அவரது மனுக்கள் நிராகரிக்கப்பட்டிருந்தன. முதலமைச்சர் பதவிக்கான வேட்பாளர் அவர் இல்லை என்று புரிந்து கொண்ட கட்சித் தொண்டன் வாக்களிக்கும் உற்சாகத்தையே இழக்கலாம். ஆனால் அந்த நினைப்பை அர்த்தமற்றதாக்குகிறது இங்கு கொப்பளிக்கும் உற்சாகம். தலைவியை உற்சாகப்படுத்தவே இந்த பாவனை என்று தோன்றுகிறது. தொண்டர்கள் நீதிமன்ற உத்தரவின் பரிமாணங்களைப் பற்றிக் கண்டுகொள்ளவில்லை என்று தோன்றுகிறது. 'அந்தப் படுபாவி கருணாநிதி செஞ்ச திரிசயன் அது!' என்கிறார் ஒரு பெண் என்னிடம்.

பாண்டியன் ஹோட்டல் முன் ஏகக் கரை வேட்டிகள் காலையிலிருந்து கால் கடுக்க நிற்கின்றன. ஹோட்டல் சதுக்கத்தில் மூடிய வெண்கலச்சிலை ஒன்று ஆளுயரத்திற்கு நிற்கிறது. தங்கத் தலைவியின் பொற்கரங்களால் திறக்கப்படக் காத்திருக்கும் எம்.ஜி.ஆர் சிலை. ஹோட்டலுக்குள் வாகனங்கள் வந்தவண்ணம் இருக்கின்றன. சிப்பந்திகள் அங்குமிங்கும பரபரப்பாக ஓட அன்றாட நிகழ்வுகள் தடம்புரண்டு போனது தெரிகிறது. ஆனால் ஹோட்டலின் அந்தஸ்து திடீரென்று உயர்ந்து போனதுபோல ஒரு பெருமிதம் காற்றில் தவழ்கிறது. உண்மையில் ஜெயலலிதாதான் அன்றைய முதல்வர் என்கிற பிரமை ஏற்படுகிறது.

எல்லோரும் காத்திருக்கிறார்கள் அம்மாவின் தரிசனத்துக் காக. ஹோட்டலுக்குள் தான் இருக்கிறார் அம்மா. ஆனால் நல்ல வேளையில்தான் வெளியில் வருவார். அது எப்போது என்று யாருக்கும் தெரியாது. வெளியில் வெய்யிலில் காத்து நிற்கும் பெண்களிடமிருந்து நாபியிலிருந்து கிளம்பும் ஒலிபோல 'அம்மா!' என்ற குரல் இடை இடையே ஒலிக்கிறது. கர்ப்பக்ரு கத்தைநோக்கி இறைஞ்சும் பக்தனின் குரல்போல. அம்மா மீண்டும் வருவாரா என்ற இறைஞ்சுதலாகத் தோன்றுகிறது. வளாகத்தில் நிற்கும் கட்சித் தலைவர்களின் முகத்திலும் இந்தக் கேள்வி நிற்கிறது. அவர்களது பரிதவிப்பு எனக்குப்

புரிகிறது. ஜெயலலிதா இல்லையென்றால் கட்சி இல்லை. அவர்களும் இல்லை. அம்மா வருவாரா?

எனக்கு எல்லாமே கேலிக்கூத்தாக அப்போது படுகிறது. எந்த தைரியத்தில் அவர்கள் நம்பிக்கையை வளர்த்துக்கொள்கிறார்கள் என்று எனக்குப் புரியவில்லை. சட்டப்படி ஜெயலலிதா ஆட்சிக்கு வருவதற்கு இயலாது. தி.மு.க. ஆட்சிக்கு எதிர்ப்பு அலை இருந்ததாகச் சொல்லமுடியாது. தேர்தல் கணிப்புகள் தி.மு.க மீண்டும் ஆட்சிக்கு வரும் என்றன. ஆனால் இங்கும் அதற்கு அடுத்து ஜெயலலிதா சென்ற இடமெல்லாம் திரண்ட ஜனத்திரளைப் பார்த்தால் ஜெயலலிதா அலை என்று நினைக்கத் தோன்றிற்று. தி.மு.கவிலிருந்து சமீபத்தில் அ.தி.மு.க. அணிக்கு மாறியிருந்த முன்னாள் சிரிப்பு நடிகர் எஸ்.எஸ். சந்திரன், காத்திருந்த கூட்டத்தின் பொறுமை நழுவாமல் இருக்க ஜோக்கடித்துக்கொண்டிருந்தார் மகா ஆபாச மொழியில். முரசொலி மாறனை வசைபாடிய பிறகு கருணாநிதி சந்தனக் கடத்தல் வீரப்பனின் சம்பந்தி என்றார். 'நல்ல ஜோடிப் பொருத்தம், ரெண்டுபேரும் களவாணிங்க' என்றபோது கும்பல் சிரித்தது. அங்கங்கே நின்றிருந்த போலீஸ் தொப்பிகள் காதில் விழாததுபோல நின்றன.

கூட்டம் சிரித்ததற்குக் காரணம் இருந்தது. தி.மு.க. சார்புடையதும் கருணாநிதி குடும்பத்துடன் அடையாளம் காணப்பட்டதுமான சன் டி.வி. தொலைக்காட்சி வீரப்பனை நேரில் பேட்டிகண்ட நக்கீரன் காசட்டுகளைத் திரும்பத்திரும்ப ஒளிபரப்பிக்கொண்டிருந்தது. வீரப்பன் அதில் ஜெயலலிதாவையும் சசிகலாவையும் மிகக் கேவலமாகத் திட்டியிருந்தான். கலைஞர்தான் மறுபடி ஆட்சிக்கு வரவேண்டும் என்றான் ஆணித்தரமாக அவரது கூட்டணியில் தானும் இருந்ததுபோல. அந்த ஒளிபரப்பால் சந்தனக் கடத்தல்காரனும் நூற்றுக்கும் மேற்பட்ட அப்பாவிகளைக் கொன்றவனுமான வீரப்பன் கதாநாயக ஸ்தானத்தை அடைந்தான். அவனும் நம்மைப் போல கடவுளை நம்பும், சர்க்கரை வியாதியால் அவதிப்படும் சாதாரண மனிதன் என்று மக்கள் உணர்ந்தார்கள். ஆனால் மிருகங்களையும் பறவைகளையும் இயற்கையையும் வசப்படுத்தத் தெரிந்த அசாத்திய ஆற்றல் படைத்தவன் என்ற பிரமிப்பையும் தொலைக்காட்சி புண்ணியத்தில் அனுபவித்தார்கள். இது தி.மு.க செய்த மிக நீசத்தனமான, நேர்மையற்ற தேர்தல் விளம்பரமாக எனக்குத் தோன்றிற்று. வீரப்பனின் சந்தேகத்திற்கு இடமற்ற பயங்கரக் குற்றங்களை ஒன்றுமில்லாதவை போல பசப்பி அவனுக்குக் கதாநாயக பிம்பத்தை அளிக்கும் தி.மு.க, எதிர்க் கட்சித் தலைவி செய்த ஊழல்களைக் கண்டித்து

நிந்திப்பது அது போடும் இரட்டை வேடம் என்று மக்கள் கண்டுகொள்ளமாட்டார்களா என்று நான் நினைப்பேன். வீரப்பன் தெரிவித்த பகிரங்க ஆதரவு கட்சிக்கு இழுக்கு என்று யாரும் நினைக்காதது எனக்கு வியப்பாக இருந்தது. வீரப்பன் பிடிபடுவதில் தி.மு.க அரசுக்கு அக்கறையில்லை என்பது நிதர்சனமாகத் தெரிந்திருந்தது.

பல்லடம் அ.தி.மு.க. வேட்பாளராக நின்றிருந்த வேலுசாமியை பாண்டியன் ஹோட்டல் வளாகத்தில் சந்திக்க நேர்ந்தபோது ஜெயலலிதாவின் வேட்பு மனுத் தாக்கல்கள் நிராகரிக்கப்பட்டது கட்சிக்குப் பின்னடைவு அல்லவா என்று நான் கேட்டேன். "இல்லை" என்றார் வேலுசாமி. "உண்மையில் அது எங்களுக்கு ப்ள்ஸ் பாயின்ட். அம்மாவுக்கு இனி ஆதரவு அலைதான். ஊழல் பத்தின பேச்சு இப்ப எடுபடாது. அது முடிஞ்சு போன கதை. போன தேர்தல்லையே தண்டனை குடுத்தாச்சுன்னு ஜனங்க நினைப்பாங்க." மக்களின் சைக்காலஜி எழுத்தாளர்களைவிட அரசியல்வாதி களுக்குதான் அத்துப்படி என்று நான் மௌனமானேன். ஆதரவு அலை அடித்தாலும் அம்மாவால் ஆட்சி நடத்துவது எப்படி சாத்தியம் என்ற கேள்வியைக் கேட்பதற்குள் வளாகத்தில் பெரும்பரபரப்பு ஏற்பட்டது. ஜெயலலிதாவின் பிரச்சார டெம்போ ஏஸீ முடுக்கப்பட்டுத் தயார் நிலையில் இருந்தது. அதில் அவர் ஏறுவதற்கு ஒரு சின்னப் படிக்கட்டு. ஹோட்டல் வாயிலிலிருந்து டெம்போ வரை அவர் நடக்க சௌகர்யமாக சிவப்பு நடைபாதை விரிப்பு விரிக்கப்பட் டிருந்தது. அதன்மேல் *air freshner* தூவிச்சென்றார்கள். திடீரென்று வாயிலை நோக்கிக் கூட்டம் முண்டி அடித்தது. என்னால் எதுவுமே பார்க்க முடியவில்லை. தலைகளுக்கு மேல் ஒரு ரோஜா நிற குடை விரிந்து நகர்ந்தது மெல்ல. அதன் கீழ் ஜெயலலிதா இருப்பார் என்று ஊகித்தேன். குடை நகர்ந்து வெண்கலச் சிலைக்கு அருகில் சென்றது. முகமூடி அவிழ எம்.ஜி.ஆர் மஞ்சள் வெய்யிலில் பளபளத்தார். உடனடியாக பிரச்சார வாகனம், 50 வாகனங்கள், போலீஸ் ஜீப்புகள் ஜெயா டிவி வண்டிகள் படை சூழக் கிளம்புகிறது.

மதிய வெய்யில் தாழ விவசாயிகள் வயலிலிருந்து திரும்பும் நேரம். அங்கங்கே கூட்டம் போட சௌகர்யம். அவரது வாகனத்தைத் தொடர்ந்த எங்கள் வண்டி ஓட்டுனர் தான் திணறிப்போனார். டெம்போவில் முன்னிருக்கையில் அமர்ந்தபடி அச்சடித்த வாசகங்களை ஜெயலலிதா உணர்ச்சி பொங்க வாசிக்கிறார். அவர் பேசப் பேச ஒன்று தெளிவாக விளங்குகிறது. இது தமிழ் நாட்டு மக்களின் பிரச்சினையை

முன்வைத்த அதன் எதிர்கால வளத்தை மேம்படுத்த மேற்கொள்ளும் தேர்தல் களமல்ல. இது ஜெயலலிதா கருணாநிதி என்ற இரு தனி நபர்களின் பிரச்சினையை முன்வைத்த அவர்களது எதிர்கால தலை எழுத்தை நிர்ணயிக்கப் போகிற யுத்தக்களம். இந்த மஹாபாரதப் போரில் ஜெயலலிதா அவமானப்படுத்தப்பட்ட பாஞ்சாலி. கருணாநிதி, மகன் மேல் உள்ள பாசத்தால் குருடாகிப் போன திருதராட்டினன். இந்தப் படிமத்தைப் போகிற வழியெல்லாம் மக்கள் மனத்தில் ஜெயலலிதா ஆவேசத்துடன் தீட்டிக்கொண்டு போனார். பெருச்சாளிகள் நிறைந்த சிறையில் தான் அடைக்கப்பட்டதைச் சொன்னார். காதும் கழுத்தும் கையும் எந்த அணிகலனுமில்லாமல் மூளியாகப் பெண்களின் எதிரில் நின்று 'உங்கள் அன்புச் சகோதரி உங்களிடம் மடிப் பிச்சைக்கேட்கிறேன்' என்றபோது ஆண்கள் உள்பட உருகினார்கள். 'தர்மத்தின் வாழ்வுதனை சூது கவ்வும், மீண்டும் தர்மம் வெல்லும்' என்று அவர் முழங்கிய போது அந்தச் சொற்கள் புரிந்ததோ இல்லையோ பெண்கள் நெகிழ்ந்தது புரிந்தது. 'அந்தப் படுபாவி கருணாநிதி அம்புட்டு நகையும் புடிங்கிகிட்டான் பாத்தியா?' என்று ஒரு பெண் சொல்வது காதில் விழுந்தது.

ஜெயலலிதாவின் ஆக்ரோஷம் அடங்காத ஒன்றாக இருந்தது. மாநிலத்தை ஆள விழையும் வருங்கால முதல்வரின் ஆளுமையை அவர் வேண்டுமென்றே காட்டவில்லையா, அல்லது தமிழ் நாட்டின் அசாதாரண அரசியலின் தனிநபர் வழிபாட்டுத் தன்மையின் தாக்கமா அது என்று நான் குழம்பினேன். எனக்கு ஏற்பட்ட குழப்பம் அந்த மக்களுக்கு ஏற்பட்டதாகத் தெரிய வில்லை. உனக்கும் கருணாநிதிக்கும் ஆன போட்டியிலே எங்களுக்கு என்ன வந்தது என்று எவரும் கேட்கவில்லை. பாதிக்கப்பட்ட பெண்ணாக, தனக்கு ஏற்பட்ட துயரத்துடன், அவமானத்துடன் அந்த எளிய மக்கள் சம்பந்தப்பட்டிருப்பதான எண்ணத்தை அவருடைய வார்த்தைகள் ஏற்படுத்துவதாக இருந்தன. ஜூலியஸ் சீசர் நாடகத்தில் மார்க் அந்தோனியின் சொற்களைக் கேட்டு மயங்கிய மக்களுக்கும் இவர்களுக்கும் வேறுபாடு நிச்சயம் இருக்கவேண்டும். இவர்கள் சுயமாகச் சிந்திக்கத் தெரியாதவர்கள் இல்லை. இவர்களேதான் ஜெயலலிதாவைச் சென்ற தேர்தலில் அவரது சொந்தத் தொகுதியிலேயே, பர்கூரில், மண்ணைக் கவ்வ வைத்தார்கள்.

வாடிப்பட்டிக்கு ஜெயலலிதாவின் வாகனங்கள் வந்து சேருவதற்குள் இரவு ஒன்பது மணி ஆகிவிட்டது. எல்லாத் தெருக்களையும் அடைத்தபடி கட்டுப்படுத்தமுடியாத கூட்டம். பணியில் விசேஷமாக அமர்த்தப்பட்டிருந்த 75 போலீஸ்

ஆட்களால் கட்டுப்படுத்தமுடியவில்லை. அதிக அகலமில்லாத தெருவில் ஜெயலலிதா 50 வாகனங்களுக்குப் பின்னால் தான் எங்கள் வண்டி செல்லமுடிந்தது. ஜெயலலிதாவின் டெம்போவுக்கு அருகில் சென்று ஒரு நல்ல புகைப்படம் எடுத்துவிடவேண்டும் என்ற துடிப்புடன் புகைப்படக்காரர் ராஜசேகர் இருந்தார். இதோ வந்துவிடுகிறேன் என்று வண்டியிலிருந்து இறங்கி ஓட்டமெடுத்தார். 2001இல் செல்போன் பழக்கம் இன்றளவு சரளமில்லை. நாங்கள் இருவரும் வைத்திருக்கவில்லை. வெகுநேரம் அலைமோதிய கூட்டமும் குழப்பமும் மெல்லக் குறைய ஆரம்பித்தும் ராஜசேகர் வந்து சேரவில்லை. தேனிக்குப் போவதாக இருந்த ஜெயலலிதாவின் வாகனங்கள் திடீரென்று திசைமாறி பார்வையிலிருந்து மறைந்து விட்டன. அவற்றைத் துரத்திக்கொண்டு ராஜசேகர் போய்விட்டாரா என்று தெரியவில்லை. தெருவெங்கும் இருள் மூடிவிட்டது. தெருத்தெருவாகத் தேடிப்பார்த்து ஓட்டுனருக்கு அலுத்துவிட்டது. எனக்குப் பசியும் கவலையுமாக சோர்ந்து விட்டது. நாங்கள் திருச்சியிலிருந்து வந்திருந்தோம். திருச்சி ஓட்டலில் ரூம் எடுத்திருந்தோம். ராஜசேகர் எப்படியோ ஹோட்டலுக்கு வந்து சேருவார் என்று நான் கிளம்பினேன். ரூமுக்குப் போய் சேரும்போது இரவு இரண்டு மணி. பசியும் களைப்புமாகப் படுக்கப் போகும் போது அன்று இரண்டு அசாதாரண விஷயங்கள் பலரது பார்வையிலிருந்து தப்பியிருந்த தாகத் தோன்றிற்று. அன்று முழுவதும் ஜெயலலிதாவின் சிரத்தில் வெய்யில் படவில்லை. பாதங்கள் மண்ணில் பதியவில்லை. மிகப் பெரிய தத்துவம் அதில் பொதிந்திருந்ததாக எனக்குப் பட்டது. மறுநாள் விடிந்தபிறகு ஏதோ போர்க்களத்திற்குச் சென்ற வீரனைப் போல தூங்காத கண்களும் புழுதி படிந்த உடையுடனும் ராஜசேகர் வந்து சேர்ந்தார். என்ன ஆயிற்று உனக்கு என்று கேட்கக்கூடத் தோன்றாமல் நான் தமிழகத் தேர்தல் தரிசனத்தில்ஆழ்ந்திருந்தேன். எனது அனுமானம் சரிதான். ஜெயலலிதாவின் வாகனங்களைத் துரத்திக்கொண்டு போய் திரும்பி வர வண்டி கிடைக்காமல் தவித்திருக்கிறார்.

நிபுணர்களின் ஹேஷ்யங்களையும், அறிவுஜீவிகளின் தர்க்கங்களையும் ஏளனம் செய்யும் வகையில் ஜெயலலிதாவின் அ.தி.மு.க பெரும்பான்மை பலத்துடன் வெற்றி பெற்றபோது நம்பத்தான் முடியவில்லை. முடிவுகள் வந்ததும் ஜெயலலிதா யாரை முதல்வராக்குவார் என்று யூகங்கள் விலாவாரியாகப் பறந்தன. நான் முதல்வராக வேண்டும் என்கிற விருப்பத்தில்தான் மக்கள் அ.தி.மு.கவுக்கு வாக்களித்திருக்கிறார்கள் என்று ஜெயலலிதா சொல்ல, அது சாத்தியமற்றது என்று சட்ட நிபுணர்கள் ஆள் ஆளுக்கு சாஸன விளக்கங்கள் அளித்துவருகையில் சட்டம்

படித்த அனுபவமுள்ள ஆளுனர் ஃபாத்திமா பீவீ ஜெயலலிதாவை முதல்வர் நாற்காலியில் அமர்த்தினார்.

இந்திய சரித்திரத்தில் அதுவரை நிகழ்ந்திராத அசாதாரண அரசியல் தார்மீகச் சரிவுக்குத் தமிழ் மக்களோ மகேசனோ காரணமாகிப் போனார்கள்.

'தீராநதி', ஜூலை 2006

மின்னஞ்சலில் வந்த அழைப்பு

அவளுக்கு அன்று பதினெட்டாவது பிறந்தநாள் என்று சொன்னாள். நம்ப முடியவில்லை. சிறிய உருவம். பால் மணம் மாறாத முகம். பன்னிரண்டு வயதுக்கு மேல் சொல்லமுடியாது. பள்ளியின் வாசலை மிதித்த தில்லை ஏனென்றால் அதற்கு வாய்ப்பில்லை என்றாள். ஆனால் மேடையில் மைக்கைப் பிடித்துப் பேசும்போது தங்கு தடையில்லாமல் வார்த்தைகள் கோர்வையாகக் கேட்பவர் மனத்தை உருக்கும்படியாக விழுந்தன. பிறவித் தலைவிபோல பயமில்லாமல், தன்னம்பிக்கை யுடன் 500 அறிவுஜீவிகள் அமர்ந்திருந்த அந்த சர்வதேச அரங்கில் பேசிக்கொண்டு போனாள். "பெரியவர்களுக்கு நாங்கள், தெருக் குழந்தைகள், படும் கஷ்டங்கள் தெரியாது. வெளி உலகத்தின் வன்முறைக்கு ஆளாகும் எங்கள் துயரம் தெரியாது. எங்களுக்கு ஏற்படும் அவமானங்களை, பாலியல் அத்துமீறல்களைப் புரிந்துகொள்ளமுடியாது. யாருக்கும் எங்களைப் பற்றி அக்கறை இல்லை. எங்களுக்குப் பெரியவர்கள் உலகத்தில் பாதுகாப்பு இல்லை..."

ஸ்பானிஷ் மொழியில் பேசிய அவள் பேச்சின் மொழிபெயர்ப்பைத் தங்கள் மொழியில் ஒரே சமயத்தில் கேட்ட, டோக்கியோவின் ஒரு பிரும்மாண்ட அதி நவீன அரங்கத்தில் அமர்ந்திருந்த பல்வேறு நாட்டிலிருந்து வந்திருந்த பெரியவர்கள் கண்கலங்கினார்கள். அதைக் கவனிக்காமல் பெரு நாட்டிலிருந்து வந்திருந்த பெட்ரீசியா முனோ என்ற அந்தப் பெண் கடகடவென்று பேசினாள். "ஆகையால் பெரு நாட்டு வீதிகளில் வசிக்கும் நானும் மற்ற குழந்தைகளும் எங்கள் பாதுகாப்புக்காக ஒரு சங்கம் ஏற்படுத்திக்கொண்டோம். நான் அதன் தலைவியாகப் பொறுப்பேற்றுக் கொண்டேன். எந்தத் தெருக் குழந்தைக்கு ஆபத்து என்றாலும் எங்கள் சங்கத்து உறுப்பினர்கள்

ஒன்று சேர்ந்து போலீஸிடம் முறையிடுவோம். சில சந்தர்ப்பங்களில் வெற்றி கிடைக்கும். அநேகமாகக் கிடைக்காது. ஏனென்றால் பெரியவர்கள் உலகத்தில் நாங்கள் தேவை அற்றவர்கள். ஆனால் எங்களுக்கிடையே இருக்கும் பரஸ்பர புரிதல் எங்களுக்குத் தெம்பூட்டுவது." உலகத்து இன்னொரு கோடியிலிருந்து வந்திருந்த அந்தச் சிறுமியின் சொற்கள் என்னை உலுக்கிவிட்டன. பிச்சைக்காரியானாலும் அவள் ஒரு சாதனைக்காரி என்று மனசு உருகிற்று.

எதிர்பாராமல் வந்த ஒரு அழைப்பை ஏற்று நான் ஜப்பான் நாட்டுத் தலை நகர் டோக்கியோவுக்கு வந்திருக்கிறேன். திடீரென்று ஒரு நாள் மின்னஞ்சலில் அந்த அழைப்பு வந்திருந்தது. நான் கேள்வியே பட்டிராத ஒரு ஜப்பானிய 'அரிகாத்தோ' என்ற அறக்கட்டளையிடமிருந்து. குழந்தைகளின் எதிர்காலத்தை வன்முறை மிகுந்த உலகத்தில் பாதுகாப்பதும், வளமாக்குவதும் மத அமைப்புகளின் கடமை என்பதை வலியுறுத்த ஒரு மாநாடு டோக்கியோவில் நடப்பதாகவும், உலகத்துப் பல்வேறு மத அமைப்புகளைச் சேர்ந்த குழுக்களை அரிகாத்தோ அழைப்பதில் பெருமைபடுவதாகவும், உங்களைப் பற்றியும் நீங்கள் சார்ந்திருக்கும் மத அமைப்பைப் பற்றின விவரங்களையும் தயவு செய்து விரைவில் அனுப்புங்கள் என்றும் எழுதப்பட்டிருந்தது. இது ஏதோ எனக்கு வழி தவறி வந்த மின்னஞ்சல் என்று நான் பேசாமல் இருந்தேன். மறுநாள் எனது வீட்டு விலாசத்துக்கு விமானத் தபாலில் அதே விவரங்கள் மிக நேர்த்தியாக டைப் செய்யப்பட்ட கடிதத்துடன் வந்தன. எழுதப்பட்ட விதம் மிக மரியாதையுடன் ஆயிரம் நமஸ்காரம் என்கிற பாணியில் இருந்தது. எனக்குக் கடிதம் பெரு வியப்பை அளித்தது.

எனக்கு ஜப்பான் நாட்டுக்குச் செல்லவேண்டும் என்று நெடு நாளாக ஆசை இருந்தது. ஆனால் எனக்குக் கொஞ்சமும் சம்பந்தமில்லாத, நான் நம்பிக்கைவைக்காத ஒரு விஷயத்துடன் எனக்குத் தொடர்பு இருப்பதான நினைப்புடன் ஒரு கடிதம் வெளி நாட்டிலிருந்து வந்தது எப்படி என்று புரியவில்லை. எனக்கும் எந்த மத அமைப்புக்கும் சம்பந்தமில்லை என்றும், குழந்தைகளின் எதிர்காலத்தைப் பற்றி உளமாற கவலைப் படுபவள், பெண்சிசுக்கொலை, பெண்கருக்கொலை ஆகிய விஷயங்களைத் தனி நபராக ஆய்வுக்கு எடுத்துக் களப்பணி செய்தவள் என்பதைத் தவிர அவர்களது மாநாட்டில் கலந்து கொள்ளும், அவர்கள் எதிர்பார்க்கும் தகுதி எனக்கு இல்லை என்றும் மின்னஞ்சலில் பதில் எழுதிப் போட்டேன். அத்துடன் அதை மறந்து எனது பத்திரிகை வேலைகளில் ஆழ்ந்துபோனேன்.

அவர்களிடமிருந்து அதே மரியாதைமிக்க பதில் உடனடியாக வந்தது. 'உங்கள் மடல் கண்டோம். உங்களை வெறும் பார்வையாளராக அழைப்பதில் மகிழ்ச்சி அடைகிறோம். நீங்கள் அரிகாத்தோவின் விருந்தினராக ஐந்து நாட்கள் தங்குவீர்கள். உங்கள் பயண விவரங்கள் சொல்லுங்கள். டிக்கெட் அனுப்புகிறோம்.' எனக்குத் திக்குமுக்காடிப் போயிற்று. ஒரு பத்திரிகையாளர்போல் சென்று வருவதில் தவறு ஏதும் இல்லை என்று தோன்றிற்று. என்னதான் அங்கு செய்கிறார்கள் என்கிற ஆவல் எழுந்தது. ஜப்பான் செல்லும் அரிய வாய்ப்பைப் புறக்கணிக்க மனசு வரவில்லை. ஆனால் 'இந்தியா டுடே' தலைமை அலுவலகத்திலிருந்து அனுமதி வாங்குவதற்குள் உயிர் போய்விட்டது. அலுவலகத்தில் இருந்த நெருங்கிய நண்பர்கள் நான் ஜப்பான் அழைப்பைப் பற்றிச் சொல்லாமல் விடுப்பு கேட்டிருக்கலாம் என்று சொன்னார்கள். சொல்லாமல் வெளிநாடு போவது சரியல்ல என்று நான் உறுதியாக நினைத்தேன். என்னுடைய உரிமைக்காகப் போராடிப் பிடிவாதத்துடன் கிளம்பியது சற்று சங்கடமாக இருந்தாலும், ஸ்தாபனத்துக்குப் பணிந்து, ஜப்பானுக்குக் கிளம்பாமல் இருந்திருந்தால் ஒரு அருமையான அனுபவத்தை இழந்திருப்பேன் என்று ஜப்பான் சென்றதும் சமாதானமாயிற்று.

டோக்கியோ விமான நிலையத்தில் இறங்கியபோதுதான் என்னுடன் பயணித்த ஒரு அமெரிக்க பெண்மணியும் (ஹாங்காங்கில் ஏறிக்கொண்டவர்) அந்த மாநாட்டுக்கு வந்திருப்பவர் என்று அறிந்துகொண்டேன். எங்களை அழைத்துச் செல்ல வந்திருந்த ஜப்பானிய இளைஞர்கள் யுவதிகள் மேற்கத்திய உடைகள் அணிந்திருந்தாலும் பாரம்பர்ய முறையில் கை கூப்பி இடுப்பு வரை உடலைத் தாழ்த்தி வரவேற்றார்கள். *National Olympic Centre* என்ற ஒரு அழகிய இடத்தில் எங்களுக்கு அறைகள் கொடுக்கப்பட்டன. மறுநாள் காலை ஆரம்பித்த மாநாட்டு அரங்கம் மிக நவீன வசதிகளுடன் இருந்தது. 34 நாடுகளிலிருந்து 293 பேர் வந்திருப்பதாகத் தெரிந்தது. சென்னையிலிருந்து இரண்டு தமிழர்கள், காந்தி பீஸ் ஃபௌண்டேஷன் குழந்தைசாமியும் அவரது மனைவியும் வந்திருந்தார்கள். கோவையைச் சேர்ந்த டாக்டர் அரத்தின் மிகச் சூட்டிகையான மகள் வினிதி அரம் வந்திருந்தார்.

அரிகாதோ அறக்கட்டளையின் தலைவர் டேக்கியாஸு மியாமோத்தோ 80 வயது கடந்தவர், இளைஞர்போலச் சுறுசுறுப்புடன் வளைய வந்தார். ஆங்கிலம் தெரியாமலே அவர் நட்பைப் பல மொழிக்காரர்களுக்குத் தெளிவுபடுத்தியது மனசைத் தொட்டது. செலவு என்பது அரிகாதோவுக்கு

ஒரு பொருட்டல்ல என்று தோன்றிற்று. அவர்கள் பழமை வாய்ந்த ஷின் டோ மதத்தைப் பின்பற்றுபவர்கள் என்று தெரிய வந்தது. மாநாடு முடிந்ததும் அரிகாதோதொவின் தலைமை அலுவலகம் இருந்த கியோட்டோவுக்கு விரைவு *Bullet* ரயிலில் அழைத்துச் சென்று அங்கு பல ஷின் டோ ஆலயங்களுக்கு அழைத்துச் சென்றார்கள். (அமெரிக்கர்களே அசந்து போகும் அளவுக்கு நவீன வசதிகள் கொண்ட ஐந்து நட்சத்திர ஹோட்டலில் இறக்கினார்கள்.) ஜப்பானில் பொதுவாக மதத்தைப் பற்றிப் பேசுவது நாகரிகமற்ற செயல்; யாரும் பேசுவதில்லை என்று நான் கேள்விப்பட்டேன். பின்னால் சந்தித்த ஜப்பானிய பெண்களுடன் பேசும்போது இளைய தலைமுறை பழமையை அலட்சியப்படுத்துவதாகவும் சமூகத்தில் வன்முறை, விவாகரத்துக்கள், போதை பழக்கங்கள் அதிகரித்து வருவது கவலை அளிப்பதாகவும் சொன்னதி லிருந்து இந்த மாநாட்டின் உள்நோக்கம் எனக்கு ஓரளவு விளங்க ஆரம்பித்தது. ஆனால் அரிகாத்தோ (நன்றி என்று பொருள்) அறக்கட்டளை 70களில் ஆரம்பித்துவிட்டதாகச் சொன்னார்கள். மியாமோத்தோ மிகப் பெரும் செல்வந்தராக இருக்கவேண்டும் என்று மற்றவர்கள் அவருக்குக் காண்பித்த மரியாதையைப் பார்த்து நான் நினைத்துக்கொண்டேன். ஆனால் அவரை ஒரு மடத் தலைவர் போலவும் *'Reverend'* என்று குறிப்பிட்டுப் பேசினார்கள்.

விவாத அமர்வுகளுக்குப்பின் ஏற்பாடு செய்யப்பட்ட கலை நிகழ்ச்சிகளும் விருந்துகளும் மிக ஆடம்பரமாக இருந்தன. அதற்கு நேர்மாறாக இருந்தன விவாத அமர்வுகள். அதில் பங்கேற்று சொற்பொழிவாற்றியவர்கள் உலகத்தின் பல்வேறு நாடுகளிலிருந்து வந்திருந்த அறிவுஜீவிகள். ஐநா சபையின் பிரதிநிதியும் வந்திருந்தார். பல மதங்களின் பிரதிநிதிகள் (ஹிந்து பிரதிநிதி யாரும் இல்லை)பௌத்த, ஜோரோஆஸ்த்ரிய (மும்பையிலிருந்து ஒரு பார்சிக்காரர்), இஸ்லாமிய, கிறித்துவ, யூத என்று பிரதினிதிகள் வந்திருந்தாலும், யாருமே குறிப்பிட்ட எந்த மதத்தையும் பற்றிப் பேசவில்லை. மனித நேயத்தைப் பற்றியும் மானுட தர்மம் மறந்து போனதால் வருங்கால சந்ததியினருக்கு ஒரு ஆபத்தான உலகத்தை உருவாக்கிவிட்டோம் என்றும் வலியுறுத்தி எல்லா பேச்சும் இருந்தன.

அமர்வுகள், பல குழுக்களாகப் பிரிக்கப்பட்டு, சமாதானம், குழந்தைகளுக்கு அரவணைப்பு, பாதுகாப்பு, கல்வி, சுகாதாரம் ஆகிய விஷயங்களை உறுதிபடுத்த இந்த மாநாடு எந்த வகையில் உலக அளவில் திட்டமிட்டு உதவ முடியும் என்று விவாதிக்கப்பட்டன. மத அடிப்படைவாதம் துளியும் தலை

நீட்டாமல் நேயத்துடன், ஆழ்ந்த கரிசனத்துடன், பரஸ்பர மரியாதையுடன் விவாதிக்கப்பட்டது நெஞ்சைத் தொட்டது. என்னைப் பெரிதும் அங்கு கவர்ந்தவர், கொழும்பிலிருந்து வந்திருந்த 'சர்வோதய சங்கமய'வின் தலைவர் ஆர்யரத்னெ. இலங்கை இனக்கலவரத்தைப் பற்றியும் அதில் குழந்தைகள் படும் துன்பங்களையும் சமாதானம் என்பதன் அவசியத்தையும் அவர் சொன்னபோது என் கண்களில் நீர் வந்தது. அவரை நான் முன்பு ஸ்ரீ லங்காவில் சந்தித்திருந்தேன். சமாதானத்துக்காக அங்கு பல பேரணிகள் நடத்தி வருபவர்.

உலகத்து பல கோடியிலிருந்து குழந்தைத் தொழிலாளர்கள், தெருவில் பிச்சை எடுத்து வாழும் பெரியவர்களின் உலகத்தால் சுரண்டப்படும் சிறுவர் சிறுமியர் நூறு பேர் வந்திருந்தார்கள். அவர்களில் சில சிவப்பிந்தியர்களும் இருந்தார்கள். வெள்ளை அமெரிக்கர்களிடம் தாங்கள் படும் அவமானங்களைச் சொன்னார்கள். அவர்கள் எல்லோரும் விவரித்த கொடுமைகளைக் கேட்டு மாநாடு உருகிற்று. முடிவு நாளன்று விவாதக் குழுக்கள் வரைவு செய்த தீர்மானங்களைத் திட்டமாக வடிவமைத்து நடவடிக்கை எடுக்க தீர்மானம் போட்டன.

இந்தியாவில் குழந்தைகளுக்கு, குழந்தைத் தொழிலாளர் களுக்கு இழைக்கப்படும் அநீதியைப் பற்றி (சுவாமி அக்னிவேஷ் என்ற தனி நபரைத் தவிர) எந்த இந்து மடாதிபதியாவது கவலைப்படுகிறாரா என்று நான் யோசித்தேன். பிறப்புரிமையே மறுக்கப்படும் பெண் சிசுக்கொலையைப் பற்றியோ பெண் கருக்கலைப்பு பற்றியோ இது வரை எந்த மடமும் குரல் எழுப்பியதில்லை. அது ஒரு சமூகப் பிரச்சினை என்று நினைப்பதுகூட இல்லை. மாறாக மிகப் பிற்போக்குத்தனமான எண்ணங்களை வலியுறுத்துவதில் தவறுவதில்லை. 'பெண்கள் வேலைக்குப் போகக்கூடாது, ஏனென்றால் வீட்டு வாசலைத் தாண்டி வெளியில் செல்லும் பெண்கள் ஒழுக்கத்துடன் இருக்கமுடியாது; வேலைக்குப் போகிறவர்களில் பத்து சதவிதம் தான் ஒழுக்கமானவர்கள்' என்று கூசாமல் தொலைக்காட்சி நிகழ்ச்சி ஒன்றில் காஞ்சி மட ஆசாரியர் சொன்னதைக் கேட்டுக் கொதித்துப் போய் நான் 'இந்தியா டுடே'யில் எழுதின பத்தி எனக்கு நினைவுக்கு வருகிறது. ஹிட்லரும் சங்கராச்சாரியரும் என்று தலைப்பிட்டு, கோவில், குழந்தைகள், சமையற்கட்டு ஆகிய மூன்று எல்லைக்குள் மட்டுமே பெண்கள் இருக்கவேண்டும் என்று சொன்ன ஹிட்லருக்கும் நமது சங்கராச்சாரியருக்கும் வித்தியாசமில்லை என்று எழுதினேன். வேலைக்குப் போகும் பெண்கள் படும் அவஸ்தைகளை அவர் அறிவாரா, அவர்கள் அனுபவிக்கும்

நிர்ப்பந்தங்கள் தெரியுமா என்று கேட்டேன். பொருளாதார நிர்ப்பந்தம் ஒன்றே வேலைக்குப் போகவேண்டியதன் அவசியமும் இல்லை என்பதைப் புரிந்துகொள்ள கொஞ்சம் சமூகவியல் தெரிந்திருக்கவேண்டும் என்றேன். வேலைக்குச் செல்லும் பெண்களில் 90 சதவிகிதம் ஒழுக்கமற்றவர்கள் என்று இந்தக் காவி உடை அணிந்த சன்யாசிக்கு எப்படித் தெரிய வந்தது என்று கேள்வி எழுப்பினேன். மாறிவிட்ட சமூகச் சமன்பாடுகளைப்பற்றி அவருக்குப் பிரக்ஞை இல்லையென்றால் அவர் வாயையாவது மூடிக்கொண்டிருக்கட்டும் என்றேன் ரோசத்துடன். பெண்ணினத்தை ஒட்டுமொத்தமாக அவர் அவமானப்படுத்தியதாக எனக்குள் எழுந்த சீற்றம் ஒரு ஜ்வாலையாக இன்னமும் அதை நினைக்கும் போதெல்லாம் பற்றுகிறது. இப்படிப்பட்ட மடாதிபதிகளுக்குப் பெண் சிசுக்கொலையைப் பற்றி என்ன கவலை இருக்கும்? சமச்சீர் மனித உரிமைகளைப் பற்றி யோசனையே இல்லாதவர்களுக்கு எதிர்கால சந்ததியினரைப்பற்றி, நாளைய பிரஜைகளைப் பற்றித் தெருக் குழந்தைகளைப் பற்றி என்ன கவலை இருக்கும்? எந்த அமைப்பின் தலைமைப் பதவியில் உள்ளவர்களுக்கும் பொறுப்புணர்வு இருந்தால்தான் அந்தப் பதவி அர்த்தம்பெறும். பதவியினால் பொறுப்பு வராது. மனித நேய எண்ணங்களே பொறுப்புணர்வுக்கு ஆதாரம்.

நான் ஜப்பான் சென்ற சமயத்தில் எழுத்தாளரும் நண்பருமான சிவகாமி டோக்கியோவில் பணிபுரிந்துவந்தார். ஜப்பான் செல்வதற்குமுன் அவருடன் மின்னஞ்சலில் தொடர்புகொண்டிருந்தேன். போய் சேர்ந்ததும் அவருடன் தொலைபேசியில் தொடர்புகொண்டேன். மறுநாளே என்னைச் சந்திக்க வந்து மதிய உணவுக்கு ஒரு இந்திய உணவகத்துக்கு அழைத்துச் சென்றார். ஜப்பானில் மிக மகிழ்ச்சியாக இருப்பதாகச் சொன்னார். ஜப்பானிய மொழியைக் கற்று மிகச் சரளமாக அவர் பேசுவது கண்டு எனக்கு வியப்பேற்பட்டது. நான் தங்கியிருந்த விடுதிக்குத் திரும்ப மின்சார ரயிலில் பயணிக்க வேண்டியிருந்தது.

கையில் விடுதியின் தெரு இருந்த வரைபடம் வைத்திருந்தேன். எங்கு சென்றாலும் திரும்பி வருவதற்கு விருந்தினர்களின் செளகர்யத்துக்காக நிர்வாகத்தினர் கொடுத்திருந்த வரைபடம். என்னை ரயில் நிலையத்தில் கொண்டுவிட சிவகாமி தமது அலுவலகத்தில் இருந்த ஒரு வட இந்தியரை அனுப்பினார். அவரிடம் விடைபெற்றுக் கொண்டு எல்லாம் புரிந்துகொண்டதாகக் கிளம்பினேன். இறங்கவேண்டிய நிலையத்தில்தான் இறங்கினேன். ஆனால்

நான் இறங்கவேண்டிய வாசலுக்கு நேர் எதிர் வாசலில் (அங்கு இரண்டு பக்கமும் ப்ளாட்பாரம் இருந்தது என்னைக் குழப்பியது) இறங்கிவிட்டேன். அப்படி இறங்கிவிட்டால் எதிர் வாசலுக்குச் செல்வது சுலபமில்லை. கையில் வரைபடத்தை வைத்துக்கொண்டு வருவோர் போவோரிடம் காட்டினேன். யாருக்கும் ஒரு வார்த்தை ஆங்கிலம் புரியவில்லை. கடைசியில் ஒருவர் என்னிடம் சைகை மூலமே நான் வெகு தூரம் திரும்பிச்செல்லவேண்டும் என்றும், பரவாயில்லை நான் அழைத்துப் போகிறேன் வாருங்கள் என்றும் விளக்கி அழைத்துச் சென்று நான் ஏறவேண்டிய பஸ்ஸில் அமர்த்தி விட்டே நகர்ந்தார். எனக்குத் தெரிந்த ஒரே ஜப்பானிய வார்த்தையான 'அரிகாதொ'வைப் பல முறை சொன்னேன்! நான் சென்னைக்குத் திரும்பியபோது கோடை வெய்யில் மட்டும் உக்கிரமமாக இருக்கவில்லை. அரசியல் சூடும் நினைத்தமாத்திரத்தில் தீ பிடிக்கும் வகையில் இருந்தது.

'தீராநதி', செப்டம்பர் 2006

துரத்தும் இறந்தகாலம், அச்சுறுத்தும் நிகழ்காலம்

இறந்த காலமும் நிகழ்காலமும் வரலாற்றுப் புத்தகத்தின் பின்னிப்பிணைந்த சுழல் பக்கங்கள். நாம் வசிக்கும் புவி கர்ம பூமி என்பதால் வரலாற்றில் ஏற்படும் சுழற்சி தனி நபரின் வாழ்விலும் தாக்கத்தை ஏற்படுத்தும். வெளி உலகத்து அரசியல் நமது அடுக்களைக்குள் நுழைந்து விட்ட காலகட்டத்தில் தனி மனிதனின் வாழ்வு அரசியல் நிகழ்வுகளால் சலனப்படாமல் எப்படிஇருக்க முடியும்? கடந்த காலத்து நெஞ்சில் பதிந்துபோன நினைவுகளை நான் அசைபோடும் தருணத்தில் இன்று கிடைக்கும் சில சேதிகள் அந்த நினைவுகளோடு சம்பந்தப்படுகையில், பக்கங்கள் வெகு வேகமாகச் சுழன்று இடையில் நழுவிய காலம் பனியாய்க் கரைந்து இன்றுடன் சங்கமித்துப் போகிறது. மற்ற நினைவுகள் ஒதுங்கி நிற்க இன்று கிடைத்த சேதியும் அது சம்பந்தப்பட்ட நினைவுகளுமே மனத்தை ஆட்கொள்கின்றன.

நார்வே நாட்டில் ஆஸ்லோ பல்கலைக்கழகத்தில் நான் தங்கிப் படித்த நாட்கள் இன்று மீண்டும் மிகத் தாபத்துடன் நினைவுக்கு வருகின்றன. கண்களில் நீரை வரவழைக்கும் நினைவுகள் அவை. அமைதி வகுப்பு ஆரம்பித்த அன்று ஆசிரியர் கேட்ட கேள்விக்கு என் சக மாணவரும் அருமை நண்பருமான இலங்கைத் தமிழர் கேத்தீஷ் லோகநாதன் சொன்ன விடை பளிச்சென்று செவியில் ஒலிக்கின்றன. அவரது ஒல்லியான நெருங்கலான உருவம் எதிரில் நிற்கிறது. “இன்று காலை எழுந்ததும் உங்களை சந்தோஷப்படுத்திய விஷயம் என்ன?” என்று ஆசிரியர் கேட்டார். சாமான்ய சராசரி வாழ்வு வாழ்ந்த என்னைப் போன்றோர் ஆள் ஆளுக்கு மிக சாமான்ய

பதில்களைச் சொன்னோம். கேத்தீஷ் சொன்னார் "நான் இன்னமும் ஜீவித்திருக்கிறேன் என்பது எனக்கு சந்தோஷமாக இருந்தது." அவரது நாவிலிருந்து வந்த அந்த எளிய வார்த்தைகள் விசேஷ அர்த்தம் பொதிந்தவை என்று உணர்ந்த வகுப்பில் திடீரென்று மூச்சுக் காற்று கனத்துப் போயிற்று.

சென்ற மாதம் கொழும்பில் இலங்கை இனப்பிரச்சினைக்குச் சமாதான வழிமுறைகளைத் தேடும் பணியில் மிகத் தீவிரமாக இருந்த கேத்தீஷ் விடுதலைப் புலிகளினால் சுட்டுக் கொல்லப் பட்டார். சேதி அறிந்து நான் எத்தனைப் பதறிப்போனேன் என்று சொல்ல வார்த்தைகள் இல்லை. கூடப்பிறந்த சகோதரனை இழந்ததுபோல எனக்குத் துக்கம் ஏற்படுகிறது. நடந்துபோன அக்கிரமத்துக்கு யாராவது பதில் சொல்வார்களா என்று தவிக்கிறேன்.

கிட்டத்தட்ட இருபது ஆண்டுகளாக எனக்கு கேத்தீஷ் பழக்கம். முதல் முதலில் இலங்கைத் தமிழர் இனப்பிரச்சினையை எனக்கு மிகத் துல்லியமாக, அறிவார்த்தமாகவும் உணர்வுபூர்வ மாகவும் விளங்க வைத்தவர் அவர். ஈ.பி.ஆர்.எல்.ஃப் அமைப்பைச் சேர்ந்தவராக அப்போது இருந்தாலும் தமிழர் உரிமைக்கான போராட்டத்தில் பயங்கர வாதம் தலையெடுத்ததும், இனமே இனத்தை அழிக்கும் போக்கை அதிர்ச்சிதரும் விதத்தில் புலிகள் அமைப்பு கடைபிடிக்க ஆரம்பித்ததும் ஒரு புதிய ஃபாசிஸத்தை தமிழ் மக்கள் தனது இனத்தவரிடமே எதிர்கொள்ளவேண்டிய திசைதிருப்பலில் அவர் நிலைகுலைந்து போயிருந்தார். பல்வேறு தரப்பிலிருந்து எனக்குக் கிடைத்த, நான் எனது நாவலுக்காகச் சேகரித்த தகவல்கள் அவரது கவலைக்கான காரணங்களை உறுதிபடுத்தின. இடதுசாரி கொள்கை கொண்ட கேத்தீஷுக்கும் எனக்கும் கருத்தொற்றுமை மிக இயல்பாக நிகழ்ந்தது. அவரது கவலைகள் என்னையும் தொற்றிக்கொண்டன. ஆஸ்லோவில் அவரைச் சந்திப்பேன் என்று நான் நினைத்திருக்கவில்லை. அங்கு சென்றபிறகுதான் சுமார் 9000 இலங்கைத் தமிழ் வாலிபர் களும் யுவதிகளும் நார்வேயில் அடைக்கலம் தேடி வந்து வாழ்வது தெரிந்தது. இனப்பிரச்சினை இலங்கையில் தீவிர மானதும் பெற்றோர்கள் தங்கள் குழந்தைகள் எங்காவது உயிருக்கு அபாயம் இல்லாமல் பிழைத்துக் கொள்ளட்டும் என்று அனுப்பத் தலைப்பட்டார்கள். அநேகம் பேர் புலிகள் பிடியிலிருந்து தப்பவைக்கவே, புலிகள் படையில் கட்டாயமாகச் சேர்க்கப்படுவதிலிருந்து விடுவிக்கவே இந்த முயற்சி எடுத்தார்கள் என்பதை நான் அறிந்து கொண்டேன். அப்படி வெளியில் வந்துவிட்டவர்களும் புலிகளுக்கு பயந்து வாழ்ந்தார்கள். போராட்டக் களத்திலிருந்து விலகிச் சென்ற காரணத்துக்காகப் புலிகளுக்கு 'அபராதத் தொகை' கட்டாயமாகச் செலுத்த

வேண்டியிருந்தது. அது செலுத்தத் தவறினால் அவர்களது பெற்றோர்களுக்கு ஆபத்தாகலாம் என்கிற அச்சம் இருந்தது. எல்லோருக்கும் நார்வே அரசு ஓரளவுக்கு உதவித் தொகை அளித்தாலும் வேலை கிடைக்கவில்ல என்றால் அதில் சமாளிப்பது கஷ்டம். அதனால் ஒரு வீட்டை வாடகைக்கு எடுத்து பத்து பதினைந்து இளைஞர்கள் யுவதிகள் சேர்ந்து வாழ்ந்தார்கள். பலர் ஆஸ்லோ பல்கலைக்கழகத்தில் மாணவர்களாகச் சேர்ந்திருந்தார்கள். நான் சேர்ந்த கோடைப் பள்ளியில் (1988) எனது வகுப்பில் கேத்தீஷும் அவரது மனைவி பவானியும் கவிஞர் ஜெயபாலனும் இருந்தார்கள். என்னைப் போல மாணவர் விடுதியில் தங்கியிருந்தார்கள். அவர்களை அங்கு சந்தித்தது மிக நெருங்கிய உறவினர்களைச் சந்தித்தது போல எனக்கு மகிழ்ச்சி ஏற்பட்டது. போராளி அமைப்பிலிருந்து விலகிவிட்டதாக கேத்தீஷ் சொன்னார்.

தனது போராட்டத்தை வேறு தளத்திலிருந்து செயல்படுத்த வேண்டும் என்று முடிவெடுத்திருந்தார். நல்ல படிப்பும், ஆங்கிலத்தில் அறிவார்த்த தர்க்கபூர்வமான வாதத்திறனும் கொண்டவர். ஜனநாயகத்தில் ஆழ்ந்த நம்பிக்கை உள்ளவர். அவர் எடுத்த முடிவு மிகச் சரியானது என்று நான் நினைத்தேன். கேத்தீஷும் மிக மென்மையான சுபாவம்கொண்ட பவானியும் நார்வேயில் எனது நெருங்கிய நண்பர்கள் ஆனார்கள். நார்வேயிலிருந்து இலங்கை திரும்பியதும் இனப்பிரச்சினைகள், அவை உருவாகும் காரணிகள், அவற்றை எதிர்கொள்ள வேண்டிய வியூகங்கள் ஆகியவை பற்றின ஆய்வில் (புலிகளால் கொல்லப் பட்ட) நீலன் திருச்செல்வனின் ஆய்வு மையத்தில் அவர் பணியாற்றி வந்தார். இனப்பிரச்சினைத் தீர்வுக்கான அனைத்து கட்சிப் பிரதிநித்துவக் குழுவிற்கு சமீப காலமாகப் பொதுச் செயலராக இருந்தார். புலிகளுக்கு அவரைத் தமிழினத் துரோகி என்று முத்திரை குத்த இவை போதுமானவை. ஈவு இரக்க மில்லாமல் சுட்டுக்கொன்றார்கள்.

இருபத்து ஐந்து ஆண்டுகளாக புலிகளால் தனக்கு ஆபத்து என்று கேத்தீஷ் உணர்ந்து இருந்தார். தமிழர்ப் பிரச்சினை தீராத நிலையில் குழந்தைகள் பெறுவது பொறுப்பற்றது என்று தம்பதிகள் முடிவு செய்திருந்தார்கள். குழந்தைகள் இருந்திருந்தால் குண்டுபட்டு கேத்தீஷ் இறந்த தருணத்தின் தாக்கம் அவர்களுக்கு எப்படி இருந்திருக்கும் என்று நான் நினைத்துப் பார்க்கிறேன். பல ஜென்மங்களுக்கு அசுவத்தாமனின் கோப வெறியுடன் புவியில் அலையவைத்திருக்கும்... நமக்குத்தான் எல்லாம் மறந்துவிட்டது. கவலைப் படவேண்டிய விஷயம் எது என்பது கூட புரியாமல் போய்விட்டது.

இலங்கை இனப்பிரச்சினையைக் கூர்ந்து அக்கறையுடன் கவனித்து வரும் எல்லா பத்திரிகைக்காரர்களுக்கும் கேத்தீஷைத் தெரியாமல் இருக்கமுடியாது. இலங்கைத் தமிழர்களுக்காகக் 'கண்ணீர்' வடிக்கும் நமது தமிழகத்து அரசியல்வாதிகளும், புலிகளைப் பற்றின செய்திகளை மாய்ந்து மாய்ந்து எழுதும் நமது செய்தி ஊடகங்களும் அந்த அக்கிரமக் கொலையைப் பற்றி வாயே திறக்கவில்லை. பலவருடங்களாக புலிகள் செய்து வரும் குற்றங்களைப் பற்றி வாயே திறக்காததுபோல... அடைக்கலம் தந்த மண்ணுக்கு துரோகம் இழைக்கிறோம் என்கிற கூச்சம் இல்லாமல் பாரத மண்ணில், தமிழ் மண்ணில் முன்னாள் இந்தியப் பிரதமரைக் கொன்று நமது சட்டத்தைச் சந்திக்க துணிச்சல் இல்லாமல் வீர சாகசப் போர்வைக்குள் மறைத்துக் கொண்டவர்கள் அவர்கள் என்பதுகூட இப்போது தமிழர்களுக்கு நினைவில்லமல் போய்விட்டது.

இலங்கை வாழ் தமிழர்கள் புலிகளின் எந்தச் செயலையும் விமர்சிக்கும் உரிமை இழந்து வாய் திறக்காமல் இருப்பதை என்னால் புரிந்துகொள்ளமுடிகிறது. வாய் திறந்தால் ஆபத்து என்பதை புலிகள் மிகத் தெளிவாகக் காட்டிவந்திருக்கிறார்கள். ஆனால் கடல் தாண்டி தமிழ் நாட்டில் இருக்கும் நாம் ஏன் உண்மை பேசத் தயங்குகிறோம் என்பது எனக்கு விளங்காத ஒரு மர்மம். அரசியல்வாதிகள் ஆரம்பகாலம் தொட்டு இலங்கைப் பிரச்சினையை அரசியலாக்கி அதில் லாபம் தேடுகிறார்கள் என்பது வியப்பை அளிக்கவில்லை. ஆனால் பத்திரிகை தர்மம் என்பது இருப்பதை மறந்தோ அல்லது புலிகள் மிக நேர்த்தியாகச் செய்யும் பிரச்சாரத்திலோ மூளைச்சலவை ஆனதுபோல தமிழ்ப் பத்திரிகைகள் புலிகள் தலைவர் பிரபாகரனைக் கதாநாயகப் புருஷனாக வர்ணிப்பதும், பிரமிப்பதும் பூஜிப்பதும் ஏன் என்று எனக்குப் புரிவில்லை. புலிகள் விரிக்கும் வலையின் சக்தியோ அது என்று அச்சமேற்படுகிறது.

வால்டர் லிப்மன் என்ற பிரபல அமெரிக்க பத்திரிகையாளர், செய்தி என்பது முழுமையாகச் சார்பற்றதாக இருக்கமுடியாது என்று சொல்வார். *"We define and see. We do not see and define"* என்பார். அதாவது நாம், என்ன பார்க்க நினைக்கிறோமோ அதைத்தான் பார்க்கிறோம். எதைக் கேட்க நினைக்கிறோமோ அதைத்தான் கேட்கிறோம். அது அரசியலோ அல்லது ஒரு நபரைப் பற்றின அபிப்பிராயமோ அடிமனத்து கலாச்சார வெளிப்பாடாகவே அதைக் கொள்ளவேண்டும். சமீப காலமாகத் தமிழ் மீடியாக்களில் இலங்கைத் தமிழர் பிரச்சினையைப் பற்றியும் விடுதலைப் புலிகள், அவர்களது தலைவர் பிரபாகரன் பற்றியும் வரும் செய்திகளும் தகவல்களும், பிரசுரிக்கப்படும்

பிரபலஸ்தர்களின் எண்ணங்களும் அத்தகைய வெளிப்பாடாகவே தோன்றுகிறது. சில அரசியல்வாதிகளின் பேச்சு எதிர்பார்த்தது போலவே உணர்ச்சிவசப்பட்டுப் பல சமயங்களில் அதீத எல்லையைத் தொடுகிறது. மொழி என்கிற பிணைப்பு எப்பவுமே உணர்ச்சியைத் தூண்டும் சக்தி கொண்டது. கண்ணையும் மறைக்கவல்லது. இலங்கை இனப் பிரச்சினையைப் பல ஆண்டுகளாகத் தீவிரமாகக் கவனித்து, பல போராளிக் கும்பல்களுடன் நேரிடையாகத் தொடர்புகொண்டுக் களப்பணி மூலம் பல உள் விவரங்களை அறிந்து இப்போதுள்ள அரசியல் நிலையைக் கண்டு வருந்தும், பதைக்கும், பத்திரிகையாளர்களுக்குத் தமிழ் நாட்டுப் பத்திரிகைகளின் தான்தோன்றித் தனமான பொறுப்பற்ற பேச்சும் எழுத்தும் அச்சத்தைத் தருகிறது.

ஒரு சில காலம் போர் நிறுத்தம் என்பது நடந்ததே செயற்கையானது என்பதுபோல மீண்டும் போர் மேகங்கள் இலங்கையில் சூழ்ந்திருக்கின்றன. சில கசப்பான யதார்த்தங்களை நாம் மனதில் கொள்ளவேண்டும். இனப்பிரச்சினை துவங்கிய காலத்தையும், தமிழருக்கு இழைக்கப்பட்ட அநீதியையும், போராட்டத்தின் நியாயமான காரணங்களையும் இப்போது ஆராய்வது வீண். ஆயுதப் போராட்டமாக அது மாறியதுமே அதன் சுழி மாறிவிட்டது. இன்று இலங்கை அரசுக்கும் விடுதலைப் புலிகளுக்கும் இடையேயான யுத்தம் அது. ‘போர் நிறுத்த’ காலத்தில் புலிகள் வன்முறைச் செயல்களில் ஈடுபட ஆரம்பிக்க இலங்கை அரசு ஆவேசமாக ராணுவ நடவடிக்கையை ஆரம்பித்துவிட்டது. மக்களும் நாங்களும் வேறு அல்ல என்று புலிகள் சொன்னாலும், அதில் அப்பாவித் தமிழ் மக்கள்தான் பலியாகிறார்கள். செஞ்சோலை நிகழ்வு அதைத்தான் சொல்கிறது. இலங்கை ராணுவம் வீசிய குண்டில் முல்லைத்தீவு செஞ்சோலை அநாதை இல்லத்து 61 குழந்தைகள் மாண்டார்கள் என்பதைக்கேட்டு நாம் எல்லோரும் பதைத்தோம். வன்மையாகக் கண்டித்தோம். இலங்கை அரசு அதற்கு எந்த விளக்கம் அளித்தாலும் அது அத்துமீறல், அராஜகம் என்பதில் இரு வேறு கருத்து இருக்கமுடியாது.

அந்தக் குழந்தைகளின் சாவுக்காகப் புலிகள் தலைவர் கண்ணீர் விட்டார் என்கிற செய்தி மிக நெகிழ்ச்சியுடன் தமிழ்ப் பத்திரிகை ஒன்றில் வெளியிடப்பட்டது அவரது மென்மையான இதயத்தின் அடையாளமாக. அதே தலைவரின் ஆணையால் பச்சிளம் தமிழ் சிறுவர்கள் சிறுமிகள் இன்றும் கட்டாயமாக புலிகள் படையில் சேர்க்கப்படுகிறார்கள் என்பதும் அவர்களை அனுப்பப் பெற்றோர்கள் நிர்பந்திக்கப் படுகிறார்கள் என்பதும், அதற்கு பயந்துகொண்டே அகதிகளின்

வருகை அதிகரிப்பதும் யார் இதயத்தையும் இங்கு ஏன் தொடவில்லை? இரண்டு ஆண்டுகளுக்கு முன் நான் இலங்கை சென்றிருந்தபோது (போர் நிறுத்த காலம்) மட்டக்களப்பில் ஒரு முஸ்லிம் பெரியவர் ஒரு 'முஸ்லிம் பொடியனை'ப் புலிகள் கடத்திக்கொண்டு போய்விட்டதாகச் சொன்னார். நிறைய பொடியன்கள் காணாமல் போவதாகச் சொன்னார். நாங்கள் எத்தனை நாள் சும்மா இருப்போம்? நாங்களும் துவக்கை எடுக்கும் காலம் வெகு தூரத்தில் இல்லை. வெளியில் எங்களுக்கு உதவ ஆள் இருக்கிறார்கள்' என்றார். உலகெங்கும் முஸ்லிம்களுக்கு எங்கெல்லாம் அநீதி இழைக்கப்படுவதாகத் தோன்றினாலும் அங்கு பயங்கரவாத இயக்கங்கள் செயல்படத் தயாராக இருக்கும் நிலையில் இது ஆபத்தான சமிக்ஞையாக எனக்குத் தோன்றிற்று. அல்கைதாவுக்கு எதிரி அமெரிக்காவும் அதன் நேச நாடுகளும் என்றோ, காஷ்மீர் பிரச்சினையால் லஷ்கர்–எ–தொய்பாவுக்கு இந்தியா என்றோ புலிகள் மெத்தனமாக இருக்கமுடியாது. பாகிஸ்தான் இலங்கை அரசுக்கு ராணுவ ஆயுத உதவி அளிக்கத் துவங்கிவிட்டது. புலிகளுக்கு அது தெரியும். பாகிஸ்தான் தூதரைக் கொல்ல கொழும்பில் குறி வைத்த அதன் முயற்சி மயிரிழையில் தவறிவிட்டது.

செஞ்சோலை சம்பவம் நடப்பதற்கு இரு தினங்களுக்கு முன் கேத்தீஷ் கொழும்பில் புலிகளால் சுட்டுக் கொல்லப்பட்டார். புலிகளின் வன்முறைப் போக்கை எதிர்த்ததாலேயே அவர் 'விரோதி' என்று அகற்றப்பட்டார். பல சிங்களத் தலைவர்கள் ராணுவ அதிகாரிகள் இந்த 'தர்ம யுத்தத்தில்' பலியானது போக, தமிழர்கள், கண்யமாக சுதந்திரமாக ஜனநாயக அமைப்பில் இலங்கை அரசுடன் சமாதானமாக வாழப் போராடி வந்த நீலன் திருச்செல்வம் போன்ற பல தமிழர்கள், போராளிகள், புலிகளை விமர்சித்த பத்திரிகையாளர்கள், அறிவாளிகள் புலிகளால் 'அகற்ற'ப்பட்டிருக்கிறார்கள். அதைத்தவிர நூற்றுக் கணக்கான அப்பாவி மக்கள், வடகிழக்கில் பல தலைமுறை களாகத் தாமும் தமிழர் என்று நம்பி வாழ்ந்த நூற்றுக்கணக்கான முஸ்லிம்கள் கொல்லப்பட்டிருக்கிறார்கள்; அல்லது அகதிகளாக்கப் பட்டிருக்கிறார்கள். அதைப் பற்றியெல்லாம் ஏன் யாரும் பேசுவதில்லை? ஈழத் தமிழர் பிரச்சினை பற்றின உண்மையான கவலை இருப்பவர்கள் ஒட்டு மொத்த சித்திரத்தையும் பார்க்க வேண்டாமா? இவர்கள் பேசுவது ஈழத்தமிழர் மீது கொண்ட கரிசனத்தாலா அல்லது புலிகள் மீதுள்ள கரிசனத்தாலா? பயங்கரவாதக் குழு என்று இந்தியாவும் மற்ற உலக நாடுகளும் எல்.டி.டி.இயை தடை செய்திருக்கும் நிலையில், புலிகளை நீங்கள் ஆதரிக்கிறீர்கள் என்றால் பயங்கரவாதத்தை

ஆதரிக்கிறீர்கள் என்று அர்த்தம். மத்தளத்துக்கு இரு பக்கமும் அடி என்பதுபோல அப்பாவி இலங்கைத் தமிழர்கள் இலங்கை அரசின் அராஜகத்தாலும் புலிகளின் ஃபாசிஸ அடாவடித் தனத்தாலும், அவதிப்பட்டுக்கொண்டிருப்பது பொது நலன் நோக்கோடு பாரபட்சமில்லாமல் பிரச்சினையை அணுகுபவர்கள் அறிந்த உண்மை.

ஆனால் ஒரு யதார்த்தத்தை மறுக்க முடியாது. தமிழர்களின் உரிமைக்காகக் குரல் கொடுக்கவும், தமிழர்களைத் தொக்காக இலங்கை அரசு நினைத்து ஒதுக்கிவிடமுடியாத அடையாளமாகவும் புலிகள் அமைப்பு மட்டுமே இன்று கோலோச்சி வருகிறது. அந்த அமைப்பின் சக்தி அச்சுறுத்துவது மட்டுமல்ல நன்மை விளைவிக்கக்கூடிய அசாதாரண சாத்தியங்களைக் கொண்டது. உண்மையில் புலிகள் மனசு வைத்தால், ஜனநாயக நீரோட்டத்தை ஏற்க சம்மதித்து உலகத்து சமாதானக்குழுக்கள் ஏற்பாடு செய்ய முயற்சிக்கும் பேச்சு வார்த்தைகளுக்கு வந்து ஒத்துழைத்தால் தமிழர் விடிவுக்கான வழி பிறக்கும். அதுதான் அவர்கள் மீது உறுதிபட்டு விட்ட பிம்பத்தை மாற்றும். உலக வல்லரசுகள் இப்போது பயங்கரவாதத்தை எதிர்க்கும் போரில் தீவிரமாக இருக்கும் நிலையில் புலிகள் பயங்கரவாதத்தை விட்டொழித்தே ஆகவேண்டும். தற்கொலைப் படைகளின் தாக்குதல்கள் தொடர்ந்தால் இலங்கை அரசு பதிலுக்கு ராணுவ நடவடிக்கை எடுக்கும். அதற்குத் தார்மீக ஆதரவை அமெரிக்கா கொடுத்தால் வியப்பதற்கில்லை. பிறகு அதோகதிதான். அப்பாவித் தமிழ் மக்களின் துயரத்திற்கு முடிவே இல்லாது போகும். புலிகளிடம் செல்வாக்கு உள்ள நமது அரசியல் தலைவர்கள், அவர்கள் தங்கள் ரத்தத்தின் ரத்தம் என்று சொந்தம் கொண்டாடுபவர்கள், உணர்ச்சிப் பெருக்கில் ஆகாயவெளியில் வாள்போரில் ஈடுபடு வதற்கு பதில், அவர்களிடம் இதையெல்லாம் ஏன் சுட்டிக் காட்டக்கூடாது? புலிகளின் பலத்தின் ஜனநாயக சாத்தியக் கூறுகளை ஏன் விளக்கக்கூடாது? இலங்கைத் தமிழ் மக்களுக்குத் தாங்கள் ஆற்றக்கூடிய மகத்தான சேவையாக இதை ஏன் நினைக்கக்கூடாது?

ராஜீவ் காந்தியின் படுகொலைக்குப் பின், அந்தக் கொலையின் முதற் குற்றவாளியாகப் புலிகள் தலைவர் பிரபாகரனின் பெயர் நீதிமன்றத்தில் இருக்கையில் இந்திய அரசுகள் இந்தப் பிரச்சினையில் ஓரளவுக்குதான் தலையிடும். ராணுவ நடவடிக்கைகளை நிறுத்தி சமாதானத்திற்கான நிரந்தர வழிகளைத் தேடும்படி இலங்கை அரசை நிர்பந்திக்க முடியும். இங்கு வரும் அகதிகளுக்கு அடைக்கலம் தந்து

பிரச்சினைக்குத் தார்மீக ஆதரவு கொடுக்கமுடியும். அதற்கு மேல் அது தலையிடும் என்று தோன்றவில்லை.

எனது கருத்தை ஏற்காதவர்கள், தமிழீழப் பிரச்சினையை வைத்து அரசியல் பண்ணுபவர்கள், என்னைத் தமிழினத் துரோகி என்று முத்திரை குத்துவார்கள் என்று எனக்குத் தெரியும். புலிகளை ஆதரிக்காதவர்கள் தமிழினத் துரோகிகள் என்று சொல்வது அவர்களுக்கும் சௌகர்யமாகிவிட்டது. புலிகளின் குற்றங்களைத் தைரியமாகச் சுட்டிக்காட்ட அவர்களுக்குத் தயக்கம் இருக்கும் வரை, சமாதான வழிமுறைக்குப் புலிகளை நிர்பந்திக்கும் துணிச்சல் ஏற்படாத வரை, தமிழினத்துக்குத் துரோகம் இழைப்பவர் யார் என்கிற கேள்வியைப் புலிகளால் மேலுலகத்திற்கு அனுப்பப்பட்ட கணக்கற்ற தமிழரின் ஆவிகள் கேட்டுக்கொண்டே இருக்கும்.

'தீராநதி', அக்டோபர் 2006

தாழ்ந்தது தமிழ்ப் பண்பு

சென்னைக்கு பணி நிமித்தமாக வந்த எனது பணிக்காலம் நான் ஓய்வு வயதை எட்டிய காரணத்தால் முடிவை நெருங்கிக் கொண்டிருந்தது. ஒன்பது ஆண்டுகள் ஒரு தேசிய செய்திப்பத்திரிகையில் ஓரளவுக்குச் செம்மையாகப் பணி புரிந்திருந்த நிறைவு மனத்தில் ஏற்பட்டிருந்தது. நான் சென்னைக்கு வந்தபோது அ.இ.அ.தி.மு.க தலைவி ஜெயலலிதா முதல்வராகியிருந்தார். நான் ஓய்வு பெறும் சமயத்தில் மீண்டும் பெரும்பான்மை பலத்துடன் ஆட்சிக்கு வந்திருந்தார். அவர் வந்த விதம் இந்திய அரசியல் சாஸனத்துக்கு விரோதமானது என்ற சர்ச்சை இன்னும் அடங்காவிட்டாலும் அதன் குரலுக்கு வலு இல்லாமல் போனதன் காரணம், எல்லா அரசியல் கணிப்புகளையும் பொய்யாக்கி, பெரும்பான்மை ஆதர வுடன் அவரது கட்சி ஆட்சியைப் பிடித்ததுதான். மக்கள் தீர்ப்பே மகேசன் தீர்ப்பு என்று ஒரே போடாகப் போட்டதில், இதைப் போல் இந்திய சரித்திரத்தில் முன்னுதாரணம் இல்லாதுபோனதில், யாரும் ஏதும் சொல்லமுடியாமல் வாயடைத்துப் போனது உண்மை. ஜெயலலிதா இருக்கும்வரை செய்திக்குப் பஞ்சமில்லை. ஆட்சியில் இருந்தாலோ அவரே கதாநாயகி. சகட்டு மேனிக்கு அமைச்சர்களையும் அதிகாரிகளையும் நீக்குவதும் மாற்றுவதுமாகச் சொக்கட்டான் ஆடும் வேளையில் பத்திரிக்கைகாரர்களுக்கும் எச்சரிக்கைகள் விடப்பட்டன.

தமிழகத்து திராவிடக் கட்சி அரசியல்வாதிகள்போல் தன்னம்பிக்கையற்றவர்கள் யாரும் இல்லை என்று நான் நினைக்கிறேன். தன்னம்பிக்கை இல்லாததாலேயே பத்திரிகைத் துறையின் ஜனநாயக உரிமையிலும் நம்பிக்கை இல்லை. ஒரு பத்திரிகையாளர் ஏதாவது

விமர்சனம் செய்துவிட்டால் எந்த அரசியல் தலைவருக்கும் அதைத் தாங்கும் சகிப்புத் தன்மை இருப்பதில்லை. அதில் முக்கியமாக கருணாநிதி, ஜெயலலிதா , ராமதாஸ் மற்றும் திருமாவளவன் ஆகியோரை விமர்சித்து உங்கள் தரப்பு எண்ணங்களைச் சொல்லிவிட்டீர்களானால் உண்டு இல்லை என்று செய்து விடுவார்கள். அவரவர்களுக்குப் பத்திரிகைகள் இருப்பது அவர்களுக்கு சௌகர்யம். அவற்றை அதிகம் பேர் படித்திருக்க மாட்டார்கள் என்ற நினைப்பிலோ என்னவோ மேடையிலும் பகிரங்கமாக அச்சுறுத்துவது அல்லது கேவலமாகத் திட்டுவது என்பது தமிழ் நாட்டில் மட்டுமே நடக்கும் அவலம். மிக ஆச்சரியமாக வைகோ மட்டுமே இதில் விதிவிலக்கு – இத்தனைக்கும் அவரைத்தான், (அவரது கொள்கைகைகளை) நான் மிக அதிகமாக விமர்சித்திருக்கிறேன் – தனது ‘சங்கொலி' ஏடுகளில்கூட என்னை பதிலுக்கு விமர்சித்ததில்லை. வெகு நாகரீகமாகவே நடந்து கொள்கிறார். ஜெயலலிதா நேரடியாக வக்கீல் நோட்டீஸ் அனுப்புவதில் சளைக்காதவர். கருணாநிதி யாரையாவது விட்டு முரசொலியில் கன்னாபின்னாவென்று திட்டி எழுதவைப்பார். பத்திரிகை ஆசிரியர் அரசுக்கு / அரசியல் பெருந்தலைகளுக்கு ஜால்ரா அடிப்பவராக இருந்தால், நமக்கேன் வம்பு என்று ஒதுங்குபவராக இருந்தால், கட்டுரை எழுதியவரின் வேலைக்கு ஆபத்து வரலாம். பிள்ளை குட்டி உள்ள முதுகெலும்பில்லாத பத்திரிகையாளர் என்ன செய்யமுடியும்?, (ஆணாக இருந்தால்) வயற்காட்டைப் பார்க்கக் கிராமத்துக்குக் கிளம்பவேண்டும்; (பெண்ணாக இருந்தால்) குடும்பமே சுகம் என்று சமையல் கட்டிற்குத் திரும்பவேண்டும்.

நீங்கள் என்னைப் போல் உறுதியுடன் பிடிவாதமாக நின்றால், உங்கள் தலைமை அகம் (எனதைப் போல) உங்களுக்குப் பக்கபலமாக இருந்தால், சகஜமான சமாதான காலத்தில் ‘என்னைக் கேட்காமெ யாரோ எழுதிட்டாங்க' என்று கருணாநிதி பச்சைக்கொடி காண்பிப்பார். ராமதாசும் திருமாவளவனும் பகைவர்கள் போல வெறுப்பைச் சுமப்பவர்கள். இந்த ஜென்மத்தில் என்னை அவர்கள் சிநேகிதத்துடன் நினைப்பார்கள் என்கிற நம்பிக்கை இல்லாமலே எனது ஆயுள் முடியும் என்ற நினைப்பு எனக்கு வேதனை தருகிறது. பத்திரிகையில் எழுதப்படுவதால் புரட்சி வெடிக்காது. பாசாங்குத்தன அரசியலைக் கண்டு பொறுக்காமல் மக்கள் புரட்சி ஒன்று வெடிக்கலாம் என்பதைத்தான் விமர்சனங்கள் கோடிகாட்டுகின்றன. பொது மக்களின் கருத்து தெரிவிக்கப்பட வேண்டும் என்னும் கரிசனத்தாலேயே எழுதப்படுகின்றன. அவசரக்காலகட்டத்தில் பத்திரிகைச் சுதந்திரத்துக்குத் தடை

விதித்ததால்தானே இந்திரா காந்திக்கு மக்களின் மனநிலையைப் புரிந்துகொள்ளமுடியாமல் போனது?

ஒரு பத்திரிகையாளர் எழுதுவதையே சகித்துக் கொள்ளாத அரசியல் தலைவர்கள் தங்களது அரசியல் எதிரிகளை எப்படி சகித்துக்கொள்வார்கள்? இங்கிலாந்து மற்றும் ஃபிரான்ஸ் நாட்டு அரச குடும்பங்களிடையே நடந்த வன்மம் மிகுந்த போர்களை நினைவூட்டும் வகையில் ஜெயலலிதாவுக்கும் கருணாநிதிக்கும் இடையே போர் உணர்வு இருப்பது பகிரங்க ரகசியம். ஜெயலலிதா மீண்டும் எதிர்பாராமல் ஆட்சிக்கு வந்ததும் திமுக வட்டாரத்தில் பீதிகலந்த ஒரு அமைதி நிலவுவதை உணரமுடிந்தது. அரசியல் சாஸனத்தையே சட்டை செய்யாத அதிமுக தலைவியால் என்னதான் செய்யமுடியாது?

அவமானப்பட்ட பெண்ணின் கோபம், கட்டவிழ்த்த நரகத்தைவிட அதிக உக்கிரமானது என்றார் ஷேக்ஸ்பியர். ஜெயலலிதா இப்போது பழி தீர்க்கத் துடிக்கும் பாஞ்சாலி. அவரது கோபத்துக்குக் காரணம் இருந்தது. சென்ற திமுக ஆட்சியில் கருணாநிதி அவரை – முன்னாள் முதல்வரை, 28 நாட்கள் ஒரு சாமான்ய குற்றவாளியைப் போல சிறையில் வைத்திருந்தார். அவரது முதுகை, மன உறுதியை முறிக்கும் வகையில் கணக்கிலடங்கா வழக்குகள் அவருக்கு எதிராகப் பதிவு செய்து நீதிமன்றங்களுக்கு நடையாய் நடக்க வைத்து அலைக்கழித்தார். சொத்துக்கள் நகைகள் வங்கிக் கணக்குகள் முடக்கப்பட்டன.

ஆச்சரியமாக எந்த சேதமும் அடையாமல் மீண்டும் அந்தப் பெண்மணி பதவிக்குத் திரும்பியது திமுகவினர் எதிர்பார்க்காதது. இனி என்ன நடக்கும்? என்னதான் நடக்காது? ஆனால் நடக்கவிருந்ததை யாரும் கற்பனைகூட செய்திருக்க முடியாது.

ஜூன் 30, 2001. அதுதான் நான் பணியில் இருந்து ஓய்வு பெறும் நாள். முந்திய நாள் இரவு படுக்கப் போகுமுன் நான் பணியாற்றிய அந்த ஒன்பது ஆண்டு காலத்தை அசை போட்டேன். தமிழ் நாட்டு அரசியல் வரலாற்றின் கொந்தளிப்பு மிகுந்த காலகட்டத்தில் நான் பங்குகொண்டதான உணர்வு ஏற்பட்டது. மிகத் துடிப்பும் செயல் திறனும் கொண்ட தமிழ் மக்களுடன் ஒருத்தியாக சங்கமித்துப் பணியாற்றிய அந்த அனுபவம் வாழ்நாள் முழுவதும் என் உயிர்மூச்சுடன் கலந்த ஒன்றாக இருக்கும் என்று மனசு நெகிழ்ந்திருந்தது. மறு நாள் எனது பொறுப்புகளை இளைய தலைமுறையைச் சேர்ந்த ஆனந்த நடராஜனிடம் நிம்மதியாக ஒப்படைக்கப்

போகும் சந்தடியற்ற நாள் என்று எதிர்நோக்கி இருந்தேன். ஆனால் ஜூன் 30 மறக்க முடியாத நாள் மட்டுமல்ல, மிகப் பரபரப்பும் அதிகபட்ச வேலை கொண்டதாகவும் இருக்கும் என்று நிச்சயம் நினைத்திருக்கவில்லை. அயர்ந்த தூக்கத்தில் இருந்தவள் அலறிய தொலைபேசி ஒலியைக் கேட்டு விழித்துக்கொண்டேன். நடு இரவில் கருணாநிதி கைதான செய்தியை யாரோ சொன்னார்கள். கேட்டவுடன் ஏற்பட்ட முதல் எண்ணம் கிட்டத்தட்ட தயாராகிவிட்ட இதழின் அட்டையை மாற்றவேண்டும்; புதிய கவர் ஸ்டோரி எழுத வேண்டும் என்பது. அவசரமாகப் பலருடன் தொடர்பு கொண்டதில் விவரங்கள் தெரிந்தன.

சர்வாதிகாரிகளுக்கு நடு இரவில் கதவைத் தட்டுவதே விருப்பம் என்று கேள்விப்பட்டிருக்கிறேன். நள்ளிரவுக்குப்பின் ஜூன் 30, அதிகாலை 2 மணிக்கு தனது ஆலிவர் இல்லத்தில் இருந்த முன்னாள் முதல்வர் கருணாநிதி படுக்கையிலிருந்து எழுப்பப்பட்டுக் கைது செய்யப்பட்டதாகச் செய்தி சித்திரம் போல் விரிந்தது. 78 வயது திமுக தலைவருக்கு உடுப்பை மாற்றக்கூட நேரம் கொடுக்கப்படவில்லை. டெலிஃபோன் லைன்கள் துண்டிக்கப்பட்டிருந்தன. வீடு முழுவதும் போலீஸ் விறைப்புடன் நின்றிருந்தது. சில மாதங்கள் முன்வரை அவருக்கு சலாம் போட்டிருந்த போலீஸ். கருணாநிதி கைவசம் இருந்த செல் போனில் சென்னையில் அப்போது இருந்த மத்திய அமைச்சரும் அவரது மனசாட்சி என்று வர்ணிக்கப்பட்ட ஆத்மார்த்த பந்துவுமான முரசொலி மாறனை அழைத்து விவரம் சொன்னார். மாறன் விரைந்து வர ஆச்சர்ய துரிதத்துடன் சன் டிவி குழுவும் வந்து சேர்ந்தது. அரெஸ்ட் வாரன்ட் எங்கே என்று மாறன் வாதம் செய்கையிலேயே அவரையும் தாக்கி, கருணாநிதியை போலீஸ் இழுத்துக் கொண்டு வண்டியில் ஏற்றியது. டிவி குழுவைக் கண்டும் காணாமல் போலீஸ் இருந்தது எனக்கு வியப்பை அளிக்கிறது. ஒருவேளை தலைவி இட்ட பணியைத் தாங்கள் கறாராய்ச் செய்ததற்கு அது ஒரு நல்ல ஆவணமாக இருக்கும், பாராட்டைப் பெறும் என்று நினைத்தார்களா என்று புரியவில்லை. ஆனால் திமுகவினருக்கு ஜெயலலிதா அரசின் மனித உரிமை மீறலின் எடுத்துக்காட்டாக அது சக்தி வாய்ந்த ஆவணமாயிற்று. சன் டிவிக்கு அதன் பலம் புரிந்திருந்தது. அன்று அதிகாலையிலிருந்து விடாமல் அந்த செய்திச் சித்திரத்தை ஒளிபரப்பிற்று. கண்டவர் வயிற்றைக் கலக்காமல் விடாத சித்திரம். அதைக் கண்ட நான் அடைந்த அதிர்ச்சியை வர்ணிக்க வார்த்தைகள் இல்லை.

சன் டிவியின் அபார சுறுசுறுப்பையும் சமயோசிதத்தையும் ரசிக்காமல் இருக்கமுடியவில்லை. செய்தி ஆசிரியராக

அப்போது இருந்த மாலனுக்கு போன் செய்து என் அதிர்ச்சியையும் பாராட்டையும் தெரிவித்தேன்.

'நீங்கள் ஸ்டூடியோவுக்கு வந்து உங்கள் உணர்வுகளைப் பகிர்ந்து கொள்ள முடியுமா?' என்று அவர் கேட்டார். நான் யோசிக்கவே இல்லை. இந்தக் கொடூரமான மனித உரிமை மீறலுக்கு எதிராகக் குரல் கொடுக்கவேண்டியது எனது கடமை என்று நினைத்தேன். ஸ்டூடியோவுக்குச் சென்று தமிழிலும் ஆங்கிலத்திலும் எனது கண்டனத்தைப் பதிவு செய்தேன். அன்றைய தினத்தின் தமிழ், ஆங்கிலச் செய்தி களில் அது ஒளிபரப்பாயிற்று. நாடு முழுவதும் கேட்டது. அதிமுகவினரும் வேறு பலரும் உடனடியாக நான் திமுக முகாமைச் சேர்ந்தவள், ஜால்ரா அடிப்பவள் என்று முடிவுக்கு வந்தார்கள். அப்பட்டமான அராஜக மனித உரிமை மீறலைக் கண்டு ஒரு சராசரி நபர் அடையும் அதிர்ச்சியையும் பதட்டத் தையுமே நானும் அடைந்தேன் என்பதை யாரும் நம்பவில்லை.

கருணாநிதியின் கைதைத் தொடர்ந்து சாட்டையைச் சுழற்றுவதுபோல பல கைதுகள் நடந்தபோது இதுதான் மக்களாட்சியா என்று திகைப்பேற்பட்டது. முரசொலி மாறன் போலீஸ் தாக்குதலால் உடல் நலிவுற்று மருத்துவமனையில் சேர்க்கப்பட்டார். ஆனால் கருணாநிதியின் கைது சன் டிவியின் ஒளிபரப்பாலேயே நாடு முழுவதும் எதிர்ப்பு அலையை எழுப்பியது உண்மை. மத்தியில் பாஜக அரசு திகைத்து ஆளுனர் ஃபாதிமா பீவியை வீட்டுக்கு அனுப்பிற்று. மத்திய அமைச்சர்களான மாறனுக்கும் டி.ஆர். பாலுவுக்கும் நேர்ந்த அனுபவங்களுக்காகவும் கண்டனம் தெரிவித்தது. மத்திய அரசை அதிகம் பகைத்துக் கொள்ள விரும்பாத ஜெயலலிதா அவரது வயதின் காரணமாக விடுவிப்பதாக அறிவித்துக் கருணாநிதியை விடுவித்தார். ஆனால் வழக்கு தொடரும் என்றார். சிறையிலிருந்து வெளிப்பட்ட கருணாநிதி ஆடிப்போயிருந்தது அவர் அளித்த பத்திரிகையாளர் சந்திப்பில் தெரிந்தது. அவரைக்கண்டு பத்திரிகையாளர்களே உணர்ச்சிவசப்பட்டார்கள். மீடியா உலகம் முழுவதும் அவர் பக்கம் சாய்ந்தது. கருணாநிதி, ஸ்டாலின் ஆகியோரின் மேல் என்ன குற்றச்சாட்டுகள் என்பதில் யாருக்கும் ஆர்வமிருக்கவில்லை. அது ஒரு பழிவாங்கும் நடவடிக்கை மட்டுமே என்று எல்லாருக்கும் தீர்மானமாகத் தெரிந்திருந்தது. 'அந்த ஆளை ஒரு நாளாவது ஜெயில்லெ போடணும் என்கிற ஆத்திரம் அம்மாவுக்கு' என்றார் ஒரு அதிமுக உறுப்பினர் என்னிடம். அந்த ஆத்திரம் நியாயமானது என்றார். ஆனால் ஜெயலலிதா ஒன்றை மறந்துவிட்டார். பித்தின் உச்சத்திலும் ஒரு வரைமுறை இருக்கவேண்டும் என்பார்கள். முந்தைய ஆட்சியில் அவர் கைது செய்யப்பட்டது உயர்நீதிமன்றம்

அவரது முன்ஜாமின் மனுவை நிராகரித்தபிறகே. தவிர, கைதைப் பற்றி அவருக்குத் தெரிவிக்கப்பட்டு பூஜை செய்து முடிக்கவும் காலை உணவு அருந்தவும் அவகாசம் அளிக்கப் பட்டது. தனது உடுப்புகளைப் பாக் செய்யவும் வாசலில் காத்துநின்ற தொண்டர்களிடம் முறையாக விடைபெற்று 'நாளை நமதே' என்று தைர்யம் சொல்லவும் சமயம் கிடைத்தது. அவர்மேல் எண்ணற்ற வழக்குகள் பதிவு செய்யப்பட்டது தேவையா என்பது வேறு விஷயம்.

ஒரு சாமான்ய மனிதரைக்கூட நடு இரவில், அரெஸ்ட் வாரன்ட் இல்லாமல் கைது செய்யக்கூடாது. இது ஜனநாயக அமைப்பு. சர்வாதிகார அமைப்பு இல்லை. ஜெயலலிதாவை மக்கள் ஆட்சியில் அமர்த்தியது சர்வாதிகாரப் போர்வையைப் போர்த்திக்கொள்ள அல்ல. ஒரே இரவுப் போதில் மக்களின் நல்ல எண்ணம் ஒட்டு மொத்தத்தையும் தான் இழந்ததை அவர் உணர்ந்தாரா என்று தெரியவில்லை.

உணரவில்லை என்றுதான் தோன்றிற்று. அவரது சீற்றம் கட்டுக்கடங்காததாக, அவரையே பொசுக்கும் தன்மையுடைய தாகத் தோன்றிற்று. ஜெயலலிதா ஒரு புதிர். எத்தனையோ புத்திசாலித்தனம் இருந்தும், மக்களின் அபிமானத்தைப் பெறும் வசீகரம் இருந்தும், கிடைத்த பாக்கியங்களையெல்லாம் நொடிப் பொழுதில் தமது அதிரடிச் செயல்களினால் போக்கிக்கொள்வது நம்பமுடியாததாக, தர்க்கத்திற்குப் புறம்பானதாகத் தோன்றுகிறது. சில ஆண்டுகளுக்குமுன் வட இந்திய நடிகை சிமி க்ரேவால் ஜெயலலிதாவை ஒரு பிரபல டிவி சானலுக்கு பேட்டி கண்டது நினைவுக்கு வருகிறது. "நீங்கள் என்றாவது நிபந்தனையற்ற காதலை அனுபவித்திருக்கிறீர்களா?" என்று சிமி கேட்டார். "இல்லை. அனுபவித்ததில்லை" என்றார் ஜெயலலிதா. "அது புத்தகங்களில், கவிதைகளில், சினிமாவில்தான் இருக்கும் என்று நினைக்கிறேன். நிஜ வாழ்வில் இருக்கமுடியாது. நிச்சயம்."

இதுதான் ஜெயலலிதா ஆண்களை வெறுக்கக் காரணம் என்று எனது நண்பர்கள் சிலர் சொல்கிறார்கள். அவரது அகம்பாவம் என்பது அவர் அணியும் முகமூடி என்கிறார்கள். எனக்குச் சிரிப்பு வருகிறது. பொது வாழ்வில் பெரிய பொறுப்புக்கு வந்தவர்கள் இப்படிப்பட்ட மனோவியல் சால்ஜாப்புகளின் பின் எப்படி ஒளியமுடியும்? மனோதத்துவ ரீதியாக விளக்கம் அளிப்பது எந்த வகையில் அராஜகச் செயல்களை நியாயப் படுத்தும்? அனுபவம் நம்மைப் பக்குவப்படுத்தவேண்டாமா? லட்சக்கணக்கான மக்கள் நம்மேல் நம்பிக்கை வைத்து மண்ணை ஆளும் பொறுப்பைக் கொடுக்கும்போது தெய்வ சன்னிதானத்தில் நிற்பதுபோல பவ்யமும் பணிவும் பயமும் ஏற்படவேண்டாமா?

இப்படிப்பட்டக் கேள்விகள் என்னை வாட்டிக்கொண்டிருந்த தருணத்தில் எனது வாழ்வின் மிக முக்கிய கட்டமாக எனது அலுவலகம் எனக்குப் பிரிவு உபச்சாரம் நடத்தியது. தில்லி தலைமை ஆபீஸிலிருந்து அருண் பூரி, பிரபு சாவ்லா என்று உயர் பதவி வகித்த எல்லாரும் வந்து தாஜ் ஹோட்டலில் அமர்க்களப் பாராட்டுடன் விருந்தும் பரிசும் வழங்கியபோது அனைவரின் அன்புக்கும் மதிப்பிற்கும் பாத்திரமாகிய நிலையில் நான் ஓய்வு பெறுவது நான் செய்த அதிர்ஷ்டம் என்று நெகிழ்ந்து போனேன்.

'தீராநதி', நவம்பர் 2006

ஜீவன் உள்ளவரை

வாழ்வின் எல்லா நிகழ்வுகளும் கனவுகள் அல்லது பிரமைகள் என்கிறது ஜென் புத்த மதம். நான் மிக நீண்ட கனவிலிருந்து விழித்துக்கொண்டதுபோல, அடுத்த கனவுகளுக்குத் தயாரானதுபோல உணர்கிறேன். வாழ்க்கை ஒரு கனவு என்று எவர் சொன்னாலும் யாரும் கனவு காண்பதை நிறுத்துவதில்லை. கனவுகளே வாழ்வை, உலகை இயக்குகின்றன. மரணம் என்பது நிச்சயம் என்று உணர்ந்தும் தான் சாச்வதம் என்ற எண்ணத்துடன் மனிதன் ஜீவிப்பதுதான் ஆச்சரியங்களுள் மிகப் பெரிய ஆச்சரியம் என்றான் தருமபுத்திரன். ஆனால் அந்த எண்ணம் மட்டும் இல்லாமல் போனால் உலகம் உறைந்திருக்கும். வண்ணமில்லா சிரிப்பில்லா பயங்கர வெளியில் நாம் உலவுவோம். இந்த அநித்திய உலகில் எத்தனைகோடி இன்பம் வைத்தாய் எங்கள் இறைவா என்று பரவசப்பட்டிருக்க முடியாது. எனது சாமான்ய வாழ்வில் எனக்கு ஏற்பட்ட அனுபவங்களுக்காக, நான் சந்தித்த மானுடர்களிடம் கற்ற பாடங்களுக்காக, அவர்களால் எனது வாழ்வு மேம்பட்டதற்காக நான் கடன்பட்டிருப்பதாக உணர்கிறேன். 'இந்தியா டுடே' தமிழ்ப் பதிப்பின் ஆசிரியராகப் பொறுப்பேற்று தில்லியிலிருந்து சென்னைக்கு ஒருத்தியாகக் குடியேறியதும் முற்றிலும் புதிய சூழலில் வாழ்க்கையைத் துவங்கியதும் மிகப் பெரிய அனுபவம்.

தமிழ் நாட்டின் மிகக் கொந்தளிப்பான கால கட்டத்தில் நான் பணியாற்றியிருப்பதாக இப்போது திரும்பிப் பார்க்கும்போது தோன்றுகிறது. இந்திய துணைக்கண்டத்தில் வேறு எந்த மாநிலத்திலும் நிகழாத வகையில் தமிழகத்தில் நடந்த சமூகப் புரட்சியும் சுய மரியாதை இயக்கமும் தமிழ் நாட்டின் சரித்திரத்தையே

மாற்றியது என்றாலும், அந்தப் பத்து ஆண்டுகளில் தமிழ்ச் சமூகம் பல நூறு ஆண்டுகளாகச் சந்திக்காத, நினைத்துப் பார்த்திராத மாற்றங்களைக் கண்டது. அரசியல் ரீதியாக, பொருளாதார ரீதியாக, கலாச்சார ரீதியாக ஒரு மிகப் பெரிய கடைசலில் அகப்பட்டுத் தடம்புரண்டு சமாளித்து நிமிரப் பார்ப்பதாகத் தோன்றுகிறது. இந்த மாபெரும் கடைசலை மிக நெருக்கமாகப் பார்க்கும் வாய்ப்பு எனக்குக் கிடைத்தபோது ஒரு பத்திரிகையாளர் என்ற நிலையைத் தாண்டிய ஆர்வமும் கரிசனமும் கவலையும் என்னை ஆட்கொண்டது சத்தியம். தென் மாநிலங்களில் நடந்த ஜாதிக்கலவரங்களை நேரில் கண்டு எழுதச் சென்ற அனுபவமும் அது என்னுள் ஏற்படுத்திய வேதனையையும் ஆயுள் உள்ளவரை மறக்க இயலாது. அந்தப் பத்தாண்டுகளில்தான் திராவிட அரசியல் சித்தாந்தக் கோட்டைகள் சரிந்தன. திராவிடப் பாரம்பர்ய கோஷங்களும் தனித்தமிழ் முழக்கங்களும், இந்தி எதிர்ப்புகளும் காலத்தின் கட்டாயத்தில் வீர்யமிழந்து போயின.

வாக்கு வங்கிகளைப் பிடிக்கும் எண்ணிக்கை விளையாட்டில், கடவுளை நம்புபவர்களும், கடவுளை நிந்திப்பவர்களும், ஆஸ்திகத்தையும் நாத்திகத்தையும் அரசியல் ஆக்கியவர்கள் கூட்டணி என்று ஆச்சரியமாகக் கைகுலுக்க, கருப்பும் சிவப்பும் காவியும் கலந்து சுய நிறங்கள் மங்கின. ‘ஒன்றே குலம் ஒருவனே தேவன்’ என்ற எண்ணம் போய், ஆட்சி பீடத்தில் அமர்ந்தவர் பராசக்தியாக, கன்னி மேரியாக, காமாட்சி அம்மனாகப் போற்றப்பட்டார். எல்லா முரண்களையும், எல்லா அபத்தங்களையும் இயல்புபோல் ஏற்று தமிழகம் புதிய திறந்த பொருளாதார ஏற்றத்தில் கண்ணை மூடிக்கொண்டு நகர்ந்தது. திடீரென்று ஒரு மிகப் பெரிய நடுத்தர வர்க்கம் தாராளச் சந்தை என்ற மந்திரச் சொல்லால் ஈர்க்கப்பட்டு வளர்ந்தது. நகர்ப்புறங்கள் நுகர்வோர் சுவர்க்கமாயின. கிராமத்துப் பெட்டிக்கடைகளிலும் ஸாஷேக்களில் புகுந்த பண்டங்கள் வாழ்வியலை மாற்றின.

ரசனைகளும் ஈடுபாடுகளும்கூட மாறிப்போயின. மொழி, அரசியல், சினிமா என்பது தமிழ் மக்களின் உணர்வுடன் சம்பந்தப்பட்ட விஷயமாக சில ஆண்டுகள் முன்வரை கருதப் பட்டது. இப்போது நுகர் கலாச்சாரம் இவை எல்லாவற்றையும் கபளீகரம் செய்து வருகிறது. இப்போது சித்தாந்தங்களுக்கும் கோஷங்களுக்கும் இடமில்லை. நேரமுமில்லை. தங்களது வளர்ச்சிக்கும் முன்னேற்றத்துக்கும் அரசாங்கமோ அதன் தில்லுமுல்லுகளோ காரணமில்லை என்று உணர்ந்த தலைமுறை இது. ராமனாண்டாலும் ராவணன் ஆண்டாலும் அதற்குக் கவலை இல்லை. சுய நம்பிக்கை உள்ள தலைமுறை. அசாதாரணத் திறமைகள் கொண்ட தலைமுறை – அது கலைகளில்

ஆகட்டும் மென்பொருள் தொழில் ஆகட்டும் – நினைக்க நினைக்க பரவசமூட்டும் வல்லமை கொண்டது. அடிமட்டத்தில் இருப்பவருக்கு எந்த திராவிடக் கட்சி வந்தாலும் வாக்கு சேகரிக்கும் காலங்களில் அல்லது கொடுத்த வாக்குறுதிகளை நிறைவேற்ற வேண்டிய கட்டாயத்தில் சலுகைகளை அள்ளி வீசும் என்பதால் அக்கறை இல்லை. ஆக, இந்தத் தலைமுறைக்கு மேம்போக்கான ஆழமற்ற செய்தி கொடுத்தால் போதுமானது. அதைத்தான் நமது இதழ்களும் நாளேடுகளும் செய்கின்றன. அதற்குப் பிரத்யேகக் காரணமும் இருப்பதாக நான் கருதுகிறேன். தமிழ் இதழியல் துறை சந்திக்கும் பிரச்சினை விநோதமானது.

மாற்றுக்கருத்து நுழைந்துவிட முடியாத அளவுக்கு இரு மாபெரும் கழக அரசியல் முகாம்களின் ஆதிக்கத்தில் தமிழ் இதழியல் சிக்கியிருக்கிறது. நடுநிலை வகிக்கவேண்டிய பத்திரிகைத் துறையினர் சார்பற்று எழுதுவது என்பது சாத்தியமற்று போனது. பயங்கரவாதத்திற்கு எதிராக அமெரிக்கா புனிதப்போர் தொடுப்பதாகப் பிரகடனப்படுத்திய அமெரிக்க ஜனாதிபதி ஜார்ஜ் புஷ், உலக நாடுகளிடம் 'ஒன்று நீங்கள் எங்களுடன் இருக்கிறீர்கள், அல்லது அவர்களுடன் (எதிரியுடன்) இருக்கிறீர்கள்' என்று எச்சரித்த வகையில்தான் இங்கு இதழியல் கருத்துக்கள் இந்த முகாம்களால் ஏற்கப்படுகின்றன.

அதனாலேயே இங்கு மாற்றுச் சிந்தனை உருவாகவில்லை என்பதோடு சார்பற்ற எழுத்து என்பது எவருக்கும் பரிச்சய மில்லாத, புரிந்துகொள்ள முடியாத ஒன்றாகிப் போனது. பத்திரிகையாளர் நடுநிலையாக இங்கு பேசுவது அசம்பாவிதம். விமர்சனங்களை எந்தக் கழகக் கட்சியும் அரசும் ஏற்பதில்லை. அவதூறு வழக்குகளும் உயிருக்கு ஆபத்து என்ற சமிக்ஞைகளும் இதழியலின் முதுகெலும்பை ஒடிப்பவை.

வாளாக இருக்கவேண்டிய பேனாவை மயிலிறகாக மாற்றுபவை. குடும்பத்தை நடத்தவேண்டிய பொறுப்புள்ள பத்திரிகைக்காரர்களும் பத்திரிகை நடத்துபவர்களும் உழைப்பது சாண் வயிற்றுக்காக. சமூக சேவைக்கு அல்ல. இத்தகைய சூழலில் எந்தப் பத்திரிக்கை நிருபருக்கு உண்மையைச் சொல்லத் துணிச்சல் வரும்? பத்திரிகைத் துறை என்பது ஜனநாயகத்தின் ஒரு தூண் என்பது யாருக்கும், அதற்கே கூட நினைவில்லை. சார்பற்ற பார்வைக்கு இங்கு அர்த்தமில்லாத தாலேயே சினிமாச் செய்திகளில் பத்திரிகை உலகம் தஞ்சம் புகுவதாகத் தோன்றுகிறது.

இந்தச் சூழலில் நான் ஒரு பழமைவாதியாக, இதழியல், எழுத்து என்பவை தர்மத்துக்கும் சில இலக்கணக் கோட்பாடு

களுக்கும் கட்டுப்பட்டவை என்று ஆவேசத்துடன் நம்பும் பழமைவாதியாக, பொருத்தமற்ற உதிரியாக உணர்கிறேன். நான் உண்மை என்று உணர்வதை, நினைத்ததைச் சொல்லத் தயங்காதவளாக, சங்கராச்சாரியாரிலிருந்து முல்லாக்கள் வரை, அரசியல் பெருந்தலைவர்களிடமிருந்து பயங்கரவாத அமைப்புகள் வரை, இந்துத்துவ வெறியர்களிடமிருந்து ஜார்ஜ் புஷ் வரை என் பார்வைக்கும் சிந்தனைக்கும் தவறாகப் பட்டதை, அவர்களது செயல்களை விமர்சிக்கத் தயங்காதவளாக, எழுத்தில் பதிவு செய்வது அநேகருக்கு விளங்காத ஒன்று. எனக்கு வேறு விதமாக எழுதத் தெரியாது என்பதுதான் உண்மை. ஒரு முறை நிர்மலா சுரேஷ் எழுதிய ஒரு புத்தக வெளியீட்டு விழாவில் என்னைப் பேச அழைத்தார்கள். கருணாநிதி அதை வெளியிட்டார். மேடையில் என்னைப்போல வந்து அமர்ந்திருந்த அனைவரும் அது ஏதோ கருணாநிதிக்கான பாராட்டு விழாபோல் அவர்மீது சொற்களால் பூமாரி பொழிந்தார்கள்.

புத்தகத்தை யாரும் தொட்டுப் பார்த்திருந்ததாகக்கூடத் தெரியவில்லை. ஒரு வார்த்தை அதைப் பற்றிப் பேசவில்லை. அது அங்கு அசம்பாவிதமாகக்கூடத் தோன்றவில்லை. (தேர்தலில் தோற்று, நள்ளிரவு கைது சம்பவத்திற்கு பின் சோர்ந்திருந்த கருணாநிதி கலந்துகொண்ட முதல் பொது நிகழ்ச்சி அது.) இரண்டுநாள் அமர்ந்து வேலை மெனெக்கெட்டு புத்தகத்தைப் படித்துக் குறிப்பு எழுதிக்கொண்டு பேசிய நான் மட்டுமே அசம்பாவிதமாக இருந்திருக்கவேண்டும். பத்து ஆண்டுகள் நான் தமிழகத்தில் வசித்தும் அதனுடைய மேடை கலாச்சாரம் எனக்குப் பழக்கப் படவில்லை.

நான் கருணாநிதியை ‘கலைஞர்’ என்று அழைக்காமல் “திரு கருணாநிதி அவர்களே” (மற்ற எல்லா மாநிலங்களிலும் பெயரைச் சொல்லிக் குறிப்பிடுவதுபோல) என்று பேச்சை ஆரம்பித்ததும் தொண்டர்கள் நான் அபச்சாரம் செய்து விட்டதைப் போல துணுக்குற்றதை என்னால் உணரமுடிந்தது. நான் புத்தகத்தின் சிறப்பைப் பற்றி மட்டும் பேசி முடித்தேன். தில்லியில் புத்தக வெளியீட்டு விழாக்களில், (அரசியல் தலைவர்கள் பங்கு கொண்டாலும்) புத்தகம்தான் கதாநாயகன். தலைமைதாங்க வந்த அரசியல் தலைவர் அல்ல. கருணாநிதியின் அருகில் அமர்ந்திருந்த நான் தன்னிலை விளக்கம்போல் அவரிடம் சொன்னேன். “எனக்கு இவங்க மாதிரி உங்களைப் பாராட்டத் தெரியாது. ஆனா உங்க மேல எனக்கு மதிப்பும் மரியாதையும் உண்டு.” “எனக்கு அது தெரியுமே” என்றார் அவர் புன்னகை யுடன் சினேகிதமாக. ஆனால் அவரை எதற்காவது நான் விமர்சித்து எழுதும்போதெல்லாம் இதை அவர் மறந்துவிடுகிறார் என்று தோன்றுகிறது.

எனக்கு பில்லி எலியட்டின் கதை நினைவுக்கு வருகிறது.

"உனக்கு நடனம் ஆட விருப்பமா?" என்று அவர்கள் கேட்டார்கள்.

"ஆமாம்" என்றான் சிறுவன்.

"விருப்பம் எப்படி வந்தது?"

சிறுவன் விழித்தான். "தெரியவில்லை" என்றான் குழப்பத்துடன்.

"நடனமாடும்போது உனக்கு எப்படி இருக்கிறது?" என்று அவர்களில் ஒரு பெண் கேட்டார்.

சிறுவன் சற்று நிதானித்தான், இவர்களுக்கு நான் சொல்வது விளங்குமா என்று யோசிப்பவன்போல். பிறகு தன்னுள் ஆழ்ந்த லயிப்புடன் கண்களில் நட்சத்திரம் மின்ன வேகமாகச் சொன்னான். "சந்தோஷமாக இருக்கிறது. நான் வேறு யாராகவோ தோன்றுகிறது. இறக்கை முளைத்த பட்சி பறப்பது போல, மேலே மேலே ஆகாசவெளியில்..."

ஐயர்லாந்தில் ஒரு எளிய நிலக்கரி சுரங்கத் தொழிலாளியின் பத்து வயது மகனை அந்தப் புகழ் பெற்ற நடனப் பள்ளிக்குத் தேர்வு செய்வது உசிதமானதா என்று அதுவரை தயக்கம் காட்டிய தேர்வுக் குழு நிமிர்ந்து உட்கார்ந்தது புதிய தரிசனம் கண்டதுபோல. (பிற்காலத்தில் பில்லி பாலே டான்ஸராக உலகப் புகழ் பெற்றான்).

எழுதும்போது எனக்கும், பில்லி சொன்னதுபோல ஆகாசத்தில் பறப்பதுபோல் இருக்கிறது. 'வேறு யாராகவோ' ஆகிவிட்டதுபோலத் தோன்றுகிறது. பில்லி பரவசத்தில் மிதந்தான். நான் கழுகைப் போல் அகண்டவெளியிலிருந்து உலகைப் பார்ப்பதாகத் தோன்றுகிறது. அங்கிருந்து பார்க்கும் போது கண்ணில் படும் அவலங்களில், கேவலங்களில், பிரமிப்பு களில், அதிர்ச்சிகளில் சொல்லக்கூடாதது எது, சொல்லக் கூடியது எது என்ற மயக்கம் ஏற்படுவதில்லை. சொல்ல வேண்டிய தருணத்தில் சொல்ல வேண்டியது எனது தர்மம் என்று என் பேனா உந்துகிறது. சொன்னதால் யாருடைய ஆதரவை இழப்பேன் யாருடைய விமர்சனத்தை எதிர்கொள்வேன் இதனால் வரும் ஆபத்து என்ன என்கிற பிரமை கணப் பொழுதும் தோன்றுவதில்லை.

பழம் தின்று கொட்டையை உமிழவேண்டிய வயதில் நான் இதழியலுக்கு வந்தது இந்த அடாவடித்தனத்துக் காரணமாக இருக்கலாம். தமிழ் எழுத்தாளராக நான் அறியப்பட்டிருந்தாலும்

வேற்று மாநிலங்களிலேயே எனது பிறப்பும் படிப்பும் வளர்ப்பும் நேர்ந்திருந்ததால் தமிழகத்தை நான் நேரில் கண்டு பதிவு செய்ய நேர்ந்தபோது சார்பற்ற பார்வையாக நான் நம்பியது ஒரு அந்நியத் திமிரின் வெளிப்பாடாகச் சிலர் நினைத்திருக்கலாம்.

எனது பார்வை வித்தியாசமாக இருக்கும் என்று ஒரு நபர் நம்பினார். நான் ஓய்வுபெற்றபிறகு தில்லியில் பெங்குவின் ஆசிரியர் டேவிட் டேவிதாரைச் சந்தித்து அளவளாவும்போது எனது பத்திரிகை அனுபவங்களை வேடிக்கையாகப் பகிர்ந்து கொண்டிருந்தேன். அவர் திடீரென்று, “உங்கள் பத்திரிகை அனுபவங்களை வைத்து தமிழ் நாட்டு அரசியல் முரண்பாடு களைப்பற்றி எங்களுக்கு ஒரு புத்தகம் ஆங்கிலத்தில் எழுதுங்கள்” என்றார்.

“இதுவரை அப்படிப்பட்ட ஒரு புத்தகம் வந்ததில்லை எழுதுங்கள்” என்று தூண்டினார். எனக்கு முதலில் தயக்கமாக இருந்தது. பிறகு ஒத்துக்கொண்டேன். அதை எழுத மூன்று ஆண்டுகள் பிடித்தன. திராவிட இயக்க காலத்திலிருந்து ஆரம்பித்து ஏகப் புத்தகங்கள் படித்தேன். நிறையபேரைச் சந்தித்து குறிப்புகள் எடுத்தேன். இதற்கிடையில் நான் திராவிட இயக்கத்தைப் பற்றின புத்தகம் எழுதவிருக்கிறேன் என்ற வதந்தி பரவிப் போயிருந்தது. அதை எழுத உனக்கு என்ன தகுதி இருக்கிறது என்று என்னிடம் நேரிடையாகவே சிலர் கேட்டார்கள்.

நான் திராவிட இயக்கத்துக்கும் தலித்துகளுக்கும் விரோதி என்று பரவலாகப் பேச்சு பரிமாறப்பட்டது. கம்யூனிஸ்ட் கட்சித் தலைவர்கள் மட்டுமே எனது ஆற்றலில், பட்சமற்ற பார்வையில் நம்பிக்கை உள்ளவர்களாக இருந்ததை நான் உணர்ந்து கொண்டேன். இந்த ஆண்டு ஏப்ரல் மாதம் பெங்குவின் பதிப்பகம் எனது புத்தகத்தை *(CUTOUTS, CASTE AND CINESTARS)* வெளியிட்டது. நான் சற்றும் எதிர்பாராத வகையில் அகில இந்திய ஆங்கில நாளேடுகள், பத்திரிகைகள் அனைத்திலும் புத்தகம் வெகுவான பாராட்டைப் பெற்றிருக்கிறது. துணிச்சலான சார்பற்ற எழுத்து என்ற ஒருமித்த பாராட்டு மனசுக்கு நிறைவைத் தருகிறது. சுழலும் பம்பரம் மீண்டும் யதார்த்த நிலைக்குத் திரும்புவதுபோல நான் பிறந்த பெங்களூருக்கு மீண்டும் வந்துவிட்டேன். ‘யாதும் ஊரே யாவரும் கேளிர்’ என்பது பாரம்பர்யம் சொன்ன பாடமானாலும் தமிழ் மண்ணின் ஈர்ப்பு எனக்குள் ஏற்படுத்தும் ரசாயன மாற்றத்தை வர்ணிக்க இயலாது. பெங்களூரில் பிறந்து படித்து வளர்ந்திருந்தாலும் இப்போது இங்கு மனம் ஒட்டாமல் தாமரை இலைத் தண்ணீராக நிற்பது விந்தை. கணினியின் அசாத்தியமான சாத்தியங்களினால் எங்கிருந்தாலும் தமிழில் எழுதி மின்னஞ்சலில்

அடுத்த நிமிடம் சேர்ப்பிக்க முடிகிறது. தமிழ்ப் பத்திரிகைகள் வாசலுக்கு வந்து சேர்கின்றன. உலகம் மிகச் சுருங்கி விட்டது. சர்ச்சைக்கு உள்ளாகும் எனது கட்டுரைகளுக்கு திண்டிவனத்தி லிருந்து பாராட்டும், கள்ளக்குறிச்சியிலிருந்து கண்டனமும் தொலைபேசியில் வருகின்றன. 'தமிழ் நாட்டிலே கால் வை பார்க்கலாம்' என்ற அச்சுறுத்தல்கள் நடு இரவில் வந்து தூக்கத்தைக் கெடுக்கின்றன. ஒரு வேடிக்கை. என்னைத் திட்டுபவர், பாராட்டுபவர் அனைவரையும் நான் நேசிக்கிறேன். என் எழுத்தை வாசித்தவர்கள் அவர்கள். எனது நன்றிக்கு உரியவர்கள். தமிழ்ச் சமூகம் மிகத் துடிப்புடன் இருப்பதன் அடையாளங்கள் அவர்கள்.

இன்று பின்னோக்கிப் பார்க்கும்போது, நான் திட்ட மிடாமலே நெடுந்தூரம் பயணித்துவிட்டதாக பிரமிப்பு ஏற்படுகிறது. ஐந்து வயதுச் சிறுமியாக எனது தாத்தாவின் தீவிர காந்தியக் கொள்கைகளையும் உத்வேகத்துடன் அவர் பாடிய பாரதியின் பாடல்களையும் கேட்டு வளர்ந்தது உன்னதப் பருவமாகத் தோன்றுகிறது. சுதந்திரம் வந்த சில ஆண்டுகளிலேயே அவரது ஏமாற்றத்தின் வெளிப்பாடாக 'தண்ணீர் விட்டோ வளர்த்தோம் சர்வேசா, இப்பயிரைக் கண்ணீரால் காத்தோம்' என்று கண்ணீர் விட்டபோது காரணம் புரியாமல் நானும் அழுதது நினைவுக்கு வருகிறது.

இன்று பல சமயங்களில் தாத்தாவின் ஆவி என்னுள் புகுந்துவிடுவதாகத் தோன்றுகிறது. ஐந்து வகுப்புக்குமேல் படிக்காத எனது பாட்டியின் அறிவுத் தாகமும் புராணங்களை அறிவார்த்தமாக அலசிய லாவகமும் தன்னிச்சையான பெண்ணியக் கருத்துக்களும் தவழ்ந்த சூழல் ஒரு சிறுமியின் நுட்பமான மனத்தில் ஏற்படுத்தக்கூடிய தாக்கத்தை யாரும் உணரவில்லை. இருந்தும், ஆச்சரியமான கட்டுப்பாடுகளும் கொண்ட பழமைவாதக் கூட்டுக் குடும்பம் அது.

அதில் வளர்ந்த என் மனசு சிறகடித்தாலும் பெரியவர்கள் சொல்லுக்குக் கட்டுப்பட்டே நான் வளர்ந்தேன். பெண் என்பதால் விதிக்கப்பட்ட தடைகளை வாய் மூடி ஏற்றேன். இலக்கியத்தி லும் கலைகளிலும் அபாரமான ஈடுபாடுகொண்டிருந்த எனக்குள் விரிந்திருந்த கனவுகளைப் பற்றி யாரும் விசாரிக்கவு மில்லை, அக்கறை காட்டவுமில்லை. அவற்றை எனது பிரத்யேகத் தகுதிகளாக நானும் நினைக்கவில்லை. அவர்கள் வரித்த மணமகனுக்கு மாலை இட்டேன். கணவனின் பணிக்கு உறுதுணையாக இருக்கவேண்டியதே என் பொறுப்பு என்று உணர்த்தப்பட்டேன்.

நிலக்கரி சுரங்கத் தொழிலாளியின் மகனாகப் பிறந்த பில்லி எலியட் வயது வந்ததும் நிலக்கரி சுரங்கத் தொழிலாளியாக ஆவது எப்படி இயல்பானதாகக் கருதப்பட்டதோ, அதுபோல நானும் எனது தாயைப் போல, எனது பாட்டியைப் போல எனது குடும்பமே உலகம் என்று இருக்கவேண்டியது இயல் பானதாகக் கொள்ளப்பட்டது. கனவுகள் தேவை அற்றவை. அபாயமானவைகூட.

புரட்சிகரமான கருத்துக்களும் பெண்ணியச் சிந்தனைகளும் எனது திருமணத்துக்குப் பின்பே மெல்ல மெல்ல உருவாகி வலுப்பெற்றன என்பது இப்போது வியப்பை அளிக்கவில்லை. எனது போதகர்கள் நான் தேடித் தேடிப் படித்த புத்தகங்கள். வாழ்க்கையே எனது ஆசான். அவை இரண்டுமே எனக்குள் மூடியிருந்த சாளரங்களைத் திறந்தன. சமூகமோ நானாகவோ அங்கியாய்ப் போட்டிருந்த மனப் பிரமைகளை விலக்கிக் கொள்ள உதவின. குடும்பத்துக்கு மட்டுமல்லாமல் எனக்காகவும் நான் வாழவேண்டியதன் அவசியத்தை உணர்த்தின. மற்றவர் களின் துயரங்களுக்காக என் கண்ணில் நீர் வரும்போதுதான் எனது விடுதலையை நான் உணர்வேன் என்பது புரிந்தது. அந்த விடுதலைக்கான வெளி தேவைப்பட்டது. எனக்கென்று அவகாசம் தேவைப்பட்டது. வடிகால் கிடைத்தவுடன் அனுபவித்த பரவசம் அளப்பற்றது. இறக்கை முளைத்த பட்சிபோல ... ஆகாசத்தில் மிதப்பதுபோல ...

பில்லியின் ஜீவனின் ஆதாரமாக இருந்த நடன ஆர்வம் அவனது குடும்பச் சூழலையும் மீறி வெளிப்பட்டதுபோல எனது எழுத்து ஆர்வமும் வெளிப்பட்டதாகத் தோன்றுகிறது. உள்ளார்ந்த மானுட நேயமே எழுத்தின் உந்துதல் என்று நான் நம்புகிறேன். எல்லாக் கோபமும், வருத்தமும், விமர்சனமும் அந்த நேயத்தின் விளைவாகப் பிறந்தவை. எழுத்தாளர்களின் சமுதாய ஆன்மீகப் பார்வையின் சத்தியப் பதிவுகள் அவை. ஏனென்றால் எழுத்து ஒரு ஆன்மீக அனுபவம். மானுடத்தில் இருக்கும் எனது அசாத்திய நம்பிக்கையே என்னை எல்லா அச்சுறுத்தல்களையும் மீறி எழுதத் தூண்டுகிறது.

அது தொடரவேண்டும் ஜீவனுள்ளவரை ...

‘தீராநதி’, டிசம்பர் 2006

www.ingramcontent.com/pod-product-compliance
Lightning Source LLC
LaVergne TN
LVHW090330051026
849518LV00005B/1923